I0636156

# कथा
# युद्धकौशल्याच्या

### कॅ. राजा लिमये

# दिलीपराज प्रकाशन प्रा.लि.<sup>TM</sup>

२५१ क, शनिवार पेठ, पुणे - ४११०३०.

दिलीपराज प्रकाशनाची सर्व पुस्तके आता आपण Online खरेदी करू शकता.

आमच्या Website ला कृपया एकदा अवश्य भेट द्या. अथवा Email करा.

Email - diliprajprakashan@yahoo.in

www.diliprajprakashan.in

# कथा
# युद्धकौशल्याच्या

(युद्धविषयक)

## कॅ. राजा लिमये

**दिलीपराज प्रकाशन प्रा.लि.**™

२५१ क, शनिवार पेठ, पुणे - ४११०३०.

# कथा  युद्धकौशल्याच्या
## Katha Yuddhakoushalyachya

**ISBN :** 978 - 93 - 82988 - 46 - 5

**प्रकाशक ।** राजीव दत्तात्रय बर्वे । मॅनेजिंग डायरेक्टर ।
दिलीपराज प्रकाशन प्रा. लि.। २५१ क, शनिवार पेठ, पुणे ४११०३०.
दूरध्वनी क्रमांक (फॅक्ससहित)
२४४७१७२३ । २४४८३९९५ । २४४९५३१४

© प्रकाशकाधीन

**लेखक**
कॅ. राजा लिमये
१६, कांचनबन सोसायटी,
सेनापती बापट मार्ग, पुणे - ४११०१६

**प्रथमावृत्ती ।** १५ मार्च २०१४

**प्रकाशन क्रमांक ।** २०६८

**अक्षरजुळणी ।** सौ. मधुमिता राजीव बर्वे
पितृछाया मुद्रणालय । ९०९, रविवार पेठ । पुणे ४११००२.

**मुद्रितशोधन ।** श्रीकृष्ण दीक्षित

**मुखपृष्ठ ।** कैवल्य राम मशिदकर

या पुस्तकातील कोणताही मजकूर, कोणत्याही स्वरूपात वा माध्यमात पुनःप्रकाशित अथवा
संग्रहित करण्यासाठी लेखक व प्रकाशकाची लेखी पूर्वपरवानगी घेणे बंधनकारक आहे.

जंगलातील युद्धतंत्रात पारंगत असे धनुर्धारी श्रीराम,
मानसशास्त्रीय युद्धतंत्राचे आद्य गुरू श्रीकृष्ण
आणि
या दोन्ही युद्धतंत्रांचा समन्वय साधून प्रबल आक्रमकांवर
विजय मिळविणारे रणराज शिवराय
यांच्या पवित्र व स्फूर्तिदायक स्मृतींना सादर अर्पण!

# मनोगत

युगपुरुष श्री शिवरायांच्या युद्धतंत्रावर पुस्तक लिहिण्यासाठी मी अभ्यास सुरू केल्यानंतर दोन दिग्गजांची माझी ओळख झाली. ते होते– लष्करी इतिहासाचे अभ्यासक, लेखक आणि वक्ते कै. दि. वि. गोखले, ज्यांनी माझा मनोदय ऐकल्याबरोबर मला सुचविले की, शिवरायांच्या युद्धतंत्रावर लिहिण्यापूर्वी मी जगातील गाजलेल्या सेनानींच्या युद्धतंत्रांचा अभ्यास करावा. दुसरे होते प्रसिद्ध लेखक आणि वक्ते कै. शिवाजी सावंत. यांनी मार्गदर्शन करताना मला सांगितले, की इतर गाजलेल्या सेनानींच्या अभ्यासाबरोबरच मी योद्धा श्रीराम आणि मानसशास्त्रीय युद्धकौशल्याचे आद्य गुरू श्रीकृष्ण यांच्या युद्धतंत्रांचाही अभ्यास करावा.

मी नम्रपणे मान्य करतो, की वरील दोन्ही मान्यवरांच्या अनमोल मार्गदर्शनाचा मला माझ्या शिवरायांच्या युद्धतंत्रावर लेखन करताना खूपच फायदा झाला. त्या पुस्तकाला कै. शिवाजी सावंत यांनीच सुरेख प्रस्तावना लिहिली आहे, तर कै. दि. वि. गोखले यांनी त्या पुस्तकाचे विस्तृत आणि सुरेख परीक्षण दै. सकाळमध्ये प्रकाशित केले. सुदैवाने सदर पुस्तक प्रकाशित होण्यापूर्वी सकाळ या लोकप्रिय दैनिकाचे तत्कालीन संपादक श्री. रा. विजयराव कुवळेकर यांनी सकाळच्या रविवार पुरवणीत लेखांना प्रसिद्धी दिली. त्यातील प्रतापगडावरील लेख वाचून प्रसिद्ध नाटककार कै. वसंतराव कानेटकर यांनी त्यावर आधारित 'आकाशमिठी' नावाचे नाटक लिहून प्रकाशित केले. त्यांचे आभार मानणे माझे कर्तव्य आहे. माझे लेख प्रसिद्ध होत असतानाच पुण्याच्या दिलीपराज प्रकाशनचे श्री. राजीव बर्वे यांची

भेट झाली. त्यांनी लगेच मी लिहिलेली त्या विषयावरील पुस्तके प्रकाशित करण्याची तयारी दर्शविली. श्री शिवरायांच्या युद्धतंत्रावरील 'रणराज शिवाजी' हे पुस्तक माझी कन्या सौ. जान्हवी वैशंपायन (नाशिक) हिने प्रकाशित केले होते; त्याची दुसरी आवृत्ती श्री. बर्वे यांनी दिलीपराज प्रकाशनातर्फे प्रकाशित केली.

दिलीपराज / मधुराज प्रकाशनाने युद्धतंत्र आणि युद्धनेतृत्व याच विषयावरची माझी अनेक पुस्तके प्रकाशित केलेली आहेत. पैकी एकाला राज्य पुरस्कारही मिळाला आहे. त्यांनी दिलेल्या सहकार्याबद्दल मी त्या उभयतांचा आभारी आहे.

माझ्या या लेखनप्रवासात मला प्रोत्साहन देऊन लिहिते ठेवण्यात ज्यांचा मोलाचा वाटा आहे, ते 'सकाळ'चे श्री मल्हारराव अरणकल्ले, श्री. श्रीधर लोणी यांचेही आभार मानणे आवश्यक आहे. माझ्या लेखनप्रंचात सतत सहकार्य करणारे, 'श्रद्धा' प्रिंटर्सचे श्री. श्रीकांत बेलावडे आणि सौ. बेलावडे यांचे आभार मानणे माझे कर्तव्य आहे. तसेच आमची हुशार नात चि. निकिता हिचे सहकार्य कौतुकास्पद आहे.

आमच्या संसाराची जबावदारी पूर्णपणे स्वीकारून मला माझ्या लेखनप्रपंचाला मोकळीक देणारी माझी सुविद्य पत्नी सौ. आशा हिचे तसेच आमची नात चि. निकिता- जिच्या या लेखनसंबंधातील सूचना नेहमीच उपयुक्त ठरलेल्या आहेत– यांचा निर्देश करणे आवश्यक आहे.

या पुस्तकाचे सर्वच वयोगटातील वाचक स्वागत करतील, ही खात्री आहे.

आभार ग्रंथालयांचे सहकार्याबद्दल–

१) पुणे मराठी ग्रंथालय, नारायण पेठ, पुणे.
२) कै. प. म. जोशी ग्रंथालय, (कामायनी), पुणे.
३) 'पराग' ग्रंथालय, मॉडेल कॉलनी, पुणे.

मा. श्री सारडा यांच्या बहुमोल सूचनांबद्दल त्यांचेही आभार.

# अनुक्रमणिका

# एक

प्रत्यक्ष रणांगणावर कुशल सेनानींनी सर्वंकष विचार करून वापरलेले युद्धतंत्र शब्दरूपात उतरते आणि अशा अनेकानेक सेनानींच्या युद्धतंत्रांचा आढावा म्हणजे युद्धशास्त्र. जगातील प्रत्येक राष्ट्राच्या-राज्यकर्त्यांच्या आपल्या राष्ट्राप्रती, देशाप्रती काही जबाबदाऱ्या असतात. त्यांत सगळ्यात प्रमुख आणि महत्त्वाची जबाबदारी असते ती देशाच्या संरक्षणाची. राष्ट्र सुरक्षित नसेल तर तेथील राज्यकर्त्यांनी इतर क्षेत्रांत कितीही चांगले कार्य केले, तरी ते रसातळाला जायला वेळ लागत नाही. राष्ट्र सुरक्षित कसे राखता येईल, याबाबतची मार्गदर्शक तत्त्वे असतात ती 'युद्धशास्त्रात.' अर्थातच त्यात संरक्षणासाठी काय काय व्यवस्था केली जावी, कोणत्या महत्त्वाच्या गोष्टींकडे लक्ष द्यावे आदी बाबींचा ऊहापोह केलेला असणे अपेक्षित आहे. अर्थात ते लेखी स्वरूपात असले तर!

या संबंधात 'संरक्षण' हे युद्धशास्त्राचे अपेक्षित उद्दिष्ट असल्याने त्यात खालील बाबींचा ऊहापोह असणे अपेक्षित आहे. त्यातील पहिली बाब आहे ती सुसज्ज लष्कर. त्यानंतर काळानुसार शस्त्रास्त्रे, त्या शस्त्रास्त्रांची योग्य देखभाल करणारी यंत्रणा, काळानुरूप वाहनव्यवस्था. प्राचीन काळी पायदळाला पायी हालचाल करावी लागे. त्यानंतर हत्ती, घोडे, रथ ही वाहनाची साधने होती. आज त्यात संपूर्ण बदल झालेला आहे. त्याची चर्चा आपण करणार आहोतच. वाहनव्यवस्थेनंतर महत्त्वाची असतात ती संपर्कमाध्यमे. यातर्हा काळानुसार पुष्कळच प्रगती झालेली आहे. त्यानंतर युद्धसज्जतेसाठी आवश्यक ठरते ती अत्यंत प्रभावी अशी गुप्तहेर यंत्रणा. ही यंत्रणा म्हणजे प्रत्येक राष्ट्राच्या सेना-प्रमुखाचे कान,

नाक, डोळे म्हणून कार्यरत असते. शिवाय युद्धाच्या तयारीसाठी आवश्यक असणारा घटक म्हणजे इंजिनिअर्स.

आता या संरक्षणप्रणालीतील लष्कर हा महत्त्वाचा घटक आहे. भारताच्या प्राचीन काळापासून देशात लहान-मोठी राज्ये असूनही प्रत्येक राज्याला स्वत:च्या संरक्षणासाठी किंवा आपल्या राज्याची व्याप्ती वाढविण्यासाठी स्वत:चे लष्कर म्हणजेच सैन्य ठेवणे अत्यंत आवश्यक असे. अर्थात त्या काळच्या लष्करात, ज्याला चतुरंग सैन्य म्हणून ओळख जात असे, त्यात हत्तीदळ, घोडदळ, पायदळ आणि राजा किंवा सेनापतीसाठी रथ असत. यात अर्थातच महत्त्वाचा घटक असे तो पायदळच. हत्ती त्यांच्या अवाढव्य आकाराने शत्रूवर दडपण आणून त्यांना चिरडून टाकण्यासाठी उपयोगात आणले जात असत. अर्थात प्रत्येक वेळी त्यांचा तसा उपयोग त्या त्या राजाला होतच असे, असे नाही. इ.स. पूर्वी ३२३ मध्ये अलेक्झांडरच्या आक्रमणाच्या वेळी त्याच्या आगळ्यावेगळ्या युद्धतंत्राने पोरसाचे हत्ती बिथरून माघारी फिरले आणि त्याच्याच सैन्याला ते तुडवीत सुटले, हे एक उदाहरण झाले. त्या वेळी अलेक्झांडरने स्वत: त्याचा मध्य आशियातील वीरांनी पराभव केल्यानंतर त्याने आपल्या पराभवाची कारणे शोधून काढली आणि ज्या 'तुलुघ्मा' युद्धतंत्राचा वापर करून मध्य आशियातील वीरांनी त्याचा पराभव केला होता, त्या तंत्राचा अभ्यास करून आपल्या सैनिकांना तसे शिक्षण देऊन मध्य आशियातील सैन्याचा पराभव करूनच तो भारताच्या सीमेपर्यंत येऊन पोचला होता.

खरं म्हणजे युद्धशास्त्र हेच सांगत असते. बदलत्या युद्धतंत्रावर लक्ष ठेवा आणि त्यानुसार आपले लष्कर सज्ज ठेवा! यालाच इतिहासाचा अभ्यास करून त्याप्रमाणे योग्य ती कारवाई करणे असे म्हणायला हरकत नाही. युद्धशास्त्र म्हणजे लिहिले गेलेले शब्द म्हणजे इतिहास नसतो. इतिहास घडविला जातो तो रणांगणावर आणि युद्धशास्त्राप्रमाणे या लिखित शास्त्रापेक्षा घडत जाणाऱ्या इतिहासाकडे लक्ष ठेवून त्याप्रमाणे लष्कराची रचना करणे आवश्यक आहे; आणि जे 'युद्धशास्त्र' असा संदेश देते, तेच खरे युद्धशास्त्र असे म्हणावयास हरकत नाही. त्यामुळेच कदाचित आपल्या पूर्वजांनी 'युद्धशास्त्र' हे शब्दांकित करून लिहून काढण्यापेक्षा 'घडून गेलेल्या इतिहासाचा अभ्यास करून नवा इतिहास घडवावा' असा मौखिक संदेश दिलेला दिसतो.

त्या कारणामुळेच लिखित युद्धशास्त्र असे लिहिले गेले नसावे. पण सैन्याची रचना कशी असावी, त्यात कोणते कोणते घटक असावेत, या बाबतीत

त्या त्या काळात बदलते धोरण होते, यात शंका नाही. पोरसाच्या पराभवानंतर रणांगणावरून अजस्त्र हत्तींना वगळण्यात बरीच वर्षे जावी लागलीत. त्याचप्रमाणे रथही रणांगणातून वगळले गेले आणि मध्य पूर्वेतून आलेल्या वेगवान युद्ध-तंत्राला महत्त्व आले व लष्करात पायदळ आणि घोडदळ असे दोनच घटक उरले. अर्थात त्यांनीही बराच काळ गाजवला. त्यांना उपलब्ध असलेली शस्त्रे म्हणजे तलवारी, दांडपट्टा-कट्यार आदी असत आणि अस्त्रे म्हणून धनुष्यबाण, भाला आदी हत्यारे असत. त्यातही बाबराच्या आक्रमणानंतर फरक पडला. बाबराने भारतावर आक्रमण केले तेव्हा मध्यपूर्वेत नव्याने आलेल्या तोफा आणि बंदुका त्याच्याजवळ होत्या. वेगवान युद्धतंत्र आणि तोफा, बंदुकींच्या जोरावर त्याने सोळाव्या शतकाच्या सुरुवातीला दिल्लीचा बादशहा इब्राहिम लोदी, जो बाबराला रोखण्यासाठी पानिपतपर्यंत आला होता, त्याचा आपल्या तोफा आणि बंदुकींच्या जोरावर पराभव केला आणि स्वत:ला दिल्लीचा बादशहा म्हणून घोषित केले आणि त्यानंतर फतेपूर शिक्री जिंकली. तेव्हा पराक्रमी राजपूत राजा राणासंगा त्याला रोखण्यासाठी येतो. सन १५२७ मध्ये त्याची बाबराशी कनवाच्या रणांगणावर गाठ पडली आणि बाबराने आपल्या तोफा, बंदुकींच्या जोरावर पराक्रमी राणासंगाचा कनवाच्या रणांगणावर पराभव केला. या वेळी युद्धशास्त्राच्या एका महत्त्वाच्या तत्त्वाकडे दुर्लक्ष झाले. ते म्हणजे ज्या शत्रूबरोबर आपला सामना होणार आहे त्याचे लष्कर, त्याची शस्त्रास्त्रे आदींची माहिती प्रत्येक सेनानीने आधीच करून घेणे आवश्यक असते. पण राणासंगाने या तत्त्वाकडे पूर्णपणे दुर्लक्ष केले आणि त्याला पराभव स्वीकारावा लागला, तो बाबराच्या तोफा आणि बंदुकांमुळे.

खरं म्हणजे या आधीही दिल्लीवर महापराक्रमी पृथ्वीराज चौहान हा राज्य करीत असताना महंमद घोरी याने ११९१ मध्ये भारतावर आक्रमण केले होते. त्या वेळी पराक्रमी पृथ्वीराज चौहान याने आपल्या इतर राजपूत राजांना ससैन्य आवाहन करून त्यांना मदतीला बोलावले आणि त्या सगळ्यांच्या साथीने त्याने घोरीला तरोरीच्या रणांगणावर गाठले आणि त्याचा दणदणीत पराभव केला. घोरी शरण आला आणि त्याने गयावया करून प्राणांची भीक मागितली. पृथ्वीराज चौहानाने त्याला जीवदान दिले. घोरी आपल्या देशात पळाला. तेथे गेल्यावर त्याने रणांगणातून पळ काढणाऱ्या अधिकाऱ्यांच्या तोंडाला काळे फासले, गाढवांवर बसवून त्यांना फटके मारीत त्यांची धिंड काढली. जे सैनिक पळून आले होते, त्यांची सर्रास कत्तल केली. नव्याने तरुणांचे सैन्य उभारले. बरोबर वर्षभरानंतर त्याने पुन्हा भारतावर आक्रमण केले. पराक्रमी पृथ्वीराज चौहानाने पुन्हा आपल्या राजपूत राजांच्या

सैन्यासह त्याच तरोरीच्या रणांगणावर रोखण्याचा प्रयत्न केला. पण या वेळी घोरीने पृथ्वीराज चौहान याला फसवा निरोप धाडला–

"राजा, तुमचे प्रचंड सैन्य पाहून मी घाबरलो आहे. पण परत फिरण्यासाठी माझ्या भावाची मला परवानगी हवी आहे. मी ती मागितली आहे. भावाचा होकार येताच मी परत फिरेन."

झाले! राजपूत सैन्यात जल्लोष पसरला. ते बेसावधपणे रात्रभर जल्लोषात मग्न होते. घोरीला हे अपेक्षितच होते. त्याने आपल्या वेगवान युद्धतंत्राने अगदी पहाटे पृथ्वीराज चौहानाच्या सैन्यावर हल्ला केला. बेसावध राजपूत सैन्य गोंधळले, त्यांच्यात पळापळ सुरू झाली आणि महंमद घोरीने पृथ्वीराज चौहान याच्या प्रचंड सैन्याचा पराभव केला. इतकेच नव्हे, तर पृथ्वीराज चौहान याला कैद करून घेऊन गेला. अर्थातच महापराक्रमी पृथ्वीराज चौहान याने आपल्या प्राणांची भीक मागितली नाही आणि अर्थातच घोरीही हा धोका पत्करायला तयार नव्हता. त्याने चौहानाचा शिरच्छेद केला.

युद्धशास्त्राच्या दृष्टिकोनातून वर नमूद केलेल्या भारताच्या लष्करी इतिहासातील दोन घटना. एक बाबराच्या आक्रमणाची आणि दुसरी महंमद घोरीच्या आक्रमणाची. त्याचा आधी पराभव करून त्याला कैद करून त्याने प्राणांची भीक मागताच त्याला सोडून देण्याची पराक्रमी पृथ्वीराज चौहान यांची. इतिहासाकडे दुर्लक्ष करून त्याला सोडून देण्याची केलेली आत्मघातकी कृती ही केवळ प्रातिनिधिक उदाहरणे म्हणून दिलेली आहेत. ती एकाच हेतूने की भारतातील राजेरजवाड्यांनी त्यांच्या राजवाड्यातच नव्हे, तर घरोघरी नेमाने वाचल्या जाणाऱ्या रामायण, भागवत आणि महाभारतातील योद्धे श्रीराम आणि युद्धशास्त्रज्ञ श्रीकृष्ण यांच्या युद्धतंत्रांचा अभ्यास जरी केला नाही, तरी त्याच्याकडे लक्ष दिले असते, तरी आपल्या राजेरजवाड्यांची अशी अवस्था झाली नसती. आपला देश वर्षानुवर्षे पारतंत्र्यात आक्रमकांच्या घोड्यांच्या टापाखाली भरडला गेला नसता.

या दृष्टिकोनातून योद्धा राम आणि युद्धशास्त्रतज्ज्ञ श्रीकृष्ण यांच्या ऐतिहासिक कार्यातून त्या राजेराजवाड्यांना कोणते संदेश मिळाले असते आणि आजही मिळतात ते पाहूया—

युद्धशास्त्राचा महत्त्वाचा संदेश आधी दिल्याप्रमाणे, "युद्ध नको असेल तर युद्धासाठी सज्ज राहा."

या संदेशाप्रमाणे राजे अथवा सेनानींनी युद्धासाठी आवश्यक त्या लष्कराच्या सर्व अंगांना पूर्णपणे सुसज्ज करणे; लष्कराला पूर्णपणे तयार ठेवण्यासाठी सैनिकांना

त्या त्या वेळच्या शस्त्रास्त्रांसह सज्ज करून त्यांच्या तालमी घेणे; तात्पुरती काल्पनिक युद्धपरिस्थिती निर्माण करून आपल्या लष्करातील सैनिकांची कितपत तयारी आहे याची चाचणी घेणे; हे करीत असताना आपला शस्त्रास्त्र पुरवठा विभाग, अन्नधान्य पुरवठा विभाग, संपर्कयंत्रणा विभाग, संदेशयंत्रणा आदी किती सक्षम आहे याची चाचणी घेणे; घोडदळ असेल तर घोडे आणि घोडेस्वार कोणत्याही युद्धप्रसंगाला तोंड देण्यास सक्षम आहेत किंवा नाहीत याचीही चाचणी घेणे; सुरुंग पेरणे अथवा सुरुंग पेरलेले असले तर ते शोधून काढणे; नार्गात आडवे येणाऱ्या नदी, नाले आदींवर तत्परतेने पूल उभारून सैन्याची आगेकूच करण्यास सोईची व्यवस्था करणे आदी.

वरील गोष्टी झाल्या युद्धासाठी आपल्याकडून तयार होण्याबाबत. पण याव्यतिरिक्त ज्या परकीय शत्रूकडून आक्रमण होण्याची शक्यता आहे– भारताच्या दृष्टिकोनातून पाहिल्यास आपल्या शेजारचे पाकिस्तान, चीन आदी देश त्यांच्या लष्करी शक्तीची, त्यांच्या शस्त्रास्त्रांच्या आधुनिकतेची माहिती मिळविण्याचा आपल्या गुप्तहेर यंत्रणेचा प्रभावीपणे उपयोग करून प्रयत्न करणे हे खूपच आवश्यक आहे. आर्य चाणक्य म्हणतात की, या कार्यासाठी तरुण वेश्यांचा उपयोगही उपयुक्त ठरतो. या बाबतीत त्यांनी शत्रूच्या प्रभावी व्यक्तींना संपविण्यासाठी विषकन्यांचाही उपयोग करून घेतलेला आढळतो. प्रभू रामचंद्रांना त्यांच्या श्रीलंकेवरील स्वारीत खुद्द रावणाचा भाऊ बिभीषणाचा ज्य प्रमाणे उपयोग झाला, त्याचप्रमाणे त्यांच्या सोबत असलेल्या आदिवासी वानरसेनेचा खूपच उपयोग झाला होता. श्रीकृष्णाला ठार करण्यासाठी मगध देशाचा राजा जरासंधाने आपल्या प्रचंड सेनेसह मथुरेवर अनेक आक्रमणे केली. त्या प्रत्येक वेळी युद्धशास्त्रतज्ज्ञ श्रीकृष्णाने जरासंधाच्या आणि त्याला साथ देणाऱ्या इतर राजांच्या सेनेची पूर्ण माहिती मिळविली होती आणि योग्य वेळी त्या माहितीचा उपयोग करून जरासंधाचा प्रत्येक वेळी पराभव केला, हा इतिहास नोंदला गेला आहे. म्हणूनच, या चर्चेतून युद्धशास्त्राचा आणखी एक महत्त्वाचा संदेश मिळतो, तो म्हणजे "मानसशास्त्रीय युद्धतंत्र खूपच प्रभावी ठरते. आपल्या लष्करी इतिहासाचा अभ्यास करा."

देशाच्या लष्करी इतिहासाचा अभ्यास करूनही युद्धशास्त्र निर्माण करता येते. कोणत्याही लिखित शब्दांनी इतिहास घडत नाही. इतिहास हा रणांगणावरील कृतीने घडत असतो आणि त्या घडलेल्या इतिहासाच्या अभ्यासाने देशातील पुढची पिढी शहाणी होत जाते. विजयाच्या आणि पराजयाच्या मालिकांचा अभ्यास करून सतराव्या शतकात विजयाचा इतिहास निर्माण केला, तो रणराज शिवरायांनी.

श्री रामचंद्राच्या बाबतीत युद्धशास्त्राचे दोन महत्त्वाचे संदेश मिळतात. ते वयाच्या केवळ तेराव्या वर्षी गुरुकुलातून परतले. नेमक्या त्याच दिवशी महर्षी विश्वामित्र राजा दशरथाच्या दरबारात आले. दशरथाने त्यांचे आगत-स्वागत केले आणि येण्याचे कारण विचारले, तेव्हा महर्षी विश्वामित्रांनी अगदी कळकळीने त्यांना सांगितले–

"राजन, तुला ठाऊक आहेच की आम्हा ऋषी-मुनींचे आश्रम घनदाट अरण्यात आहेत आणि दक्षिणेतून आलेल्या राक्षसांनी तेथे उच्छाद मांडला आहे. आमचे यज्ञमंडप, आश्रम ते उद्ध्वस्त करून टाकतात. ऋषी-मुनींनाही मारहाण करतात. आम्ही अगदी हतबल झालेलो आहोत. म्हणून तुमच्याकडे आलो आहोत."

"महर्षी सांगा, सांगा मी तुम्हाला कशी मदत करू?"

त्यावर महर्षी म्हणाले, "राजन, मला तुमचा राम पाहिजे."

राजाला धक्काच बसला, "राम? तो तर आजच गुरुकुलातून परतला आहे. केवळ तेरा वर्षांचा आहे. तो तुम्हाला कशी मदत करू शकेल. कसं शक्य आहे ते?"

महर्षी म्हणाले, "राजन तू हा प्रश्न विचारशील याची मला कल्पना होतीच. तुझ्या मनातील शंकेचे समाधान करण्यासाठी एवढेच सांगतो की आमच्या मनात जे आहे, ते कार्य केवळ रामच करू शकतो. तो धाडसी आहे, हुशार आहे. त्याला मी आमच्या अरण्यातील आदिवासींची ओळख करून देईन. तो त्यांच्यात मिसळेल. त्याला मी राक्षसांशी लढण्यायोग्य असे शस्त्रास्त्रांचे शिक्षण देईन. मग तो जंगलातील युद्धशास्त्रात प्रवीण झाल्यावर तेथील आदिवासींच्या साथीने राक्षसांचा बंदोबस्त करू शकेल, ही मला खात्री आहे."

राजा दशरथ मनोमनी हादरला. त्याला त्याचा लहानगा राम नजरेसमोर दिसत होता. त्याला रानावनात कसे धाडणार? त्याच्या डोळ्यांत आसवे जमा झाली. तो कळवळून महर्षींना म्हणाला,

"महर्षी, माझ्या लहानग्या रामाला तुमच्या घनदाट अरण्यात त्या अकराळ विकराळ राक्षसांचा बंदोबस्त करण्यासाठी धाडणे खूपच अवघड आहे. त्याऐवजी माझे सारे सैन्य, हत्ती रथ, घोडे पायदळ तुम्हाला देतो. ते तुमच्या अपेक्षेप्रमाणे राक्षसांचा बरोबर बंदोबस्त करतील."

महर्षींनी राजाला मधेच थांबवले आणि म्हणाले,

"राजन, चुकतोस तू. आमच्या अरण्याची तुला कल्पनाच नाही. अरे, ज्या पर्यावरणाच्या परिस्थितीत तुम्हाला शत्रूचा सामना करायचा आहे, त्या पर्यावरणाचा

विचार करूनच सैन्याचे शिक्षण, त्यांची तयारी पाहूनच त्यांची निवड करावी लागते. तू म्हणतोस त्याप्रमाणे तुझे हत्ती, रथ, घोडदळ आणि सैनिकही मैदानी लढाईसाठी निश्चितपणेच तयार आहेत आणि हे त्यांनी सिद्धही केलेले आहे. पण...

राजाने अधीरतेने विचारले, ''पण, पण काय महर्षी सांगा ना!''

महर्षी म्हणाले, ''राजा, ज्या घनदाट जंगलात आमच्या आश्रमांना आणि यज्ञमंडपांना आणि आम्हालाही त्या दुष्ट राक्षसांचा उपद्रव होतो, त्या घनदाट जंगलात तुझे हत्ती, रथ, घोडेस्वार शिरकावच करू शकणार नाहीत. उरले तुझे पायदळ. त्यांना त्या घनदाट अरण्यात राहण्याची, लढण्याची मुळीच सवय नाही. ते त्या अकराळ विकराळ राक्षसांचे होणारे हल्ले पाहून भेदरून जातील. गोंधळतील आणि अरण्यात काही वेळ राक्षसांना तोंड देण्याचा प्रयत्न करतील आणि अक्षरश: पळ काढतील.''

पण अखेरीस महर्षींच्या विनंतीचा मान राखून लाडक्या रामाला त्यांच्या सोबत धाडण्यास तो तयार झाला. अर्थात रामाबरोबर त्याचा लहान भाऊ लक्ष्मणही सोबत निघाला. पुढे त्या दोघांनी महर्षींनी त्यांना दिलेल्या शस्त्रास्त्रांच्या शिक्षणाचा प्रभावशाली उपयोग करून त्या घनदाट अरण्यात, ॠषी-मुनींना, साधू-संतांना छळणाऱ्या राक्षसांचा त्याच रानावनातील आदिवासी तरुणांच्या साथीने बंदोबस्त केला, हे सर्व भारतीयांना ज्ञात आहेच.

या वर दिलेल्या चर्चेतून महर्षी विश्वामित्रांनी युद्धशास्त्रातील केवढा मोठा संदेश भारतालाच नव्हे तर साऱ्या जगाला दिला आहे. पराक्रमी राजा पोरस आणि नंतर दिल्लीचा पराक्रमी राजा पृथ्वीराज चौहानाने या संदेशातील मर्म ओळखले असते, तर... भारताच्या सीमेवर येऊन उभ्या ठाकलेल्या अलेक्झांडरच्या सैन्याचा आणि त्याच्या तयारीचा अभ्यास न करताच पोरस आपले हत्ती, रथ वगैरे घेऊन अलेक्झांडरला तोंड द्यायला उभा राहिला. अलेक्झांडरने, ज्यांच्यावर पोरसाचा अतोनात विश्वास होता, त्या हत्तींनाच लक्ष्य करून त्यांच्या गंडस्थळांवर सातत्याने बाणांचा वर्षाव करून त्यांना बिथरवले, गोंधळात टाकले. बिथरलेले हत्ती वेगाने मागे वळले आणि त्यांनी आपल्याच सैनिकांना तुडविण्यास सुरुवात केलीच; शिवाय त्याच वेळी अलेक्झांडरने नवीन 'तुलघ्मा' पद्धतीने पोरसाच्या प्रचंड सैन्याला घेरून त्याचा पराभव केला. पोरसाने युद्धशास्त्राच्या दृष्टिकोनातून आणखी एक चूक केली होती; ती म्हणजे महर्षी विश्वामित्रांनी दशरथाला ज्या शत्रूशी तोंड द्यावयाचे आहे त्यांचे संपूर्ण वर्णन केले होते आणि त्या दृष्टिकोनातूनच ते राम-लक्ष्मणाची तयारी करून घेऊन आदिवासी तरुणांचे सैन्य उभारणार होते. त्यांनी तसे केले आणि राक्षसांचा नि:पात

केला. ''भौगोलिक परिस्थितीनुसार सैन्याची उभारणी करणे.'' हा संदेश त्यातून मिळतो. पोरसाने मात्र आपल्या सीमेवर नदीपार उभा असलेला अलेक्झांडर कशा तयारीने आलेला आहे, त्याचे युद्धतंत्र कसे आहे, याची कोणतीही माहिती गोळा करायचा प्रयत्न केला नाही. उलट, आपल्या स्वतःच्या सामर्थ्यावर, आपल्या प्रचंड हत्तींवर विसंबून राहिलेल्या पोरसाला अलेक्झांडरच्या तिरंदाजांनी आणि त्याच्या वेगवान ''तुलघ्मा'' युद्धतंत्राने हैराण केले. पोरसाला ते सगळे नवीनच होते. त्यामुळे अलेक्झांडरने नदीपलीकडून आपल्या हालचालींवर पांघरूण घालून नदीच्या उगमाकडून अंधाराच्या पांघरुणाचा फायदा घेऊन नदी ओलांडली आणि तो पोरसाच्या उजव्या बगलेवर अचानक तुटून पडला. त्यामुळे बलाढ्य पोरसाचे सैन्य गोंधळले. त्यात माथ्यावर बरसलेल्या बाणांच्या माऱ्याने गोंधळलेल्या हत्तींनी आपलेच सैनिक तुडवून आणखीनच गोंधळ घातला. पोरसाला पराभव पत्करावा लागला. म्हणूनच शत्रूसैन्याची संपूर्ण माहिती, त्याच्या सेनानींच्या युद्धतंत्राची माहिती मिळविणे आवश्यक आहे.

भारतीय मात्र पोरसाच्या पराभवाच्या कारणांची मीमांसा करण्याचे सोडून पकडल्या गेलेल्या पोरसाने अलेक्झांडरला कसे बाणेदार उत्तर दिले याचे कौतुक करण्यातच आपले समाधान मानीत राहिले.

पुढील उदाहरण पाहू. महर्षी विश्वामित्र राम-लक्ष्मणाला घेऊन आपल्या आश्रमाकडे निघाल्यावर त्यांनी युद्धशास्त्रातील आणखी एक महत्त्वाचा संदेश देणारी कथा त्यांना ऐकविली. ते म्हणाले,

''रामा, दक्षिणेतील बळीराजाने देवलोकांचा राजा इंद्र याच्यावर आक्रमण केले. सुदैवाने तयारीत असलेल्या इंद्राने बळीराजाचा पराभव केला. त्याला कैद केले. त्या वेळी बळीराजाने इंद्रासमोर कैदी म्हणून येताच गयावया करून प्राणांची भीक मागितली. नेमके त्या वेळी बृहस्पती इंद्राच्या दरबारात होते. त्यांनी इंद्राला उपदेश केला की, जेव्हा एखादा आक्रमक शत्रू पराभूत होऊन शरण येतो, तेव्हा त्याला जीवदान देऊन सोडणे योग्य तर नसतेच पण घातकही असते. तेव्हा आक्रमक बळीराजाला तू सोडू नकोस. पण इंद्राने त्यांच्या उपदेशाकडे दुर्लक्ष केले आणि बळीराजाला जीवदान देऊन सोडून दिले. रामा, लक्षात घे की तो पराभूत डिवचला गेलेला बळीराजा परत गेला. त्याने आपल्या पराभवाची मीमांसा केली. आपले सैन्य नव्याने उभारले आणि नव्या जोमाने इंद्रावर पुन्हा जोरदार आक्रमण केले. बळीराजाच्या त्या अनपेक्षित जोरदार आक्रमणापुढे इंद्र टिकाव धरू शकला नाही. त्याचा पराभव झाला. इंद्राचं राज्य दैत्य बळीराजाने बळकाविले ते इंद्राने बृहस्पतीच्या एका महत्त्वाच्या संदेशाकडे दुर्लक्ष केल्यानेच.''

महाभारताच्या युद्धाच्या प्रसंगीही असेच घडले होते. कर्ण सेनापती झाल्यानंतर डोक्यात हवा भरल्यासारखा आपल्या रथात बसून ओरडत होता.

"कुठे आहे तो अर्जुन दाखवा मला. आता त्याचा फडशा पाडतो."

त्याचे ते ओरडणे आव्हानात्मक होते. अर्जुनाचा सारथी, युद्धशास्त्रतज्ज्ञ श्रीकृष्ण होता. त्याने कर्णाच्या रथाची जागा पाहिली आणि अर्जुनाचा रथ अशा ठिकाणी नेऊन उभा केला, की वेड लागल्यासारखा अर्जुनाला शोधीत येणाऱ्या कर्णाला अर्जुनाच्या रथासमोरील दलदलीचा भाग ओलांडून यावे लागणार होते आणि झाले तसेच. कर्णाची नजर अर्जुनाला शोधीत होती. समोरील मार्गाकडे त्याचे लक्षच नव्हते. अखेर व्हायचे तेच झाले. त्याच्या रथाचे चाक दलदलीत फसले. अर्जुनाने आपल्या धनुष्यावर तीर चढविलेला होता. तेवढ्यात कर्ण रथाच्या खाली उतरून रथाचे चाक दलदलीतून काढण्याचा प्रयत्न करीत होता. श्रीकृष्णाने पर्यावरणाचा खूपच चांगला उपयोग करून घेतला होता. कर्ण फसला होता. रथाच्या चाकावर जोर लावता लावता त्याने अर्जुनाकडे पाहिले. तो धनुष्यावर तीर चढवून तो सोडण्याच्या बेतात होता. चाकाशी झटापट करीतच कर्णाने त्याला विनविले,

"अर्जुना, बघ मी नि:शस्त्र आहे. अडचणीत आहे. माझ्यावर बाण सोडू नकोस."

त्याच वेळी श्रीकृष्णाने अर्जुनला सांगितले,

"अर्जुना, त्याचे काय ऐकतोस? अरे! तो तर तुला ठार मारण्याच्या वल्गना करीत येत होता. आता तो अडचणीत आहे म्हणून नरमाईने बोलतो आहे. पण लक्षात घे, तो तुझा वध करण्यासाठी आलेला आक्रमक आहे. सोडू नकोस त्याला..."

आणि अर्जुनाने पहिल्याच बाणाने कर्णाचा वध केला.

आपल्या देशात घडून गेलेल्या इतिहासाकडे दुर्लक्ष न करता त्याकडे लक्ष दिले असते तर कळले असते की,

* आक्रमक शत्रूच्या तयारीचा, त्याच्या शस्त्रास्त्रांचा, त्याच्या युद्धतंत्राचा अभ्यास करणे.

* आक्रमक शत्रूवर कधीही विश्वास न ठेवणे.

* शरण आलेल्या आक्रमक शत्रूला क्षमा न करता त्याला संपविणे.

* प्रत्येक सेनानीने पर्यावरणाचे निरीक्षण करून आकलन करणे व त्याचा उपयोग करून घेणे आवश्यक आहे.

* ज्या भौगोलिक भूभागात युद्ध होणार असते, त्याचा विचार करूनच सैन्याची निवड करून त्याला शिक्षण देणे.

* शत्रूची फसवणूक करण्याला प्राध्यान देणे, जे श्रीकृष्णाने जरासंधाच्या आक्रमणाच्या वेळी केले होते. ती एक कलाच आहे. म्हणूनच युद्धशास्त्र नव्हे, ती युद्धकलाच आहे असे म्हणणे जास्त उपयुक्त ठरेल.

युद्धशास्त्राच्या दृष्टिकोनातून आणखी एक अत्यंत महत्त्वाचा संकेत लक्षात घेणे आवश्यक आहे. तो म्हणजे आक्रमक शत्रू एखाद्या सेनानीकडून पराभूत होऊन पाठ दाखवून पळत असेल, तर त्याला तसा सुखरूप पळत जाऊ देऊ नये. त्याचा पाठलाग करून त्याची सर्व शक्ती त्याच्यासकट उद्‌ध्वस्त करणे अत्यंत आवश्यक आहे. आपल्याच इतिहासात अशी उदाहरणे आहेत, ज्यात आक्रमक शत्रूचा पराभव होऊन तो पाठ दाखवून पळायला लागला, तेव्हा आपल्या राजाने अथवा सेनानीने त्याला सुखरूप पळू दिले. याचे दुष्परिणाम त्या राजाला वा सेनानीला भोगावे लागले.

इतिहासाचे वाचन करणाऱ्यांना कर्नाटकातील हंपीजवळचे विजयनगरचे संपन्न आणि प्रसिद्ध साम्राज्य आठवत असेलच. जवळजवळ साडेतीनशे वर्षे त्या विजयनगरच्या राज्याचे नाव भारतभर गाजत होते. तो काळ होता सन १३३६ ते १६७२ चा. सोळाव्या शतकात तुळूव वंशातला कृष्णदेवराय हा विजयनगरचा राजा होता. त्याचा एक विश्वासू अश्वाधिपती होता. त्या काळात पोर्तुगीज फिरंगी अरबस्तानातून चांगले जातिवंत अरबी घोडे आणीत असत. राजा आपला विश्वासू अश्वाधिकारी सईद मरकरला त्यांच्याकडे धाडीत असे. एकदा सईद मरकर असाच घोडे विकत घेण्यासाठी नगदी रक्कम घेऊन गेला असताना इस्माईल आदिलशहाने त्याला मार्गात रोखून त्याचे पैसे लुटून घेतले, म्हणून राजा कृष्णदेवरायाने आदिलशहाच्या रायचूर या शहरावर हल्ला करून ते लुटले.

आदिलशहाने या कारवाईचा सूड घेण्यासाठी कृष्णदेवरायावर मोठी फौज घेऊन हल्ला केला. तुफान लढाईनंतर कृष्णदेवरायाने आदिलशहाचा दणदणीत पराभव केला. इस्माईल आदिलशहाने माघार घेत घेत उरल्यासुरल्या फौजेसह पळायला सुरुवात केली. त्या वेळी युद्धशास्त्राच्या सूत्रानुसार कृष्णदेवरायाने त्याचा पाठलाग करून आदिलशहाला उद्‌ध्वस्त करणे आवश्यक होते. पण राजा कृष्णदेवराय आणि त्याची विजयी सेना विजयोत्सव साजरा करीत राहिली. इस्माईल आदिलशहा सहीसलामत निसटला आणि मग अपेक्षेप्रमाणेच घडले. आदिलशहाने काही काळानंतर दक्षिणेतील इतर सुलतानांच्या साथीने विजयनगरवर हल्ला केला आणि विजयनगरचा पराभव झाला. ते वर्षानुवर्षे गाजलेले राज्य रसातळाला गेले. राजा कृष्णदेवरायाने पळपुट्या इस्माईल आदिशहाला सैन्यासह तेव्हाच उद्‌ध्वस्त केले असते, तर विजयनगरच्या राज्यावर ही पाळी आली नसती. पण इतिहासातील

धडे गिरविण्याऐवजी त्याकडे दुर्लक्ष केल्यानेच हे घडले, हे उघड आहे.

पृथ्वीराज चौहान याने आक्रमक घोरीचा पराभव केल्यानंतर त्याला सुखरूप जाऊ दिले होते आणि परिणामस्वरूप त्याला आपले प्राण आणि दिल्लीचे सिंहासन गमवावे लागले होते. याच्या अगदी उलट १० नोव्हेंबर १६५९ रोजी शिवरायांनी प्रतापगडावर अफझलखानाला व त्याच्या सैन्यालाही उद्ध्वस्त करण्याचा यशस्वी प्रयत्न केला होता. त्यातील काही सैनिक एका गद्दार मराठी माणसाच्या मदतीने पळण्यात यशस्वी झाले होते. शिवरायांनी अफझलखानावर मिळविलेल्या असामान्य विजयानंतर प्रतापगडावर विजयोत्सव साजरा करण्याऐवजी त्याच रात्री पळपुट्यांच्या पाठलागाची कारवाई सुरू केली आणि त्यांना रोखण्यासाठी आलेल्या आदिलशाही सैन्याचा पन्हाळ्याच्या खाली दणदणीत पराभव केला. शिवाय परतल्यावर गद्दारी करणाऱ्या खोपडेचे हातपाय तोडून त्याचा कडेलोट करण्याची शिक्षाही दिली. युद्धशास्त्र हेच सांगते.

युद्धशास्त्राचा आणखी एक महत्त्वाचा संकेत आहे. गाजलेला सेनानी आक्रमक शत्रूला आपल्याला सोईची अशी भोगौलिक परिस्थिती असेल तेथे खेचून आणतो.

आक्रमक शत्रूला त्याचा पराभव झाल्यानंतर सोडून देणे किती घातक असते, याची जाणीव चांगल्या सेनानीला असते आणि तो तशा शत्रूला उद्ध्वस्त केल्याशिवाय सोडीत नाही. शून्यातून स्वराज्य निर्माण करणाऱ्या छत्रपती श्री शिवरायांना तर ही कला चांगलीच अवगत होती आणि या बाबतीत त्यांच्या एखाद्या सेनानीने चूक केली तर ते त्या सेनापतीलाही सोडीत नसत. एकापाठोपाठ विजय मिळवीत निघालेल्या शिवरायांना रोखण्यासाठी आदिलशहाने त्याचा मिरज-पन्हाळ्याचा सुभेदार असलेल्या बहलोलखानाला पूर्ण तयारीनिशी मोठ्या सैन्यासह शिवरायांनी नुकताच जिंकलेला पन्हाळा परत घेण्यासाठी धाडले. तो विजापूरच्या पश्चिमेला ३६ मैलांवर आपल्या सैन्याची जमावाजमव करीत असतानाच राजांनी सरनौबत प्रतापराव गुजरांना त्याला रोखण्यासाठी धाडले आणि बहलोलखान आपल्या सरदारांची वाट पाहत तयारी करीत असतानाच पराक्रमी प्रतापराव गुजर त्याच्यावर तुटून पडले. त्याला घेरून त्याचे पाणी तोडले. हवालदिल झालेला बहलोलखान शरण आला.

शत्रू आक्रमणाची तयारी करीत असतानाच अचानकपणे त्याच्यावर हल्ला करून त्याला चांगला झोडपून शरण यायला भाग पाडणे हे जसे युद्धशास्त्राचे महत्त्वाचे सूत्र आहे, त्याचप्रमाणे आक्रमक शत्रूचा पराभव झाल्यावर त्याला पूर्णपणे उद्ध्वस्त करणे हेदेखील युद्धशास्त्राचे महत्त्वाचे सूत्र आहे. त्याप्रमाणे शरण आलेल्या बहलोलखानाला प्रतापरावांनी चिरडून टाकणे आवश्यक होते. पण पराक्रमी प्रतापरावांनी

त्या शरणागत बहलोलखानला पाणी मोकळे करून दिले आणि त्याला मोकळा सोडला. सन १६७३ मध्ये ही घटना घडली.

या बाबतीत पुन्हा श्री शिवरायांचे उदाहरण देण्याचा मोह आवरत नाही. १६६४ साली शिवरायांनी कोकणची मोहीम आखली होती. त्या वेळी खवासखान मोठी फौज घेऊन कोकणात उतरला होता आणि तो डचांशी संबंध प्रस्थापित करण्याचा प्रयत्न करीत होता. डचांनाही कोणाची तरी साथ हवी होतीच. शिवाय मुधोळचा बाजी घोरपडे याला कोकणात उतरून खवासखानाला सैन्याची आणि आर्थिक मदत करण्याचे आदेश दिले गेले होते. शिवरायांच्या गुप्तहेर यंत्रणेचे कौतुक करावे तेवढे थोडेच आहे. कारण खवासखान कुडाळला तयारीनिशी उतरल्याची, तो डचांशी संबंध प्रस्थापित करीत असल्याची आणि मुधोळचा बाजी घोरपडे त्याला ससैन्य येऊन मिळण्याची तयारी करीत असल्याची पूर्ण बित्तंबातमी शिवरायांना मिळाली आणि त्यांनी वर लिहिल्याप्रमाणे शत्रू आक्रमणासाठी अथवा युद्धासाठी तयार होत असतानाच त्याच्यावर तुटून पडणे आणि त्याला उद्ध्वस्त करणे हा महत्त्वाचा युद्धकलेचा संकेत अमलात आणला.

शिवरायांनी, खवासखानाला मिळून शिवरायांना उद्ध्वस्त करण्याची तयारी करीत असलेल्या मुधोळच्या घोरपडेवर अचानक हल्ला केला. घोरपडे बेसावध होता. मुधोळमध्ये जमा होत असलेल्या घोरपडेचे सैन्य गोंधळले. त्या सैन्याचा तर त्यांनी दणदणीत पराभव केलाच, पण स्वत: दगाबाज घोरपडेला गाठून त्याला ठार केले, त्याला उद्ध्वस्त केले. त्याचा सारा खजिना जप्त केला. इतकेच नव्हे तर शत्रूची फसवणूक करणे हा शत्रूवर विजय मिळविण्याचा हुकमी मार्ग आहे. हाही युद्धशास्त्राचा एक महत्त्वाचा संकेत आहे. शिवरायांची पावले त्या संकेतानुसारच पडली. ती अशी–

ज्या मार्गाने दगाबाज बाजी घोरपडे खवासखानाच्या मदतीला कोकणात उतरणार होता, त्याच मार्गाने श्री शिवराय आपल्या घोडदळासह कोकणात उतरले. कोकणात उतरणारे मराठ्यांचे घोडदळ हे बाजी घोरपडेचे असावे या कल्पनेने खवासखान आणि त्याचे सरदार आनंदात बेसावध होते. शिवरायांच्या घोडदळाने खवासखानाच्या सैन्याला अचानक घेरले. त्याच्यावर तुफानी हल्ला केला आणि त्याचे सैन्य पार उद्ध्वस्त केले. खवासखान मात्र एकटा पळून जाण्यात यशस्वी झाला. पण घोरपडे सैन्यासह, तर आक्रमक खवासखानाचे सैन्य पार उद्ध्वस्त झाले. या कारवाईत श्री शिवरायांनी अलिखित युद्धशास्त्राचे दोन महत्त्वाचे संकेत प्रत्यक्षात उतरविले. ते म्हणजे–

१) आक्रमणाच्या तयारीत असलेल्य शत्रूवर अचानक आक्रमण करून त्याला उद्‌ध्वस्त करणे.

२) शत्रूची फसवणूक करणे. शत्रूला मिळण्यासाठी येणाऱ्या त्याच्या मित्राला वेगळे गाठून उद्‌ध्वस्त करणे.

हे माहीत असूनही प्रतापराव गुजर यांनी आपल्या नेमस्त युद्धतंत्राप्रमाणे कारवाई न करता आक्रमक शत्रूला तो शरण आला म्हणून सोडून दिले, हे त्या युद्धशास्त्रप्रवीण शिवरायांना मान्य होणे शक्य नव्हते. त्यांनी प्रतापराव गुजरांना त्यासंबंधी जाब विचारला आणि आपल्या नापसंतीची त्यांना जाणीव करून दिली. प्रतापरावांनाही त्याची जाणीव झाली आणि ते आपल्या छावणीवर परतताच त्यांनी आपल्या सैनिकांना आपल्या मागे येण्याची आज्ञा दिली आणि आपल्या निवडक सहा साथीदारांना सोबत घेऊन त्यांनी बहलोलखान जिथे मजेत छावणी टाकून बसला होता, तेथे झेप घेतली. छावणीजवळ पोचताच 'हर-हर महादेव' ही रणगर्जना करीत त्यांनी सरळ बहलोलखानाच्या दिशेने झेपावले. मार्गात आडवा येईल त्याला कापून काढीत ते समोर घुसत होते. काही वेळातच ते सातही वीर घेरले गेले आणि लढतलढतच ते स्वराज्यासाठी हुतात्मा झाले. प्रतापी प्रतापराव आणि त्यांच्या सहाही वीर साथीदारांना स्वर्गातच स्थान मिळाले असले, तर नवल नाही.

शिवरायांनी ऑक्टोबर १६७० मध्ये सुरतेवर दुसऱ्यांदा छापा घातला. सुरतेच्या मोगल सुभेदारांच्या साथीदारांकडून मिळविलेली प्रचंड संपत्ती असंख्य बैलांच्या पाठीवर लादून ते राजगडाकडे निघाले. ते पेठ मार्गाने कंचनमंचनच्या डोंगरांमधील खिंडीजवळ पोचले. आधीच लिहिल्याप्रमाणे राजांचे गुप्तहेर अत्यंत गुप्तपणे पण तितक्याच सावधपणे सगळीकडे वावरत होते. राजे त्या वेळी मोगलांच्या म्हणजेच शत्रूच्या प्रदेशातून वावरत होते. ते स्वत: नेहमीप्रमाणेच सावध होते.

शहजादा मुअज्जम हा दक्षिणेचा सुभेदार होता. त्याला शिवरायांनी पुन्हा सुरतेची लूट केल्याची बातमी मिळाली आणि त्याने दाऊदखान कुरेशीला शिवाजीराजांना मार्गातच रोखण्याचे आदेश देऊन मोठ्या फौजेसह रवाना केले. दाऊदखानही अहोरात्र चाल करीत बऱ्हाणपूरहून चांदवडला पोचला. तेव्हा त्याला बातमी मिळाली, की शिवाजी चांदवडच्या पश्चिमेला असलेली कंचनमंचनची खिंड ओलांडण्याच्या बेतात आहेत. त्याने लगेच आपल्या सैन्याचे दोन भाग केले. एक भाग इखलासखानाच्या ताब्यात देऊन त्याला पुढे चाल करण्यास सांगून स्वत: मागाहून निघाला.

शिवराय कंचनमंचनच्या खिंडीजवळ येताच त्यांनी सोबतची बैलांच्या पाठीवर लादलेली सारी संपत्ती पाच हजार वीरांच्या संरक्षणात नाशिककडे रवाना करून दिली.

ती पुढे राजगडावर पोचती करण्यासाठी. आता ते शत्रूच्या कोणत्याही चाली उधळून लावायला तयार होते. त्यांच्या सक्षम गुप्तहेर यंत्रणेने त्यांना दाऊदखान आणि इखलासखानाच्या हालचालींची बातमी दिली, त्यांनी लगेच पुढचे पाऊल कसे उचलायचे याची आखणी केली आणि कारवाईला सुरुवात केली. रणक्षेत्रावरील आपल्या योजना बदलत्या परिस्थितीनुसार बदलता येऊ शकतील अशा ठेवणे हे जागृत आणि कुशल सेनानीचे लक्षण आहे आणि शिवराय तर त्यात अग्रणी होते. त्यांनी आपली युद्धयोजना बदलली, ती इखलासखानाची चाल पाहूनच. खिंडीच्या पलीकडे पोचलेल्या इखलाखानाने आपल्या समोरील खिंडीतील मागच्या डावीकडील पठारावर खिंडीतून येणाऱ्या मराठी सैन्यावर मारा करण्यासाठी तोफखाना तयार ठेवण्याची व्यवस्था केली. ऑक्टोबर १६७० ची सतरा तारीख उजाडली होती.

आपल्या मार्गाच्या उजव्या हाताच्या पठारावर मोगलांचा तोफखाना आपल्यावर मारा करण्यासाठी सज्ज होत असल्याची बातमी राजांना लगेच कळली. मग काय! आक्रमक शत्रू आक्रमणाची तयारी करीत असतानाच त्याच्यावर हल्ला करून त्याला त्या बेसावध अवस्थेतच उद्ध्वस्त करणे हे युद्धशास्त्राचे एक मार्गदर्शक तत्त्वच आहे आणि शिवराय तर युद्धशास्त्रच निर्माण करणारे होते. त्यांनी ताबडतोब हल्ला करण्याच्या तयारीत असलेल्या मोगलांच्या म्हणजेच इखलासखानाच्या बेसाबध तोफखाना दलावर अचानक हल्ला करून तो उद्ध्वस्त करून टाकला. राजांनी आपल्या घोडदळाचे चार भाग पाडले होते. तोफखान्याकडे गेलेली तुकडी वगळता एक तुकडी इखलासखानाच्या तळाला वळसा घालून त्याला घेरण्यासाठी डोंगर उतरून त्याच्या मागे जात होती; तर उरलेल्या दोन तुकड्यांपैकी एक त्याच्या उजव्या बगलेवर तर दुसरी डाव्या बगलेवर हल्ला करण्यासाठी निघाली होती.

त्या तिन्ही तुकड्यांच्या हालचालींवर पांघरूण घालण्यासाठी शिवरायांच्या मुख्य तळावर या वेळी मोठमोठ्याने ढोल-ताशे-नगारे वाजत होते. मोगलांना म्हणजेच इखलासखानाला आणि त्याच्या सरदारांना वाटले, की मराठे हल्ल्याची तयारी करीत आहेत आणि त्यांचा तसा समज व्हावा हाच राजांचा उद्देश होता. युद्धशास्त्राच्या संकेताप्रमाणेच ते शत्रूची दिशाभूल करीत होते. आक्रमक शत्रूचे शिवरायांच्या मुख्य तळावरील वाद्यांकडे लक्ष लागलेले असतानाच तो स्वत: केव्हा घेरला गेला, हे त्याला कळलेच नाही. उझबेगी युद्धतंत्रातील "तुलघ्मे" पद्धतीचा यशस्वी प्रयोग करूनच अलेक्झांडरने पोरसाचा, बाबराने राणा संगाचा पराभव केला होता. आपला तोफखाना आता शिवाजीच्या सैन्यावर आग ओकेल याची वाट पाहणाऱ्या इखलासखानाच्या सैन्यावर मराठे वीर चारही बाजूंनी तुटून

पडले आणि पाहता पाहता त्याचे अर्धेअधिक सैन्य कापले गेले. स्वत: इखलासखान जखमी होऊन घोड्यावरून खाली पडला. त्याच्या सैन्याचा पार धुव्वा उडाला होता. तेवढ्यात मागाहून दाऊदखान नव्या दम्याच्या सैन्यासह तेथे दाखल झाला.

दाऊदखानाला वाटत होते, की आतापर्यंत शिवाजी मारला गेला असेल किंवा पकडला गेला असेल. पण त्याच्या स्वप्नातही नसताना तो स्वत:च मराठ्यांकडून घेरला गेला. मराठी वीरांचे मनोबल आता खूपच उंचावले होते. ते दाऊदखानाच्या सैन्यावरही आता चारही बाजूंनी फिरून तुफानी हल्ले चढवीत होते आणि या हल्ल्याचे नेतृत्व स्वत: श्री शिवराय करीत होते.

दाऊदखानाने आपला दारुण पराभव अटळ आहे हे ओळखून रणांगणातून पळ काढला. त्याच्या सेनेचे बरेचसे सामान–शस्त्रास्त्रे, तोफा, हजारो घोडे– राजांच्या ताब्यात आले. सुरतेच्या धनसंपत्तीच्या जोडीला शिवरायांना ही सामरिक महत्त्वाची मोठी संपत्ती मिळाली होती, ती त्यांच्या असामान्य युद्धतंत्रामुळेच. त्यामुळेच असे म्हणावेसे वाटते, की श्री शिवरायांचे युद्धतंत्र म्हणजेच युद्धशास्त्र आहे.

युद्धकलेच्या संबंधात इतकी सगळी चर्चा केल्यानंतर एक महत्त्वाची गोष्ट नमूद करावीशी वाटते. ती म्हणजे अनेकानेक युद्धांसंबंधी वाचल्यानंतर हे लक्षात, येते की कोणतेही युद्ध "शास्त्रा"ला धरून आहे, असे म्हणता येत नाही. कारण प्रत्येक युद्धप्रसंगी संबंधित सेनानी समोरचा शत्रू, त्याची क्षमता, त्याच्या सेनानीची आणि सैनिकांची मानसिक अवस्था, पर्यावरण आदींचा विचार करून आपल्या आकलनशक्तीप्रमाणे आपले युद्धतंत्र ठरवितो आणि शत्रूवर मात करण्याचा प्रयत्न करतो. हे सगळे त्या त्या प्रसंगानुसार घडत असते. या संबंधात बादशहा अकबर आणि बिरबल यांची एक गोष्ट प्रसिद्ध आहे. अर्थात ती अशी आहे की अत्यंत उपयुक्त शस्त्र कोणते? या संबंधात ते युद्धशास्त्रालाही लागू होण्यासारखे आहे. कारण ऐनवेळी जे शस्त्र हातात असेल ते सर्वांत उपयुक्त असते, असे बिरबल बादशहाला सांगतो आणि ते सिद्धही करून दाखवतो.

युद्धाबद्दलही असेच आहे. युद्धनेतृत्वाच्या म्हणजेच रणांगणावर प्रत्यक्ष असलेल्या सेनानीच्या आकलनशक्तीवर, त्याच्या प्रसंगावधानावर युद्धाचा निर्णय अवलंबून असतो. लंकेचा राजा रावण याच्या पहिल्या आक्रमणाच्या वेळी माळव्याचा राजा कार्तवीर्य अर्जुन याने; तर सन १६३४ मध्ये प्रतापी शहाजीराजांनी प्रदर्शित केलेले हेच गुण. त्याचप्रमाणे १९६५ मध्ये पाकिस्तानी आक्रमणाच्या वेळी खेमकरण विभागात कालव्याच्या पाण्याचा उपयोग करून ब्रिगेडियर त्यागराज यांनी शत्रूचा धुव्वा उडविताना दाखविलेले प्रसंगावधान ही काही प्रातिनिधिक उदाहरणे आहेत.

रणांगणावर परिस्थिती क्षणाक्षणाला बदलत असते. त्या प्रसंगी सेनानीचे प्रसंगावधान, क्षणार्धात प्रतिक्रियात्मक कारवाई करण्याची क्षमता यांनाच महत्त्व असते. वर दिलेली उदाहरणे ही थोडक्यात दिलेली प्रातिनिधिक उदाहरणे आहेत. ती विस्तृतपणे पुढील प्रकरणात दिलेली आहेतच. पण युद्धशास्त्राच्या बाबतीत एक गोष्ट स्पष्टपणे नमूद करणे आवश्यक आहे. ती म्हणजे आपल्या देशाला कार्तवीर्य अर्जुन, श्रीराम आणि श्रीकृष्ण यांच्या रूपात लाभलेल्या सेनानींच्या परंपरेबरोबरच गौरवशाली लष्करी परंपराही लाभलेली आहे.

देशाच्या आणि जगाच्या लष्करी इतिहासातील काही गाजलेल्या, तितक्याच वैशिष्ट्यपूर्ण रणसंग्रामांचा अभ्यास करू या. त्यावरून युद्धाचे शास्त्र नसून ती एक कला आहे, ते एक कौशल्य आहे. हे सहजपणे लक्षात येईल.

या चर्चेच्या दृष्टिकोनातून भारतातीलच नव्हे, तर जगाच्या लष्करी इतिहासातील गाजलेल्या सेनानींच्या युद्धकौशल्यांचा परिचय देणाऱ्या घटना पाहू या.

***

# दोन

लंकेचा राजा रावण आपले राज्य लंकेपुरतेच मर्यादित न राहता ते वाढवले पाहिजे, या हेतूने भारताच्या दक्षिणेकडील भागात आपले प्रचंड सैन्य घेऊन उतरला. दक्षिणेकडील लहानमोठी राज्ये जिंकून घेत तो भारतात उत्तरेकडे सरकला. असे करीत करीत तो मध्य भारतातील नर्मदा नदीच्या तीरावर असलेल्या माळवा राज्याच्या सीमेवर येऊन पोचला.

त्या वेळी माळवा प्रदेशावर कार्तवीर्य अर्जुन नावाचा राजा राज्य करीत होता. हा कार्तवीर्य राजा, स्वत: शूर आणि कुशल सेनानीही होता. तो आपल्या प्रजेच्या कल्याणासाठी आवश्यक ते सर्व करीत असल्याने प्रजेचेही त्याच्यावर प्रेम होते. त्याच्याबद्दल प्रजेला आदरही वाटत असे आणि त्याच्या आदेशाचे पालन करण्यासाठी सैनिक नेहमीच तयार असत.

नर्मदा नदीच्या काठावर आपल्या सैन्याची छावणी टाकून बसलेल्या बलाढ्य रावणाने आपले गुप्तहेर माळवा राज्यात धाडून, राजाबद्दल, तेथील प्रजेबद्दल, माळव्याच्या सैन्याबद्दल सर्व माहिती गोळा केलेली होती. त्या माहितीवरून रावणाच्या एक लक्षात आले, की माळव्याचा राजा जसा शूर आहे, तसाच तो कुशल सेनानीही आहे. त्याचे सैनिकही शूर आहेत आणि शत्रूशी लढण्याची त्यांची जिद्द कौतुकास्पद आहे. ही माहिती मिळाल्यावर रावण विचार करू लागला, की आपण एकदम माळव्यावर हल्ला केला, तर माळव्याच्या शूर राजाचा, त्याच्या वीर सैनिकांचा पराभव करणे सोपे जाणार नाही. आपला पराभवही होऊ शकेल. थोडा विचार केल्यानंतर एक युक्ती करण्याचे त्याने ठरविले.

रावणाला माहिती मिळालेली असते, की माळव्यातील प्रजा, तेथील सैनिक हे शंकराचे भक्त आहेत. रावण स्वत: शिवभक्त होताच. म्हणून त्याने विचार केला, की नर्मदेच्या तीरावर शंकराला प्रसन्न करण्यासाठी जर आपण मोठा यज्ञ केला, तर माळव्यातील लोक आपल्याकडे आकर्षित होतील. तेथील सैनिकांचेही मन विचलित होईल. त्याच्या या युक्तीत अर्थ होताच. रावण जसा शूर होता, तसाच हुशारही होता. त्याने आपला विचार पक्का करून नर्मदेच्या तीरावर एक मोठा यज्ञ सुरू केला. राजा रावण हा शंकराला प्रसन्न करण्यासाठी मोठा यज्ञ करतो आहे, ही वार्ता माळव्यातील लोकांच्या कानी जाईल, अशी व्यवस्था केली.

माळव्याचा प्रजाप्रेमी राजा कार्तवीर्यही शांत बसला नव्हता. रावणाच्या सैन्याची छावणी नर्मदेच्या दक्षिण तीरावर पडल्यापासून तो त्या छावणीत काय घडते आहे, रावणाच्या मनात काय आहे, याची इत्थंभूत माहिती आपल्या गुप्तहेरांकडून मिळवीत होता. रावणाने आता शंकराला प्रसन्न करण्यासाठी महायज्ञ सुरू केल्याचे त्याला समजताच रावणाची युक्ती कार्तवीर्य राजाच्या लक्षात आली. रावणाचा महायज्ञ यशस्वी झाला, तर आपली प्रजा आणि सैनिकही त्याच्याकडे आकर्षित होतील, हे त्याच्या लक्षात आले. त्याने यावर काय उपाय करता येईल, याचा विचार सुरू केला. आणि त्याला उपाय सापडला.

राजा कार्तवीर्याने नर्मदेच्या वरच्या भागात एक धरण बांधण्याचे काम सुरू केले आणि यानंतर माळव्यात कोरडा दुष्काळ पडू नये म्हणून हे धरण बांधले जात आहे, अशी बातमी पसरवली. जास्तीत जास्त माणसे लावून त्याने धरणाचा बांध लगेच पूर्ण केला. नर्मदेच्या पाण्याची धार आता एका लहानशा मोकळ्या जागेतून वाहत होती. तिकडे रावणाचा महायज्ञ जोरात चालला होता. अचानक एका रात्रीत राजा कार्तवीर्याने नर्मदेच्या पाण्याचा तो प्रवाह, त्याची दिशा बदलून रावणाच्या महायज्ञाच्या मंडपाकडे वळवला आणि पाहता पाहता रावणाच्या महायज्ञाचा मंडप, तेथील साहित्य सगळे नर्मदेच्या पाण्याच्या लोंढ्याबरोबर वाहून गेले.

दुसऱ्या दिवशी माळव्यात एकच बातमी पसरली, की भगवान शंकर रावणावर क्रोधित झाले आणि त्यांनीच रावणाचा यज्ञ उद्ध्वस्त करविला. रावण आणि त्याचे सैन्य हवालदिल झाले होते. याच वेळी राजा कार्तवीर्यने रावणाच्या छावणीवर जोरदार हल्ला केला आणि त्याच्या सैन्याची धूळधाण केली. पराभूत झालेला रावण दक्षिणेकडे पळून गेला. रावणाची युक्ती त्याच्यावर उलटवून, शूरवीर राजा कार्तवीर्याने त्याचा पराभव केला होता.

## रामकालीन युद्धतंत्र

इंडोनेशियाच्या रामायणानुसार रामाची सेना ही सात विभागांत वाटली गेली होती. त्यांचे प्रमुख स्वत: राम, लक्ष्मण, सुग्रीव, अंगद, हनुमान, नील आणि कपीश्वर हे होते. जैन विद्वानही राक्षस आणि वानरांना मानवच समजतात. विज्ञान आणि हवाई उड्डाणाचे तंत्रज्ञ असल्यामुळे जैन त्यांना विद्याधर म्हणतात. आकाशात उड्डाण करण्यामुळे ते खेचर म्हणवत होते. (खे=आकाश) + (चर=चालणारे). वानरसेनेचा ध्वज कपिचिन्हाने अंकित होता. म्हणून ते वानर नावाने संबोधिले जात होते, असेही काही विद्वान म्हणतात. रावणाचा ध्वज वीणांकित होता. कारण तो संगीततज्ज्ञ आणि संगीताचा शौकीन होता.

समुद्री विज्ञानाचा तज्ज्ञ नल याने लंका आणि धनुष्कोटी यांच्यामधील समुद्रात, मध्ये मध्ये वर आलेल्या खडकांच्यामध्ये तरते पूल रांगेने तयार केले होते. मोठ्या झाडांच्या साली, बास आणि ताडाची पाने यांच्या दोरांनी ते बनविले होते. ते इतके मजबूत बनविण्यात आले होते की, रथांस्ह पूर्ण सेना त्यांच्यावरून पार झाली. जांबवान हा चिकित्साविभागाचा प्रमुख होता. सुवेज वैद्य हा त्याचा साहाय्यक होता. पिछाडीवर अयोध्येपर्यंत संपर्क साधण्याची व्यवस्था रामांनी केली होती. तेव्हा युद्धतंत्र, युद्धसेवा, युद्धव्यूह, आरक्षित सेना ह्या सर्वांचे प्रयोग त्या काळी झाले, असे वाल्मीकीरामायणावरून लक्षात येते.

राक्षस सैनिकांच्या जवळ केंद्राशी संपर्क ठेवण्यायोग्य दूरभाष आणि कर्णयंत्रेही होती. त्यामुळे त्यांचे नाक, कान तोडण्याचीच प्रथम शिक्षा दिली जात होती. शूर्पणखेवर हा पहिलाच प्रयोग झाला होता. ह्या तंत्राचा शोधकर्ता कुंभकर्ण होता. रावणसैन्याचे दहा विभाग होते. संपूर्ण लंकेचे रक्षण मातले आणि करुणागेल यांच्यामधील हवाई अड्ड्यावरून रावण स्वत: करीत होता; इतकी त्याची हवाई सेना सिद्ध होती. हे हवाई जहाज तीक्ष्ण सूर्यव्यूहात आक्रमण करीत होते. सुग्रीवाची हवाईसेना या तुलनेत कमजोर होती. म्हणून लंकेवर हवेमधून किंवा भूमीवरून सरळ आक्रमण करणे सोपे नव्हते.

म्हणून रामांनी अचानक (Surprise) आक्रमणाची नीती स्वीकारून विजय मिळविला. रावणाची परंपरागत अभ्यासवाली सेना ह्या बाबतीत अनभिज्ञ होती. रामांनी गोरिला (छापामार) नीतीचाही सफल प्रयोग केला होता. वानरसेना अचानक आक्रमण करून, शत्रूचे अतिशय नुकसान करून पळून जात होती. तसे पाहिले तर दोन्ही बाजूंचे प्रयुक्त युद्धतंत्र, युद्धसंचालन, व्यूह, शस्त्रे, गुप्तचर आदी अभ्यास आणि शोधाचे विषय आहेत. इतके निश्चित आहे, की रावणावर केवळ रामांनीच

**टीप-** वरील मार्गाने 'श्रीराम' रावणाची भारतातील शक्ती स्थाने उद्ध्वस्त करीत दक्षिणेत आणि तेथून श्रीलंकेत गेले.

शस्त्राच्या माध्यमाने सेनेसहित मात केली. हे दुसरा कोणीही करू शकला नाही. अंतिम युद्धाच्या पूर्वी देवराज इंद्राने समरभूमीवर रामांच्या जवळ आपला स्वत:चा रथ, धनुष्य, कवच इत्यादी पाठविले होते, याचे आपल्याला स्मरण असेलच.

गुरू वसिष्ठ, अगस्ति, विश्वामित्र, भारद्वाज आदी अनेक ऋषी हे शस्त्रास्त्रप्रयोगांचे उत्तम ज्ञाते तर होतेच; परंतु काही विषयांत ते पूर्णपणे पारंगत होते. एकशेआठ अध्यायांच्या धनुर्वेदावर स्वत: भगवान शंकरांचे भाष्य आहे. ह्या पुस्तकात परमाणूपासून शस्त्रनिमिर्तीचे शास्त्र दिले आहे. धनुर्वेदाचा अर्थ शस्त्रांसंबंधी ज्ञान अथवा विज्ञान. वसिष्ठ, विश्वामित्र, जमदग्नि आदींच्या नावाने वेगवेगळे धनुर्वेद बनले आहेत. त्यांत युद्धतंत्र आणि शास्त्र यांची चर्चा आहे. भारद्वाज ऋषींच्या विमानशास्त्राचा रावण स्वत: अभ्यास करीत होता. इतकी त्याची हवई सेना सिद्ध होती. सर्वांत अंतिम धनुर्वेद उशीनर ऋषीचा आहे. त्यात सैन्यसंचालन आणि सेनेचे व्यूह (युद्धात प्रयोग करण्यायोग्य) दिले आहेत.

तत्कालीन युद्धतंत्राच्या विकासाची कल्पना आपण खालील नावांच्या आधारावर करू शकतो. प्रकाशयुद्ध, मंत्रयुद्ध, प्रक्षेपास्त्र युद्ध, जादूयुद्ध (Hypnotic War), मनोवैज्ञानिक (Psychic War), प्रभावयुद्ध, यंत्रयुद्ध, द्वंद्वयुद्ध, समूहयुद्ध आदी युद्धांचे अनेक प्रकार दोन्ही पक्षांना ज्ञात होते. मंत्रयुद्धात प्रक्षेपणास्त्र हे आवाजाद्वारा (Sound Content) नियंत्रित होत होते. हे शस्त्र काम होताच फेकणाऱ्याच्या जवळ परत येत होते. काही शस्त्रे चुंबकीय शक्तीने संचालित आणि नियंत्रित होत होती. सौर आणि विद्युत्द्वारा प्रेषित प्रक्षपणास्त्रेही कामात आणली गेली होती. काही भूमीवर प्रयोगात आणली जात होती, तर काही आकाशातून फेकली जात होती. वायू, ध्वनी आणि प्रकाश यांच्या गतीने प्रेषित अस्त्रांचाही प्रयोग केला गेला होता.

अनेक ऋषींच्या आश्रमातून हे विषय घेऊन योजनाबद्ध शोध आणि प्रयोग होत होते. अर्थात आश्रम ही केवळ आध्यात्मिक साधनेची केंद्रे नव्हती; तर अनेक आश्रमांत नवनवीन प्रक्षेपणास्त्रे आणि अस्त्रे तयार होत होती. इंद्रजित ढगांच्या मागे आपल्या विमानासह लपून लढत होता, हे आपल्याला आठवत असेलच. त्याचे युद्ध गॅलेच्या जवळ झाले आहे. त्याच्याच जवळ द्रोणपर्वत टेकला आहे. गतिशील प्रक्षेपणास्त्राला बाण असे म्हणत असत. उपरोक्त संक्षिप्त माहितीच्या आधारे आपण असे म्हणू शकतो की, आधुनिक काळाच्या तुलनेत त्या वेळी अधिक विध्वंसकारी आणि शक्तिमान अस्त्रे-शस्त्रे प्रयोगात आणली गेली होती.

रामांच्या सेनेने लंकेला चारही बाजूंनी घेरले होते. तरीही सूर्यव्यूहाच्या द्वारा लंकेच्या रक्षणाची व्यवस्था परिपूर्ण होती. (तेव्हाच शेवटी अगस्तींनी येऊन रामांना

आदित्यहृदयस्तोत्र शिकविले आहे. ते म्हणजे सूर्याच्या प्रशंसेसाठी गायली गेलेली प्रार्थना आहे. रामांनी त्या स्तोत्राचा तीन वेळा पाठ केला आणि शेवटी युद्ध जिंकले आहे.) अर्थात सूर्यव्यूहाचा भंग करून रामांनी विजय मिळविला असावा. अन्यथा युद्धभूमीवर रावणाबरोबरचे युद्ध जेव्हा अंतिम चरणात होते, तेव्हा शाब्दिक स्तोत्र शिकविण्याची गोष्ट सुसंगत वाटत नाही. अगस्ति ऋषी सूर्यव्यूहाच्या बाबतीत पूर्ण परिचित होते. गरूड परतल्यानंतर युद्धस्थितीची माहिती करून घेऊन शेवटी अगस्तींचे येणे ह्यात काही विशेष अर्थ साठवला आहे. अशा प्रकारे आपल्या प्राचीन साहित्यापासून आपण योग्य अर्थ काढून समजू शकू, तर आजही आपण जगाला प्रभावित करू शकतो.

***

## तीन

सारा भारत पारतंत्र्याच्या काळोखात बुडालेला असताना, पश्चिम क्षितिजावर एक सूर्य उदयाला आला होता. आजपासून जवळजवळ ३८० वर्षांपूर्वी सह्याद्रीच्या कुशीतील शिवनेरी किल्ल्यावर श्री शिवरायांचा जन्म झाला होता. हा प्रतापी सूर्य जणू पारतंत्र्याचा काळोख हटविण्यासाठी जन्माला आला होता. बालशिवाजी लहान असल्यापासूनच त्याच्या स्वाभिमानी माता–जिजाऊ आईसाहेब– त्याला रामायण आणि महाभारतातील निवडक कथा सांगत असत. अर्थात त्या केवळ बालशिवबाचे मनोरंजन करण्यासाठी नव्हे किंवा गोष्ट ऐकता ऐकता त्याला झोप यावी म्हणून नव्हे; तर आक्रमकांच्या घोड्यांच्या टापाखाली भरडून निघणाऱ्या आपल्या देशाला त्यांच्यापासून आपल्या लाडक्या लेकाने मुक्त करावे म्हणून त्या शिवबाला मानसिक दृष्टीने पद्धतशीरपणे घडवीत होत्या. शिवबाच्या त्या गुरुमाउलीच होत्या. शिवबाला इतर बाबी म्हणजे मैदानी खेळ, दांडपट्टा, तलवारीचे हात, भालाफेक आदी शिकविण्यासाठी इतर गुरू होतेच.

शिवबा थोडे मोठे झाल्यावर त्यांना परिस्थितीचे आकलन होऊन लागले. आपले लोक आक्रमकांच्या अन्यायी वागणुकीमुळे कसे भरडले जात आहेत, हे त्यांना उमगले आणि त्यांना त्या आक्रमकांपासून मुक्त करण्याचा जणू त्यांनी विडा उचलला. त्यांनी सह्याद्रीच्या कुशीतील काटक, कष्टकरी, मावळे, मराठी आणि इतर जातिजमातींच्या तरुणांचे सैन्य उभारले आणि स्वातंत्र्याच्या दिशेने पहिले पाऊल उचलले. तोरणा, त्यानंतर राजगड ताब्यात घेऊन बांधून पक्का केला. मग संधी मिळताच सिंहगड ताब्यात घेतला. तोपर्यंत खडबडून जागा झालेल्या आदिलशहाने या स्वातंत्र्यसूर्याचा बंदोबस्त करण्यासाठी मोठी फौज देऊन फत्तेखानाला

धाडले. केवळ १८ वर्षे वयाच्या शिवबाने जेजुरीजवळच्या बेलसरच्या मैदानात ठाण मांडून बसलेल्या शक्तिशाली फत्तेखानाला आपल्याला सोईच्या अशा पुरंदराच्या उंचीवर खेचून आणले आणि थकूनभागून वर चढून आलेल्या त्याच्या सेनेचा आपल्या मोजक्या तरुण वीरांच्या साथीने धुव्वा उडवला. ते साल होते १६४८.

त्यानंतर त्यांनी आपल्या लहानशा स्वराज्याचा विस्तार आपल्या आगळ्या - वेगळ्या युद्धतंत्राने सह्याद्रीच्या भूगोलाचा उपयोग करून घेतला. त्यांच्या परीक्षेचा क्षण आला तो ''मैं शिवा को जिंदा या मुर्दा पकडके ले आऊँगा'' अशी वल्गना विजापुरात करून प्रचंड फौजफाटा घेऊन अफझलखान स्वराज्याच्या दिशेने निघाला तेव्हा. अफझलखानाच्या या आक्रमणाच्या वेळी शिवरायांनी मानसशास्त्रीय युद्धतंत्राचा म्हणजेच सायकॉलॉजिकल वॉरफेअरचा कौशल्याने वापर केला. त्याची लष्करी इतिहासाने असामान्य अशीच नोंद केलेली आहे. मानसशास्त्रीय युद्धतंत्राची व्याख्या अडीच हजार वर्षांपूर्वी होऊन गेलेला चीनचा सेनानी ''सन-झू'' याने केलेली आहे. तो म्हणतो–

''शत्रूच्या शरीरावर शस्त्राने वार करण्याऐवजी त्याच्या मनावर शब्दाने अथवा कृतीने वार करून त्याची लढण्याची जिद्द खच्ची करून टाकणे. म्हणजे त्याचा पराभव करणे सोपे जाते.''

जिजाऊ आईसाहेबांनी त्यांना श्रीकृष्णाच्या ज्या कथा ऐकविल्या होत्या, त्यातून युद्धशास्त्रतज्ज्ञ श्रीकृष्णाने वेळोवेळी या तंत्राचा वापर करून, प्रबल शत्रूवर कशी मात केली होती, हे शिवरायांच्या मनावर पक्केपणाने कोरले गेले असणे साहजिकच आहे.

बालपणी आपल्या गुरुमाउलीकडून ऐकलेल्या या कथा अत्यंत तल्लख बुद्धीच्या शिवरायांच्या मनात घर करून बसल्या असल्यास नवल नाही आणि त्यामुळेच बलाढ्य अशा अफझलखानाला प्रचंड फौजेनिशी आपले पारिपत्य करण्यासाठी येत असलेले पाहताच आक्रमकाला सीमेवरच रोखण्यासाठी ते राजगड सोडून प्रतापगडावर येऊन बसले आणि त्यांनी पावले उचलण्यास सुरुवात केली. मुळातच दांडगी आकलनशक्ती असलेल्या शिवबांनी भौगोलिक परिस्थिती लक्षात घेऊन वाईला छावणी टाकून बसलेल्या अफझलखानाला आपण अत्यंत घाबरलेलो असून आपण आमच्या वडिलांसारखे आहात, तेव्हा आपण प्रतापगडाखाली आलात तर मी आपली भेट घेऊ शकेन, अशा विनवणीच्या शब्दांत त्याला निरोप धाडला. हे मानसशास्त्रीय युद्धतंत्राला साजेसे टाकलेले पाऊल होते. शिवबांना माहीत होते, की खान आपले बाजारबुणगे आणि कुटुंबीय यांना वाईला काही सैन्याच्या संरक्षणाखाली सोडून गडाखाली येईल. अती आत्मविश्वासाने आलेला खान प्रतापगडाखाली ससैन्य आला. शिवरायांच्या लोकांनी गडाखाली कोयना परिसरात त्याच्या छावणीसाठी जागा

साफ करून ठेवली होतीच.

फलटणला असतानाच खानाने तुळजापूरचे भवानी मंदिर आणि पंढरपूरचे श्री विठ्ठलाचे मंदिर लुटण्यासाठी आपल्या तुकड्या धाडल्या होत्या. शिवरायांनी या बातमीचा फायदा घेऊन सगळीकडे बातम्या पसरविल्या, की खानाने दोन्ही मंदिरांतील मूर्त्या फोडल्या. अफझलखान स्वतःला मूर्तिभंजक म्हणवीत असे. त्यांनी फायदा घेतला होता तो त्याच्या सैन्यातील मराठेमंडळींना डिवचण्यासाठी आणि एकूणच त्या परिसरातील जनतेच्या आणि आपल्या वीरांच्या भावनांना हात घालण्यासाठी. हा मानसशास्त्रीय प्रयोगच होता.

शिवरायांचा भूगोलाचा अभ्यासही दांडगा होता. नव्हे, तो सर्व भाग त्यांनी स्वतः पायाखाली घातला होता. अपेक्षेप्रमाणे खान गडाखाली आला होताच. भौगोलिक परिस्थितीनुसार त्याच्या सैन्याचे दोन तुकडे पडले होतेच. शिवरायांनी आपले मागचेच म्हणणे चालू ठेवले. "तुम्ही गडावर या. मी तुमचे यथोचित स्वागत करीन. गडाखाली तुमच्या छावणीत यायला मात्र मला भीती वाटते.'' शिवरायांचा हा निरोप अत्यंत कौशल्याने त्यांच्या वकिलाने खानाच्या कानावर घातला. शिवरायांना माहीत होते की, खानाला मी हवा आहे. त्यामुळे त्याच्या मनातील भावना ओळखूनच शिवरायांनी ते पाऊल उचलले होते आणि खान गडावर यायला तयार झाला. खानाची आणखी एक पद्धत शिवरायांनी लक्षात ठेवली होती. ती म्हणजे नियोजित शत्रूला बोलणी करण्यासाठी आपल्या छावणीत बोलवायचे आणि बोलता बोलता त्याला संपवायचे. कर्नाटकातील राजा कस्तुरीरंगाला त्याने असेच संपविले होते. त्यामुळे ते सावध होतेच. खानाची गडावर येण्याची आणि भेटीची तारीख ठरली ती १० नोव्हेंबर १६५९. त्या दिवशी वद्य षष्ठीसह सप्तमी होती. त्यामुळे संध्याकाळी अंधार; मग उशिरा चंद्रोदय होणार होता; जो शिवरायांच्या योजनेला उपयुक्त ठरणारा होता. खालच्या त्याच्या छावणीतील सैनिकांची त्या भागातील शेतकऱ्यांनी खूपच छान सोय केलेली होती. हा एक मानसशास्त्रीय प्रकार होता. खान सैन्याला आणि स्वतःलाही सुखरूप समजत होता आणि त्या मानसिक अवस्थेतच तो नोव्हेंबरच्या दहा तारखेला गडावर यायला निघाला. अर्थात, त्या वेळी खबरदारी म्हणून त्याने दीड हजार कडवे शस्त्रधारी पठाण सोबत घेतले होते. शिवाय त्याचे दोन शरीररक्षक आणि दहा विशेष रक्षक त्याने बरोबर घेतले होतेच. शिवरायांना याची अपेक्षा होतीच. त्यांनी खानासोबतच्या पंधराशे लढवय्यांना गडाच्या अर्ध्या उंचीपर्यंत येऊ दिले आणि मगच आपल्या वकिलांना संकेत दिला. त्यांनीही ताबडतोब खानाला सांगितले, "खानसाहेब, तुमच्या सोबतच्या या दीड हजार लढवय्यांना पाहून शिवराय

घाबरून गेलेले आहेत. ते भेटायला भेटीच्या जागी येणार नाहीत. ते खाली कोकणात पळून जातील.'' खानाला पटले. खरं म्हणजे खानाने कोकणाच्या बाजूला लष्करी तुकड्या धाडून कोणीही पळून जाऊ नये म्हणून व्यवस्था केली होती. पण हातातोंडाशी आलेला घास हातचा जाऊ नये, ही त्याची इच्छा होती. म्हणून खानाने सोबतचे दीड हजार पठाण गडाच्या अर्ध्या उंचीवरच सोडले. त्याच्या मनात होते, अर्ध्या उंचीवर तर आलेत. वाईट नाही. पण शिवरायांनी आपल्या मानसशास्त्रीय युद्धतंत्राने खानाच्या सैन्याचे तीन भाग भौगोलिक दृष्टीने एकमेकांपासून वेगळे पाडले होते.

खान गडावर चढायला लागताच पायथ्याजवळच्या खानाच्या छावणीत शिवरायांच्या गुप्तहेरांनी आणि त्या परिसरातील लोकांनी खानाच्या सैनिकांना सांगायला सुरुवात केली, ''बस! खाँसाहब उपर जायेंगे, उपरसे शिवाजीराजे नीचे आयेंगे, दोनोंकी मुलाकात होगी। फिर खाँसाहब उनको लेकर नीचे आयेंगे और फिर विजापूर! मललब अब लडाई नहीं, काटाकाटी नहीं! बस! खाओ पीओ आराम करो.''

भेटीची वेळ दुपारी दोनची ठरली असल्याने खान तासभर आधीच निघाला होता. म्हणजे जेवण्याचीच वेळ होती. छावणीभोवतालच्या मंडळींनी खानाच्या सैनिकांची आणि अधिकाऱ्यांची खाण्यापिण्याची छानच सोय केलेली होती. आता युद्ध नाही या खात्रीने त्यांची लढण्याची जिद्दच संपलेली होती. ते सगळे सुस्तावले होते. आळसावलेले होते.

गडावरून खाली खानाला भेटण्यासाठी उतरतानाच शिवरायांनी मानसशास्त्रीय युद्धतंत्राची आणखी अगदी उलटी खेळी केली. त्यांनी आपल्या सर्व सरदारांना आणि सैनिकांना बातमी सांगितली की, काल रात्री भवानीमाता स्वप्नात आली होती, तिने मला ''भवानी तलवार'' दिली आणि आशीर्वाद देऊन सांगितले, की तुझा निश्चित विजय होईल.

या बातमीचा योग्य तोच परिणाम झाला. मराठे वीरांचे मनोधैर्य खूपच उंचावले. आधी ठरल्याप्रमाणे दुपारी दोन वाजता शिवरायांची खानाशी भेट झाली. खानाचा कोथळा बाहेर आला. तो बाहेर येताच मारला गेला. त्याचे शरीररक्षकही सगळे कापले गेले. वर काय झाले हे सांगायला खाली एकही जण जाऊ शकला नाही. केवळ गेला तो गडावरून कडाडलेल्या तोफांचा गडगडाट. या गडगडाटानेही दुहेरी संदेश दिला. खालच्या खानाच्या सैन्याला संदेश मिळाला, भेट झाली. ते आणखीनच सुस्तावले. तर मराठे वीरांना संदेश मिळाला ''हल्ला करा'' आणि आसमंतात गर्जना उठली, ''हर हर महादेव!''

शिवरायाच्या वीरांनी खानाच्या सैन्याला प्रत्येक ठिकाणी घेरलेले होते. ते रणगर्जना करीतच खानाच्या अर्ध्या उंचीवरील दीड हजार पठाणांवर आणि पायथ्याजवळील सैनिकांवर तुटून पडले. शिवरायांच्या या मानसशास्त्रीय युद्धतंत्राच्या चालीत, शिवरायांना जिंदा या मुर्दा पकडून विजापूरला नेण्याची वल्गना करून आलेला शक्तिशाली खान आपल्या सैन्यासह प्रतापी शिवरायांच्या प्रतापानेच प्रतापगड परिसरातूनच उद्ध्वस्त झाला. शिवराय या प्रचंड संकटातनू निभावले ते आपल्या असामान्य युद्धतंत्राच्या साथीने. माता जिजाऊंना खूपच आनंद झाला तो त्यांच्या स्वप्नातील छत्रपती सुखरूप राहिल्याबद्दल आणि शिवाय त्यांच्या थोरल्या मुलाचा– संभाजीचा– वध करणारा अफझलखान मारला गेल्याबद्दल. हे शक्य झाले होते ते शिवरायांच्या असामान्य युद्धतंत्रामुळेच.

शिवरायांनी त्यानंतरही या मानसशास्त्रीय युद्धतंत्राचा वापर करून शत्रूच्या तावडीतून सुटका करून घेतली. पहिल्यांदा ते पन्हाळ्यावर सिद्दीजोहरच्या वेढ्यात सापडले होते. त्या वेळी त्यांनी सरळ सरळ जाहीर करून टाकले, "मी शरण यायला तयार आहे." हाच संदेश सिद्दीला सतत दिल्याने सिद्धी आणि सिद्दीचे सैन्य गाफील झाले आणि योग्य वेळी महाराजांनी आपली सुटका करून घेतली. दुसऱ्यांदा आग्र्याला औरंगजेबाच्या कैदेत असताना, "मी आजारी आहे. आता मला कशातही रस राहिलेला नाही. माझ्या माणसांना जाऊ द्या." असा संदेश औरंगजेला सतत धाडून त्यालाही बेसावध केले. औरंगजेबाने सोडलेल्या त्यांच्या माणसांनी त्यांचा परतीचा मार्ग सोईचा करून ठेवला आणि औरंगजेबाच्या तावडीतून सगळ्यांना बेसावध करून ते सुखरूप निसटले. जणू ते मृत्युमुखातूनच सुखरूप बाहेर आले होते!

अशा त्या रणराजाने आपल्या आगळ्यावेगळ्या मानसशास्त्रीय युद्धतंत्राने प्रबल शत्रूवर मात करीत आपले स्वराज्यनिर्मितीचे स्वप्न साकार केले आणि त्यांना घडविणाऱ्या त्यांच्या गुरू आणि माता जिजाऊ आईसाहेबांना आपला लेक छत्रपती झाल्याचे पाहण्याचे भाग्य लाभल्याने त्यांना आत्यंतिक सुख आणि समाधान लाभले. त्या कुशल रणराज छत्रपतींना आणि मानसशास्त्रीय युद्धतंत्राचे आद्य गुरू श्रीकृष्णाला मानाचा मुजरा करू या!

***

## चार

हस्तिनापूरच्या राजगादीसाठी इ.सनापूर्वी तीन हजार वर्षांपूर्वी 'कुरुक्षेत्रा'च्या रणांगणावर कौरव आणि पांडव यांच्यात झालेले हे युद्ध खरोखरीच अत्यंत भीषण आणि संहारक अशा स्वरूपाचे होते, ज्या युद्धात दोन्ही बाजूंनी तत्कालीन असंख्य राजे-राजवाडे आपल्या सैन्यासह सामील झाले होते. अर्थात, त्यांपैकी काहींनी पांडवांची बाजू घेतली होती, तर बऱ्याच जणांनी त्या वेळी हस्तिनापूरच्या गादीवर असलेल्या कौरवांची बाजू घेतली होती.

द्वारकाधीश श्रीकृष्ण अर्थातच पांडवांच्या बाजूने त्यांचा मार्गदर्शक आणि अर्जुनाचा सारथी म्हणून युद्धात उतरला होता. तर त्याचे यादवांचे–सैन्य मात्र कौरवांच्या सेनेत सामील झाले होते. तेही कौरवांचा प्रमुख दुर्योधन याने केलेल्या विनंतीनुसार, स्वत: श्रीकृष्णाने दिलेल्या आज्ञेनुसार. सुरुवातीला कौरवांचे नेतृत्व भीष्मांनी केलेले होते तर पांडवाचे युद्धीष्ठिरांनी केले होते. त्यांचे प्रमुख सेनापती होते ते असे. पांडवांचा सेनापती होता धृष्टद्युम्न तर कौरवांचे सेनापती होते, अनुक्रमाने भीष्म, द्रोण, कर्ण, दुर्योधन आणि अखेरीस अश्वत्थामा.

कौरव आणि पांडव यांची सैन्यसंख्या प्रचंड होती, ती खालीलप्रमाणे–कौरवांची सैन्यसंख्या होती, अकरा अक्षौहिणी म्हणजेच दोन कोटी चार लाख पाच हजार सातशे (२,०४,०५७००); तर पांडवांची सैन्यसंख्या होती सात अक्षौहिणी म्हणजेच एक कोटी पाच लाख तीस हजार नऊशे (१०५,३०,९००).

महाभारतयुद्धाचे वर्णन मी सुरुवातीलाच 'भीषण रणसंग्राम' असे केलेले आहे. ते यामुळेच. कारण त्या महाभयंकर युद्धात एकूण

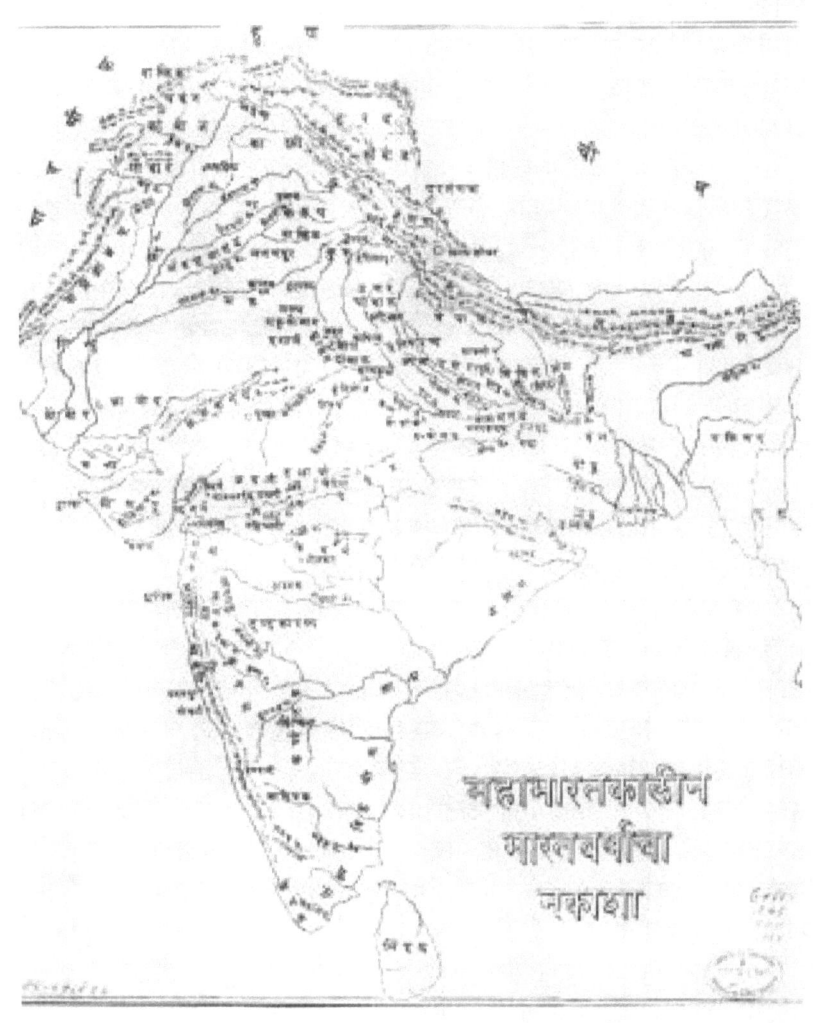

टीप - महाभारतकालीन भारतवर्षाचा नकाशा

तीन कोटी नऊ लाख, छत्तीस हजार सहाशे सैनिकांनी प्रत्यक्ष रणांगणावर भाग घेतला होता. अठरा दिवसांच्या त्या भीषण रणसंग्रामात वरील तीन कोटींपेक्षा जास्त असलेल्या सैनिक आणि सेनानी, ज्यांत अनेक राजेरजवाडेही होते, पैकी काही मोजके सेनानी वगळता सगळे मारले गेले होते. कौरवांपैकी ज्यांची नोंद लष्करी इतिहासाने केलेली आहे, असे केवळ चारजणच जिवंत राहिलेत. ते होते– अश्वत्थामा, कृपाचार्य, कीर्तीवर्ण आणि कर्णाचा मुलगा ऋषकेतू (फारसा प्रसिद्ध नसलेला). म्हणजे कौरवांकडील एकूण दोन कोटी चार लाख पाच हजार सहाशेच्या वर सैनिक आणि सेनानी मारले गेले.

तर पांडवांच्या सैन्यातील एकूण एक कोटी पाच लाख तीस हजार नऊशे सेनानी आणि सैनिकांपैकी जीवित फक्त केवळ सात प्रसिद्ध आणि युयुत्सु होत. ते सात म्हणजे पाच पांडव, सात्यकी आणि अर्थात सातवा श्रीकृष्ण. म्हणजे एकूण एक कोटी पाच लाख तीस हजार आठशेच्या वर सैनिक आणि सेनानी ठार झाले.

म्हणजे महाभारताच्या केवळ १८ दिवसांच्या भयंकर रणसंग्रामात जवळ जवळ तीन कोटी नऊ लाख, छत्तीस हजार सहाशेच्या वर सैनिक ठार झाले, हे स्पष्टपणे जाणवते. महाभारताच्या या भयंकर रणसंग्रामात झालेल्या नरसंहाराच्या भयानकतेची कल्पना, त्याची तुलना विसाव्या शतकात सप्टेंबर १९३९ ते ऑगस्ट १९४५ या पाच वर्षांत झालेल्या दुसऱ्या जागतिक महायुद्धात झालेल्या नरसंहाराशी केल्यावर आणखी ठळकपणे नजरेत भरते. दुसऱ्या जागतिक महायुद्धाच्या पाच वर्षांत सर्व संबंधित राष्ट्रांकडे भयंकर मारक शक्तीची अत्याधुनिक शस्त्रास्त्रे असताना ठार झालेल्या एकूण सैनिक आणि असैनिक (बॉंबहल्ले आदींनी ठार झालेले असैनिक) मिळून तीन कोटी पन्नास लाख इतकी होती. पैकी प्रत्यक्ष सैनिक एक कोटी सत्तर लाख, तर असैनिक एक कोटी ऐंशी लाख इतके होते. म्हणजे दुसऱ्या जागतिक महायुद्धात जितके लोक पाच वर्षांत ठार झाले, जवळजवळ तितकेच महाभारत युद्धकाळात. कौरव आणि पांडवांजवळ अतिभयानक प्रलयंकारी अशी मारक शस्त्रास्त्रे होती का?

सर्वांना माहीत असलेल्या कुरुक्षेत्रावर– जे धर्मक्षेत्र म्हणूनही ओळखले जाते, त्या रणक्षेत्रावर– महाभारताचा महारणसंग्राम झाला. महाभारताच्या युद्धासाठी ही रणभूमी निवडण्यात आली; त्याचे कारण असे सांगितले जाते, की या धर्मक्षेत्रावर जिला पवित्रभूमी म्हणून समजली जात असे, त्या भूमीवर 'हत्या' आदी कारवायांमुळे पाप घडले, तर ते क्षम्य समजले जात असे.

वर्तमानातील लष्करी इतिहासाचा अभ्यास करून क्लॉजविझ या पाश्चात्त्य

अभ्यासकाने युद्धाची व्याख्या केलेली आहे. तो म्हणतो—

"युद्ध म्हणजे राजकीय वादविवादातील शेवटचा मुद्दा होय."

महाभारताच्या युद्धाच्या आधीही कौरव आणि पांडवांमध्ये हस्तिनापूरच्या स्वामित्वावरून उद्‌भवलेल्या वादावर पडदा टाकण्यासाठी श्रीकृष्ण स्वत: हस्तिनापुरात गेला. पण दुर्योधनाने त्याला केलेल्या राजप्रासादात येऊन राहण्याच्या विनंतीकडे दुर्लक्ष करून तो कौरवांचा एक मंत्री असलेल्या सात्त्विक स्वभावाच्या विदुराकडे उतरला. दुर्योधनाला अर्थातच राग आला. श्रीकृष्णाने राजसभेत कौरव-पांडवांमध्ये समेट घडवून आणण्यासाठी जो राजकीय स्वरूपाचा वादविवाद केला, त्याला अर्थातच यश आले नाही आणि मग क्लॉजविझने म्हटल्याप्रमाणे राजकीय वादविवादातील शेवटचा मुद्दा म्हणजेच युद्ध हे अनिवार्य ठरले.

युद्धशास्त्राच्या दृष्टिकोनातून महाभारताच्या भयानक महारणसंग्रामाकडे पाहिले, तर एक गोष्ट प्रामुख्याने नजरेत भरते; ती म्हणजे या युद्धाच्या सुरुवातीलाच युद्ध कसे लढले जावे, यासंबंधी एक मार्गदर्शक नियमावली तयार करण्यात आली होती. ती अशी–

१) युद्धाला सुरुवात ही सूर्योदयानंतरच झाली पाहिजे आणि सूर्यास्ताला युद्ध थांबले पाहिजे.

२) कोणाही एकट्या लढवय्यावर एकापेक्षा जास्त योद्ध्यांनी हल्ला करू नये.

३) दोन योद्धे एकमेकांशी लढू शकतील; अर्थात, जर दोघांजवळ समान शस्त्रास्त्रे असतील आणि दोघांची वाहने म्हणजे एकतर दोघेही वाहनांशिवाय म्हणजे पायी किंवा दोघेही हत्तीवर, घोड्यावर अथवा रथांवर आरूढ असतील तर.

४) शरण आलेल्या शत्रूला कोणीही योद्धा ठार करणार नाही अथवा जखमी करणार नाही.

५) जो शरण येईल त्याला युद्धकैदी या नात्याने, सुरक्षितता आणि संरक्षण दिले गेले पाहिजे.

६) कोणताही योद्धा शत्रूच्या नि:शस्त्र किंवा जखमी योद्ध्याला मारणार नाही.

७) कोणाही योद्ध्याने शत्रूच्या बेशुद्ध पडलेल्या व्यक्तीस ठार मारू नये.

८) कोणाही योद्ध्याने कोणतीही व्यक्ती किंवा जनावर (हत्ती, घोडे, उंट, आदी) ज्यांचा युद्धात सहभाग नाही, त्यांना मारू नये.

९) कोणत्याही योद्ध्याने रणांगणावरून पाठ दाखवून पळणाऱ्याला मारू नये वा जखमी करू नये.

१०) कोणत्याही योद्ध्याने कोणत्याही महिलेवर हल्ला करू नये.

११) अशा कोणत्याही जनावरावर वार करू नये, ज्याच्यापासून प्रत्यक्ष धोका नाही.

१२) प्रत्येक शस्त्राच्या वापराबद्दल निश्चित असे नियम पाळण्यात आले पाहिजेत. उदाहरणार्थ, गदायुद्धात कमरेखाली वार करण्याला बंदी असते.

१३) कोणत्याही योद्ध्याने कोणत्याही स्वरूपाच्या निषिद्ध (Unfair) युद्धतंत्राचा वापर करू नये.

वरील नियम वाचल्यावर लक्षात येईल, की दोन्ही पक्षांच्या म्हणजेच कौरव आणि पांडव या दोघांच्याही लष्करप्रमुखांनी एकत्र बसून तयार केलेली वरील नियमावली आदर्शच होती. खरंतर युद्धशास्त्राचा तो एक उत्कृष्ट नमुना आहे. प्रश्न इतकाच आहे, की महाभारताच्या प्रत्यक्ष युद्धात त्याचे किती पालन केले गेले? ते पाहण्यासाठी आता त्या भयानक युद्धाच्या अठरा दिवसांत, प्रत्येक दिवशी काय घडले, ते पाहू या.

सुरुवातीला एक सत्य लक्षात घेणे आवश्यक आहे. ते म्हणजे ज्या वर्षी हे महायुद्ध लढले गेले, त्या एका वर्षात केवळ तीस दिवसांत तीन ग्रहणे आलेली होती. चंद्रग्रहण आणि सूर्यग्रहण. या बाबतीत सर्वसाधारणपणे असा समज आहे की, ज्या वर्षात तीन ग्रहणे येतात, त्या वर्षात पृथ्वीवरील प्राणिमात्राला जीवनसत्त्व पुरविणारे रवि आणि चंद्र ग्रासले गेल्यामुळे प्राणिमात्रांना अत्यंत हानिकारक ठरतात. महाभारताच्या भयंकर युद्धामुळे त्याचा प्रत्ययही आला खरा; पण असे वर्ष प्रेरणादायी आणि शुभही ठरू शकते. कारण त्याच वर्षाने जगाला अत्यंत प्रेरणादायी श्रीमदभगवद्गीताही भेट दिली.

पांडवांच्या सैन्यात द्रुपद, विराट, दृष्टद्युम्न, सात्यकी, शिखंडी चेकीताना आणि भीम हे– निरनिराळ्या विभागांचे नेतृत्व करीत होते. या सर्व सेनांनीशी आणि पांडवाशी चर्चा करून दृष्टद्युम्न याला सरसेनापती म्हणून नेमण्यात आले. 'महाभारत' या ग्रंथानुसार तत्कालीन साऱ्या भारतवर्षातील राजे-राजवाड्यांनी पांडवांकडे आपल्या सेना धाडून अथवा रथ, हत्ती, घोडे आदी धाडून मदत केलेली होती.

अकरा अक्षौहिणी सैन्य असलेल्या कौरवसेनेचे सरसेनापतीपद पितामह भीष्मांनी स्वीकारावे अशी दुर्योधनाने त्यांना विनंती केली होती व त्यांनीही ती एका अटीवर मान्य केली होती. ती अट म्हणजे ते सरसेनापतीपदी असेपर्यंत कर्णाने त्यांच्या आधिपत्याखाली रणांगणात उतरू नये. त्याला एक कारण असे होते की, कर्णाने पूर्वी एकदा भीष्मांचे गुरू परशुराम यांचा अपमान केला होता. अर्थात दुसरेही एक महत्त्वाचे कारण होते. ते म्हणजे भीष्मांना हे ठाऊक होते, की कर्ण हा कौंतेय

म्हणजे कुंतीचा पुत्र होता. दुर्योधनाने त्यांची ही अट मान्य केली. त्यांना अर्थातच धृतराष्ट्राचा ज्येष्ठ पुत्र दुर्योधन, क्रमांक दोनचा दु:शासन बाकी कौरवबंधू, शिवाय द्रोणाचार्य, त्यांचा पुत्र अश्वत्थामा, कौरवांचा मेहुणा जयद्रथ, कृपाचार्य, कीर्तिवर्मा, शल्य, सुदक्षिणा, भूरिश्रावस, बाहलिक, शकुनी आणि हस्तिनापुराविषयी आणि धृतराष्ट्राविषयी आपुलकी वाटणारे अनेक राजे आपआपल्या सैन्यासह कौरवांना येऊन मिळाले होते.

महाभारताच्या त्या भयंकर युद्धात दोन्ही बाजूंच्या सेनानींनी आपल्या सैन्याची विविध प्रकारे व्यूहरचना केलेली होती. त्या व्यूहरचनांची नावे मुख्यत्वे करून प्राणिजगताशी निगडित होती. त्यांत काही भूचर, जलचर प्राणी, पक्षी आणि वनस्पतींशी संबंधितही होती. त्या व्यूहांची नावे खालीलप्रमाणे आहेत–

१) क्रौंच व्यूह, २) मकर व्यूह, ३) कूर्म व्यूह, ४) त्रिशूल व्यूह, ५) चक्र व्यूह, ६) कमल अथवा पद्म व्यूह, ७) गरुड व्यूह, ८) ऊर्मी व्यूह, ९) मंडल व्यूह, १०) वज्र व्यूह, ११) शकट व्यूह, १२) असुर व्यूह, १३) देव (दैवी) व्यूह, १४) सूची (सुई) व्यूह, १५) श्रीगंटका व्यूह (शिंगे), १६) चंद्रकला व्यूह (चंद्रकोर).

दोन्ही बाजूंच्या सेनानींनी परिस्थितीचे आकलन करून प्रत्येक दिवशी आपली व्यूहरचना बदलली होती. युद्धतंत्राचा अभ्यास केल्यानंतर एक महत्त्वाची गोष्ट लक्षात येते, ती म्हणजे कुशल सेनानी आपली युद्धयोजना नेहमी लवचीक ठेवीत असतात. महाभारताच्या युद्धातही तेच घडले होते.

सुरुवातीच्या सैन्यरचनेप्रमाणे कौरवसेना पश्चिमेला तोंड करून होती, तर पांडवसेनेचे तोंड पूर्वेला होते. कौरवसेनेच्या मध्यभागी हत्ती होते. त्यांनी आपली व्यूहरचना अशी केली होती, की त्यांना सर्व बाजूंना लक्ष ठेवता येत होते. याच्या उलट परिस्थिती होती पांडवांची. म्हणजेच युधिष्ठिराने अर्जुन आणि आपल्या सेनानींशी चर्चा करून आपल्या सेनेची वज्रव्यूहात रचना केलेली होती. त्याप्रमाणे प्रत्येक सेनानीला जास्तीत जास्त शत्रुसेनेला गुंतविता येऊ शकत होते आणि त्यांना शत्रूला आश्चर्यचकित करून हल्ले करता येत होते. समोरच्या गदा, कुऱ्हाडी, तलवारी आणि भाले घेतलेल्या सैनिकांच्या मागे राहून शत्रूवर बाणांचा वर्षाव करून त्यांना गोंधळात टाकता येणार होते.

कौरवांनी आपल्या अकरा अक्षौहिणी सैन्यापैकी दहा अक्षौहिणी सैन्य प्रत्यक्ष हल्ल्यासाठी तैनात केले होते; तर एक अक्षौहिणी सबंध कौरवांचे सरसेनापती असलेल्या भीष्मांच्या आधिपत्याखाली आणि प्रामुख्याने त्यांच्या वैयक्तिक संरक्षणासाठी

राखून ठेवले होते. भीष्मांची सुरक्षितता ही दुर्योधनाच्या दृष्टिकोनातून अत्यंत महत्त्वाची होती. म्हणूनच आपला लहान भाऊ दु:शासन याला त्याने या संरक्षक अक्षौहिणी सेनातुकडीच्या प्रमुखपदी नेमले होते.

याच वेळी अर्जुनाच्या लक्षात आले, की त्याला स्वत:च्या अनेकानेक ज्येष्ठ नातेवाइकांसह त्याचे चुलत आजोबा आदरणीय भीष्म आणि त्याचे शिक्षक गुरू द्रोणाचार्य यांच्यासारख्यांना मारावे लागणार आहे. शिवाय त्याचे शंभर भाऊ आणि अश्वत्थामासारखे भाऊ यांनाही मारावे लागणार आहे. या केवळ विचारानेच त्याचे अंग थरथरून आले आणि मनात विषाद निर्माण होऊन आपले धनुष्यबाण रथात खाली टाकून तो विषण्ण मनाने रथात बसून राहिला आणि श्रीकृष्णाला म्हणाला,

"मला हे युद्ध नकोसे वाटते. मला लढायचे नाही. मी काय करू?"

आणि त्याची विषादयुक्त मानसिक अवस्था लक्षात घेऊन त्याला हे युद्ध अन्यायी, अत्याचारी वृत्तीविरुद्ध आहे आणि एक क्षत्रिय या नात्याने युद्ध करून तिचा नाश करणे हे त्याचे परमकर्तव्य आहे. हे त्याच्या मनावर पक्केपणाने ठसविण्यासाठीच त्यांनी त्याला जो उपदेश केला, तो 'श्रीमदभगवद्गीते'च्या रूपाने जगासमोर आला. त्यातील निवडक भाग पुढे दिला आहे.

श्रीकृष्णाने अर्जुनाला क्षत्रिय या नात्याने त्याच्या कर्तव्याची जाणीव करून दिली.

श्रीकृष्णाच्या मार्गदर्शन व उपदेशानंतर अर्जुनाच्या मनात त्याची मूळची क्षत्रिय वृत्ती जागृत झाली आणि तो युद्ध करण्यास तयार झाला.

युद्धाला सुरुवात होणार एवढ्यात ज्येष्ठ पांडव युधिष्ठिराने अचानकच एक पवित्रा घेतला आणि आपली शस्त्रास्त्रे उतरवून तो हात जोडून कौरव सेनेकडे निघाला. इतर पांडवबंधू आणि त्यांच्या सेनानींना आश्चर्याचा धक्काच बसला. त्यांना वाटले की युद्ध सुरू होण्यापूर्वीच (पहिला वार होण्यापूर्वीच) युधिष्ठिर कौरवांना शरण जातो आहे. पण पुढच्या क्षणीच त्यांच्या शंकेचे निरसन झाले. युधिष्ठिर सरळ कौरवांचे सरसेनापती असलेल्या भीष्मांसमोर येऊन उभे ठाकले आणि त्यांच्या पाया पडून त्याने पितामह भीष्मांचे युद्धात विजय मिळावा म्हणून आशीर्वाद मागितले. कौरव आणि पांडव या दोघांचेही आजोबा असलेल्या पितासह भीष्मांनी त्याला आशीर्वाद दिला आणि युधिष्ठिर आपल्या रथात परतला आणि दोन्ही पक्ष युद्धाला सिद्ध झाले. त्यानंतर झालेला विध्वंस सर्वांनाच माहित आहे.

***

## पाच

संपूर्ण मानवतावादी दृष्टिकोनातून युद्धाकडे पाहण्याची पद्धत ज्या काळात रूढ होती, त्याच काळात म्हणजे सुमारे अडीच हजार वर्षांपूर्वी चीनमधील ची येथील 'सन-झू' नावाचा सेनानी सर्वंकष युद्धाचा आणि युद्धतंत्राचा सखोल विचार करून त्यासंबंधी लेख लिहीत होता. या सन-झू ने आपल्या लेखांना नाव दिले होते– 'युद्ध:एक कला.' युद्ध ही कलाच आहे, असे त्याचे स्पष्ट मत होते आणि त्याच्या विचारांचा गाभा होता, 'कमीतकमी प्राणहानी होऊन विजय मिळवता येतो.' तो तसा मिळविण्यासाठी त्याने आपल्या आगळ्यावेगळ्या पण अतिशय उपयुक्त आणि महत्त्वाच्या अशा युद्धनीतीची सूत्रे आपल्या लेखातून वाचकांसमोर मांडली होती.

कर्मधर्मसंयोगाने त्याचे हे लेख चीनमधील 'वू' राज्याचा राजा हा-लू याने वाचले आणि त्याला सन-झूविषयी कुतूहल वाटू लागले. राजा हा-लू याने सन-झू ला बोलावणे पाठविले आणि तो समोर येताच त्याचे स्वागत करून आपल्यासमोर बसविले आणि म्हणाला,

"तुम्ही युद्धशास्त्रावर लिहिलेले तेरा लेख मी पूर्णपणे वाचले आहेत. तुम्ही मला सैनिकांच्या हालचाली नियंत्रित करण्याचा प्रयोग करून दाखवू शकाल का? त्यांच्यात शिस्त निर्माण करू शकाल का?"

सन-झू लगेच म्हणाला, "हो. अगदी निश्चितपणे."

राजा म्हणाला, "समजा, त्या महिला सैनिक असल्या तर?"

सन-झू म्हणाला, "तरीही मी करू शकेन!"

सन-झूचे ते आत्मविश्वासपूर्ण उद्गार ऐकून राजाने आपल्या

राजवाड्यातून दोनशे सुरेख तरुणींना बोलावून त्यांना सन-झूच्या ताब्यात दिले आणि सांगितले की, ''या महिला माझ्या राजवाड्याच्या रक्षक आहेत; पण त्यांच्यात शिस्त मुळीच नाही. ती शिस्त त्यांना तुम्ही लावावी, अशी माझी इच्छा आहे.''

सन-झूने त्या दोनशे तरुणींची दोन भागांत विभागणी केली आणि प्रत्येक विभागावर राजाच्या अत्यंत आवडत्या अशा दोन महिलांची विभागप्रमुख म्हणून नेमणूक केली. मग त्याने त्या तरुणींना समोर, मागे, डावीकडे, उजवीकडे असे आदेश दिल्यावर कशा हालचाली करावयाच्या, ते समजावून सांगितले.

''मी काय सांगितले ते समजले ना?''

''होऽऽऽ'' सगळ्या तरुणींनी ओरडून उत्तर दिले.

त्यानंतर त्याने तोच आदेश तीनदा समजावून सांगितला. त्या आदेशानंतर काय कारवाई करावयाची, त्याचे प्रात्यक्षिक आपल्या स्वतःच्या सैनिकांकडून करवून घेऊन त्यांना दाखविले. अखेर त्याने आदेश दिला,

''उजवीकडे वळा.''

त्याच्या आदेशाचे मुळीच पालन झाले नाही. उलट, राजवाड्यातील लाडावलेल्या या सर्वच तरुणी मोठमोठ्याने हसू लागल्या.

त्यांचे ते हसणे पाहून सन-झू काय समजायचे ते समजला. त्याच्या युद्धशास्त्रावरील निर्बंधांमध्ये 'सैनिकांमध्ये शिस्त असलीच पाहिजे', हे महत्त्वाचे कलम होते. राजाने त्याच बाबतीत त्याची परीक्षा पाहण्यासाठी, त्याच्या राजवाड्यातील राजाचा स्वतःचा वरदहस्त लाभल्याने अत्यंत बेशिस्तपणे वागणाऱ्या तरुणींना शिस्त लावण्याची कामगिरी सोपविली होती. युद्धशास्त्र आणि नेतृत्वात पूर्णपणे तरबेज असलेल्या सन-झूने राजाचे ते आव्हान स्वीकारले होते. त्या बेताल तरुणींना तो आता आपल्या लष्करी पद्धतीने शिस्त लावणार होता.

सन-झू त्या तरुणींसमोर पुन्हा खंबीरपणे उभा राहिला. त्याने आपल्या दोन शस्त्रधारी सैनिकांना आपल्या बाजूला बोलावून घेतले. राजवाड्यासमोरील मैदानात चाललेल्या या प्रकाराचे राजा आपल्या उच्च स्थानावरून निरीक्षण करीत होता. तरुणींच्या हसण्याची त्याला गंमत वाटत असावी. सन-झूने त्या तरुणींना समजावणीच्या स्वरात सांगायला सुरुवात केली. तो म्हणाला,

''हे बघा मुलींनो, मी तुम्हाला उजवीकडे वळण्याचा आदेश दिला. तुम्ही तो पाळला नाहीत. ही पहिलीच वेळ असल्याने माझा आदेश तुम्हाला कळला नसेल. तुम्हाला दिलेला आदेश समजेल अशा प्रकारे तो समजावून सांगितला गेला नाही; तेव्हा ही चूक सेनापतीची म्हणजेच माझी आहे असे मी गृहीत धरतो आणि तुम्हाला

आदेश पुन्हा समजावून सांगतो, तो नीट लक्ष देऊन ऐका.'' इतके बोलून त्याने लष्करी बँडच्या ड्रमवर, उजवीकडे वळा, डावीकडे वळा, मागे वळा आदींसाठी ड्रम कसा वाजविला जाईल, हे तीन वेळा समजावून सांगितले. मग आपल्या सैनिकांद्वारे त्याचे प्रात्यक्षिक पाच वेळा करून दाखविले आणि मग त्याने त्या तरुणींना आणि त्यांच्या समोरील दोन्ही सौंदर्यवती प्रमुखांना ओरडून सांगितले, ''तुमच्या सैनिकांमध्ये शिस्त निर्माण करण्याची, अंतर्गत आज्ञापालन करायला लावण्याची जबाबदारी आता तुमची आहे.''

त्याच्या आदेशाबरोबर ड्रम वाजविणाऱ्याने डावीकडे वळण्यासाठी असलेले आवाजी संदेश वाजविले. राजा ही कवायत कुतूहलाने पाहत होता.

सन-झूचा आदेश आणि ड्रमचा आवाज ऐकूनही त्या सर्व तरुणी होत्या तशाच उभ्या राहून पुन्हा फिदीफिदी हसू लागल्या. तिकडे राजाच्याही चेहऱ्यावर हास्याची लकेर उमटली. पण सन-झू मात्र शांतपणे हात वर करून म्हणाला,

''मुलींनो, माझा पहिला आदेश तुम्हाला कळला नसेल म्हणून माझ्या शास्त्राप्रमाणे मी त्याचे नियम पुन्हा तुम्हाला समजावून सांगितले. आता मात्र ही जबाबदारी तुमच्यासमोर उभ्या असलेल्या या दोन अधिकारी तरुणींवर पडलेली आहे आणि तुमच्यात आवश्यक ते गांभीर्य आणि शिस्त निर्माण करण्यास त्या अपात्र ठरल्या असल्याने त्या शिक्षेस पात्र आहेत. त्यांना माझ्या नियमाप्रमाणे आज्ञापालन न करता बेशिस्तपणे वागल्याबद्दल मृत्युदंडाची शिक्षा फर्मावतो.'' त्यानंतर लगेच त्याने आपल्या शस्त्रधारी सैनिकांना त्या दोन्ही तरुणींचे शिरच्छेद करण्याची आज्ञा केली. सैनिकांनी शस्त्रे उपसली.

तरुणींच्या घोळक्यात एकदम भयाण शांतता पसरली. इतका वेळ चेहऱ्यावर मिश्कील हास्य असलेला राजा कावराबावरा झाला. तो ताडकन उठून उभा राहिला. त्याने लगेच आपला दूत मैदानावर धाडून सन-झू ला निरोप दिला की, ''माझ्या अत्यंत आवडत्या अशा त्या दोन तरुणींना ही भयंकर शिक्षा देऊ नका...''

या निरोपावर सन-झूने राजाला लगेच त्याच दूतामार्फत कळविले,

''महाराज, आपण सेनापती या नात्याने माझ्यावर एक जबाबदारी सोपविली आहे. ती स्वीकारूनच मी कारवाई करीत आहे. माझी जबाबदारी मी पूर्णपणे पार पाडेपर्यंत माझ्या कामात अडथळा आणण्याचे अधिकार आता तुम्हाला नाहीत. तुमच्या आज्ञेप्रामणे तुम्ही धाडलेल्या तरुणींना शिस्त कशी लावायची, हे मी ठरविणार. तेव्हा आपण आपल्या जागी स्वस्थ राहावे.'' परिस्थितीला एकदा लष्कराच्या ताब्यात दिल्यानंतर राज्य करणाऱ्याने त्यात हस्तक्षेप करता कामा नये.

राजाचा दूत परत जाताच सन-झूने आपल्या सैनिकांना खूण केली आणि क्षणार्धात त्यांनी तरुणींच्या ओळींसमोर उभ्या असलेल्या दोन्ही तथाकथित अधिकारी तरुणींची मुंडकी धडावेगळी केली. आता मात्र त्यांच्या मागे उभ्या असलेल्या तरुणी ताठ उभ्या राहिल्या. त्यांच्या चेहऱ्यांवरील आधीचे कुत्सित हास्य केव्हाच नाहीसे झाले होते. सन-झूचे सैनिक आपले काम करून परत त्याच्या बाजूला येऊन उभे राहताच त्याने आदेश दिला.

"सावधान!" ड्रमवाला तयार झाला. सर्व तरुणी ताठरल्या. सन-झूने पुढील आदेश दिला, "उजवीकडे वळा."

ड्रमवाल्यानेही ड्रम वाजवून इशारा केला आणि सर्व तरुणी त्याप्रमाणे उजवीकडे वळल्या. मग त्याने त्यांना मागे वळा, डावीकडे वळा आदी आदेश दिले आणि ते सर्व आदेश काटेकोरपणे पाळले गेले.

यानंतर सन-झूने राजाला निरोप धाडला, "महाराज, तुमच्या राजवाड्यातील तरुणींची पलटण आता आपल्या तपासणीसाठी तयार आहे."

हवालदिल झालेल्या राजाने लगेच उत्तर दिले, "सेनापतीमहोदय, मला आता पलटणीची तपासणी करण्याची इच्छा नाही. आपण परत जाऊ शकता."

सन-झू परत गेला. पण त्या प्रकारानंतर राजाने खरोखरीच सन-झूची आपला प्रधान सेनापती म्हणून नेमणूक केली आणि सन-झूनेही ती जबाबदारी स्वीकारून आपल्या शिस्तीखाली तयार झालेल्या सैन्याच्या साथीने 'वू' राज्याच्या पश्चिमेला असलेल्या बलाढ्य अशा 'चौ' राज्याचा पराभव केला. नंतर दक्षिणेकडील 'ची' आणि चीन राज्यांचाही पराभव केला. त्यामुळे 'वू' राज्याचा दरारा सर्व आसमंतात निर्माण झाला.

सन-झूच्या बाबतीत घडलेली ही घटना येथे देण्याचे कारण एवढेच की, त्या घटनेद्वारे सन-झूने आपल्यात दडलेल्या लष्करी नेतृत्वाचा परिचय राजाला कसा करवून दिला, हे समजावे. त्या एका घटनेद्वारे सन-झूने राजाला आणखी दोन गोष्टींची जाणीव करून दिली होती. ती म्हणजे, त्या लष्करी कारवाईत, मग ती कितीही लहान असो, शिस्तीला पर्याय नाही आणि दुसरी गोष्ट म्हणजे राजाने किंवा एखाद्या राष्ट्रप्रमुखाने आपल्या सेनानीवर लष्कराच्या कारवाईसंबंधी स्पष्ट आदेश देऊन त्याच्यावर जबाबदारी सोपविली की, मग त्या बाबतीत त्या राजाने किंवा राष्ट्रप्रमुखाने त्या लष्करप्रमुखाच्या कारवाईत अडथळा आणायचा नाही. नाहीतर त्याचे परिणाम भयंकर आणि दूरगामी होण्याची शक्यता असते.

या संबंधात आपल्या देशात सन १९४८ मधील एक घटना खूपच बोलकी

आहे. भारताचे विभाजन झाल्यानंतर काश्मीर भारतात विलीन झाल्याचे पाहताच पाकिस्तानी लष्कराने काश्मीरमध्ये आधी घुसखोर घुसवून नंतर संपूर्ण लष्करी कारवाई करून काश्मीर ताब्यात घेण्याचा प्रयत्न केला होता. त्या प्रसंगी आपल्या तेव्हाच्या राष्ट्रीय नेत्यांनी, विशेषत: सरदार वल्लभभाई पटेलांनी भारताच्या सेनाप्रमुखांना काश्मीरमधील आक्रमकांना काश्मीरबाहेर हुसकावून लावण्याचे आदेश दिले होते.

भारतीय लष्कराने आपल्या सेनानींच्या आदेशानुसार अत्यंत शौर्याने पाकिस्तानचे ते आक्रमण नुसते थोपवून धरले इतकेच नव्हे, तर त्यांना काश्मीरबाहेर हुसकावून लावण्यास सुरुवात केली. संपूर्ण काश्मीर मुक्त होण्याची परिस्थिती भारतीय लष्करातील वीर जवानांनी देशासाठी प्रसंगी रक्त सांडून निर्माण केली होती. आक्रमक पळत सुटले होते. पण नेमके याच वेळी आपल्या अवसानघातकी राजकीय नेतृत्वाने, म्हणजेच त्या वेळच्या पंतप्रधान नेहरूंनी काश्मीरचा प्रश्न यूनोमध्ये नेला आणि यूनोने केलेल्या ठरावानुसार बराचसा भाग आक्रमक पाकिस्तानच्या ताब्यातच राहिला. आपले लष्करप्रमुख आश्चर्याने थक्क झाले. आक्रमकांना काश्मीरबाहेर हुसकावून लावण्यासाठी प्राणपणाने लढलेल्यांचे श्रम आणि ज्यांनी मातृभूमीसाठी आपले रक्त सांडले त्यांचे रक्त वाया जाऊन राजकीय नेतृत्वाच्या त्या घोडचुकीचे परिणाम आज पन्नास वर्षांपासून आपला देश भोगीत आहे. त्या वेळी एखादा 'सन-झू' तेथे असता तर? असो.

सन-झूने युद्धशास्त्रावर लिहिलेल्या युद्धनीतीतील इतर तत्त्वेही अत्यंत मोलाची आणि चिरकाल महत्त्वाची ठरणारी अशीच आहेत. सन-झू याने युद्धशास्त्रावरील लेखांना जे समर्पक नाव दिले आहे, तेच मुळी खूप बोलके आहे. त्याने लेखांना दिलेले नाव आहे. आर्ट ऑफ वॉर--- 'युद्ध : एक कला.'

सन-झूच्या मते युद्ध ही एक कलाच आहे. बेफामपणे केली गेलेली जीवितहानी, वित्तहानी त्याला मान्य नाही. तो म्हणतो, ''वर्षानुवर्षे युद्ध खेळून कोणालाही त्याचा लाभ मिळू शकत नाही. युद्ध हे आवश्यकतेनुसार मोजक्या अवकाशातच खेळले गेले पाहिजे, तरच त्याचा लाभ विजेत्या सेनानीला मिळू शकतो.''

त्याच्या मते, प्रत्यक्ष युद्धाच्या आधी युद्ध सहजपणे जिंकता यावे म्हणून काही गोष्टी चांगल्या आणि हुशार सेनानीने करणे आवश्यक आहे. त्या म्हणजे ज्याच्याशी आपल्याला लढावयाचे आहे, त्याचे मित्र त्याच्यापासून तोडता आले पाहिजेत किंवा त्यांना अलग अलग गाठून त्यांचा नाश केला पाहिजे. त्याबरोबरच शत्रूच्या राष्ट्रातील जनतेत, राज्यकर्त्या लोकांमध्ये, जाति-जमातींमध्ये फूट पाडता आली पाहिजे. त्यांच्या लष्करातही त्यांच्या सेनानीबद्दल अनादर, गैरविश्वास निर्माण होईल, असे प्रयत्न केले गेले पाहिजेत. हे सर्व करण्यासाठी स्वतंत्र आणि प्रभावी अशी गुप्तहेर

यंत्रणा सज्ज असली पाहिजे. म्हणजे प्रत्यक्ष युद्धाच्या आधी ती शत्रुपक्षात गुप्तपणे प्रवेश करून वरीलप्रमाणे गोंधळ माजवून देऊ शकेल. यामुळे शत्रू एकटा पडेल. त्याच्या सैनिकांचे मनोधैर्य कोसळू लागेल आणि लढाईसाठी आवश्यक असलेली त्यांची जिद्द नाहीशी होईल. मग कदाचित युद्ध न करताही किंवा एखादे छोटेसे युद्ध खेळून, कमीतकमी वेळात आपल्या पक्षाची कमीतकमी जीवितहानी होऊन शिवाय शत्रुपक्षाकडीलही शक्य तितक्या कमी सैनिकांचे रक्त सांडून तुम्हाला विजय मिळविता येईल. कारण तुम्ही शत्रूच्या सैनिकांच्या शरीरावर वार करण्याआधी त्यांच्या मनावर वार केलेला असतो आणि म्हणून तुम्ही तलवार उगारताच शत्रू शरण येऊ पाहतो.

सन-झूच्या मते, हुशार सेनानी हा आपल्या उद्दिष्टाकडे सहसा सरळ मार्गाने न जाता, आडवळणाने, एखाद्या वेळी अत्यंत लांबच्या मार्गाने वळसा घेऊन शत्रूला चकित करून टाकतो. त्यामुळे गोंधळलेल्या शत्रूवर जय मिळवितो. त्याच्या हालचाली अत्यंत गुप्त असतात, तशाच वेगवानही असतात. रणक्षेत्रावर परिस्थिती सोईची वाटत नसेल, तर तो आपली योजना अचानकपणे बदलून माघार घेतो. सुरक्षित ठिकाणी येऊन परिस्थितीचा आढावा घेतो आणि गोंधळात पडलेल्या शत्रूवर पुन्हा अचानकपणे हल्ला करून त्याला पराभूत करतो.

सन-झू त्यालाच खरा सेनानी समजतो, जो विजयाची पूर्ण खात्री असेल तेव्हाच हल्ला करतो. हे लक्षात घेतले तर चीनचा माओत्से तुंग आणि व्हिएतनामचा जनरल निऑन गियाप या दोघांच्याही युद्धनीतीत हे सूत्र प्रामुख्याने वापरले गेलेले दिसते. त्यांचे आपल्या लष्करी अधिकाऱ्यांना स्पष्ट आदेश असत की, यशाची शंभर टक्के खात्री असेल, तरच हल्ला करा; नाहीतर तेथून पाय काढून घ्या.

याच बाबतीत सन-झू स्पष्टपणे म्हणतो की, यशाची पूर्ण खात्री होऊ शकेल अशी परिस्थिती निर्माण करणे हेच मुळी खऱ्या सेनानीचे प्रमुख कर्तव्य ठरते. निरनिराळ्या युक्त्या-प्रयुक्त्यांनी शत्रुसेनानीला त्याच्या सैन्याचे विभाजन करायला लावणे आणि त्यातल्या त्यात कमजोर भागावर आपल्या पूर्ण शक्तीनिशी तुटून पडून शत्रूची दाणादाण उडवून देणे, हे एखाद्या कसलेल्या सेनानीलाच जमते.

जगप्रसिद्ध सेनानी सम्राट नेपोलियनला एकदा कोणीतरी विचारले, ''महाराज, शत्रूचे सैन्य संख्याबळाने कितीही मोठे असले आणि तुमचे सैन्य त्या मानाने पुष्कळ कमी असले, तरीही तुम्ही तुमच्या सैन्याला शत्रूवर तुटून पडण्याचे आदेश देता आणि विजय खेचून आणता हे कसे?''

तेव्हा सम्राट नेपोलियनने उत्तर दिले, ''मित्रा, ज्या निवडक आघाडीवर मी माझी सर्व शक्ती एकवटून हल्ला करतो, त्या आघाडीवर विभागल्या गेलेल्या प्रचंड

शत्रुसैन्याची संख्या खूपच कमी असते आणि माझी सेना त्याच्यापेक्षा अधिक असते. त्या आघाडीवर आघात करून एकदा माझ्या सैन्याने शत्रुसैन्याच्या फळीला भगदाड पाडले की, मग विजय मिळविणे सोपे असते.''

शत्रुसैन्याची बित्तंबातमी आपल्या गुप्तहेरांकरवी मिळविणे हेही चांगल्या सेनानीचे लक्षण आहे. त्याने हे केले म्हणजे शत्रुसैन्यातील कच्ची फळी कोणती, कोणता अधिकारी लढायला फारसा उत्सुक नाही, कोणती तुकडी गैरसोईच्या जागी उभी आहे, कोणत्या तुकडीतील सैनिकांचे लष्करी शिक्षण परिपूर्ण नाही, या सगळ्या महत्त्वाच्या बाबींचे त्याला ज्ञान होते आणि त्याप्रमाणे चांगला सेनानी आपल्या हालचाली व युद्धयोजनांची आखणी करू शकतो.

या बाबतीत वॉटरलूच्या लढाईत सम्राट नेपोलियनचा पराभव करणारा इंग्रज सेनापती जनरल ऑर्थर वेलस्ली याचे एक वाक्य खूपच बोलके आहे. त्याने वॉटरलूच्या डोंगराळ रणक्षेत्रावर त्या वेळचा प्रसिद्ध सेनानी नेपोलियनवर ज्या वेळी विजय मिळविला, तेव्हा त्याला एकाने विचारले होते की, ''हा विजय तुम्ही कसा मिळविला?'' त्यावर जनरल वेलस्ली म्हणाला, ''मी नेहमीच टेकडीच्या पलीकडे काय चालले आहे याचा संपूर्ण तपशील गोळा करून तपासून पाहत असतो आणि मगच माझी युद्धयोजना आखीत असतो.'' टेकडीच्या पलीकडे म्हणजे शत्रूच्या गोटात काय चालले आहे याचा अभ्यास करणे. हेच सन-झूच्या म्हणण्याप्रमाणे त्याने स्पष्ट केले. अर्थात, याच वेळी आपल्या सैन्याचा अंदाज अगर बातमी शत्रूला मिळवता येऊ नये, याचा बंदोबस्त करणेही आवश्यक असते.

सन-झूच्या म्हणण्याप्रमाणे कोणत्याही युद्धयोजनेत सहसा दोन भाग असावेत. एक शत्रूला सरळसरळ समोरून सामोरे जाऊन लढाईत गुंतवणे आणि दुसरा म्हणजे शत्रुसैन्याला वळसा घालून त्याच्या बगलेवर किंवा मागून त्याच्यावर अचानक हल्ला करणे. कधीकधी या दोन्ही हालचाली एकदम करणे फायद्याचे असते, तर कधी पहिली संपल्यावर दुसऱ्या हालचालीला आरंभ करणे सोईचे ठरते. पण याबाबतचा निर्णय चांगल्या सेनानीने परिस्थितीनुसार घ्यावयाचा असतो.

या बाबतीत बाबर आणि राणा संगा यांच्यात कनवा येथे १७ मार्च १५२७ रोजी जो भीषण रणसंग्राम झाला, त्याची आठवण झाल्याशिवाय राहत नाही. राणा संगाच्या प्रचंड सेनेचा पराभव करताना बाबराने या रणक्षेत्रावर वरील दोन्ही पद्धतींचा अत्यंत योग्य प्रकारे वापर केला होता.

एखादा चांगला सेनानी युद्धप्रसंगाला सामोरे जाताना शत्रुसैन्याचे संपूर्ण ज्ञान मिळवून परिस्थिती आपल्याला सोईची असेल, तरच युद्धाला सामोरा जातो. समोर

आलेल्या नरभक्षकावर किंवा आडव्या आलेल्या नदीच्या पुरात आपल्या जीविताची फिकिर न धरता उडी घेणारा धाडसी माणूस सन-झूच्या मते चांगला सेनानी नसतो. उलट, परिस्थितीचे आकलन करून आपल्या युद्धयोजना क्षणार्धात बदलण्याची क्षमता असणारा सेनानीच अखेर यशस्वी असतो, असे त्याचे म्हणणे आहे आणि ते खरेही आहे.

भौगोलिक परिस्थितीचा जो सेनानी चांगल्या प्रकारे उपयोग कसा करावा हे जाणतो आणि आपल्याला सोईची अशी भौगोलिक परिस्थिती असलेल्या रणक्षेत्रावर जो अत्यंत चतुरपणे आपल्या शत्रूला खेचून आणण्यात यशस्वी होतो, तोच खरा सेनानी असेही त्याने ठासून सांगितले आहे. त्याच्या म्हणण्याप्रमाणे चाल करून जाणारा सेनानी आपल्या सैन्याला पाण्याचा प्रवाह ज्याप्रमाणे भौगोलिक उंच-सखल प्रदेश पाहून वाटचाल करीत असतो, त्याप्रमाणे शत्रूच्या शक्तिशाली क्षेत्राला टाळून त्याच्या कमजोर भागाकडे धाव घेत असतो. उंचवटे टाळून पाण्याचा लोंढाही सखल प्रदेशात घुसून तो व्यापून टाकून मग पुढे जातो, त्याचप्रमाणे चांगला सेनानी हासुद्धा शत्रूची कमजोर बाजू ओळखून त्यावर हल्ला करून मग शत्रूला जेरीस आणतो.

सन-झूने अडीच हजार वर्षांपूर्वीच्या आपल्या प्रत्यक्ष अनुभवांनुसार लिहून ठेवलेले युद्धाबद्दलचे आणि यशस्वी युद्धनीतीबद्दलचे विचार पाहिले, तर त्या सेनानीचे युद्धशास्त्रावरील प्रभुत्व सहज लक्षात आल्याशिवाय राहत नाही. त्यातील एका तत्त्वाकडे आता लक्ष देणे आवश्यक आहे. ते म्हणजे शत्रूची फसवणूक करण्यात यश मिळविणे, हे चांगल्या सेनानींचे लक्षण आहे, असे तो म्हणतो. आपल्या तत्त्वाला आणखी स्पष्ट करताना तो पुढे म्हणतो की, "आपल्या खऱ्या तयारीची, परिस्थितीची जाण शत्रूला होऊ नये म्हणून, आपल्या सैन्याची व्यूहरचना शत्रूला समजू नये म्हणून, जो सेनानी शत्रूच्या डोळ्यांत यशस्वीपणे धूळफेक करून आपल्या उद्दिष्टांचाही पत्ता त्याला लागू देत नाही, तोच सेनानी अखेर यशस्वी होतो. या प्रयत्नात शत्रूच्या सेनानीची मानसिक अवस्था हेच चांगल्या सेनानीचे लक्ष्य असावे लागते."

शत्रूची फसवणूक करणे हा तर चांगल्या युद्धतंत्राचा पाया आहे. या बाबतीत दुसऱ्या महायुद्धातील उदाहरण चांगलेच बोलके आहे. ते आहे दोस्त राष्ट्रांनी योजलेल्या सिसिली बेटावरील हल्ल्याचे. या वेळी सिसिली बेटावर जर्मन सेनानींनी संरक्षणाची आणि प्रतिकाराची प्रचंड तयारी करून ठेवलेली होती. त्या परिस्थितीत दोस्त राष्ट्रांनी जर तेथे हल्ला केला असता, तर त्यांच्या सेनेला भयंकर प्राणहानीला तर तोंड द्यावे लागले असतेच; पण त्याचबरोबर अतोनात नुकसान होऊन कदाचित यश मिळविणेही दुरापास्त झाले असते. म्हणून एक खोटा, पण निश्चित खरा भासेल

असा संदेश शत्रूसेनानींच्या हाती पडेल, अशी व्यवस्था दोस्त राष्ट्रांच्या सेनानींनी केली. त्या संदेशाप्रमाणे असे दिसत होते की, दोस्त राष्ट्रांनी आता सिसिलीवरील हल्ल्याचा आपला बेत बदलला आहे.

जर्मन सेनानींची फसगत झाली. सिसिलीवरील काही सेनाविभाग हलविण्यात आले. तेथील त्यांची संरक्षणव्यवस्थाही ढिली पडली. दोस्त राष्ट्रांच्या सेनांनी मूळ योजनेप्रमाणे सिसिलीवर हल्ला चढवून ते जिंकून घेतले.

शत्रूची यशस्वीपणे फसवणूक करण्यात सगळ्यात यशस्वी कोण ठरले असेल, तर ते शून्यातून स्वराज्य निर्माण करणारे अद्वितीय सेनानी छत्रपती शिवाजीमहाराज! संत तुकाराममहाराजांच्या कीर्तनाच्या वेळी, शत्रूच्या घेऱ्यातून निसटताना, पन्हाळ्याहून सुटका करून घेताना, आग्र्याला औरंगजेबाच्या कैदेतून सहीसलामत बाहेर येताना तर त्यांनी शत्रूच्या यंत्रणेची फसवणूक केलीच; पण अफझलखानाच्या हल्ल्याच्या आधी घाबरल्याचे नाटक करून, अफझलखानासारख्या अत्यंत बलाढ्य अशा सेनानीला, आपल्याला योग्य अशा रणक्षेत्रावर खेचून आणले व हे करीत असताना त्याच्या सैन्याचे चार विभाग पाडण्यात यश मिळवून त्याचा पार धुव्वा उडविला. यात त्यांच्या अतुलनीय युद्धनीतीचा प्रत्यय येतो. इतकेच नव्हे, तर त्यांच्या युद्धनीतीतील सर्व तत्त्वे चीनच्या सन-झूच्या तत्त्वांशी किती मिळतीजुळती आहेत, हेदेखील सिद्ध होते. पण दुर्दैवाने आपल्या याच देशात त्या महापराक्रमी कुशल सेनानीच्या अष्टपैलू युद्धतंत्राचा अभ्यास होण्याऐवजी काही तथाकथित प्रसिद्ध विचारवंतांतर्फे, शिवाजीने अफझलखानाची फसवणूक केली असा त्यांच्यावर आरोप केला जातो, हे या देशाचेच दुर्दैव आहे.

वर्तमान युगातील युद्धशास्त्रावरील प्रवक्ता क्लौजविज याच्या युद्धनीतीवरील भाष्यापेक्षाही सन-झू आणि श्री शिवराय यांचे 'शत्रूच्या शरीरावर हल्ला करण्याआधी त्याच्या मनावर वार करा. त्याची लढण्याची जिद्द खच्ची करा. मग कमीतकमी जीवितहानी होऊन तुम्हाला विजय मिळविता येईल', हे युद्धनीतीचे तत्त्व अत्यंत निर्णायक ठरते.

प्रसिद्ध पाश्चात्त्य सेनानी लेंडल हार्ट यांचे मत हेच आहे. ज्या काळी चीनमध्ये नदीच्या पात्रात असलेल्या लढाईसाठी तयार नसलेल्या सैन्यावर हल्ला करण्यासाठी झियांगसारखा धर्मभीरू सरदार तयार होत नव्हता, त्याच काळात युद्धशास्त्राचे एक कला म्हणून वर्णन करून त्यावर प्रभावीपणाने भाष्य करणारा सन-झू निर्माण होतो; त्याचप्रमाणे आपल्या देशात शेकडो वर्षांपासून चालत आलेली पराभवाच्या परंपरेची साखळी तोडून, आपल्या कलात्मक अशा अप्रतिम युद्धतंत्राने आपणही शत्रूला

पराभूत करू शकतो, हे भारतवासीयांना दाखवून देणारा शिवरायांसारखा सेनानी यांची चरित्रे आणि त्यांच्या युद्धनीतीचा अभ्यास सदासर्वकाळ अभ्यासनीयच राहील, यात शंकाच नाही.

'सन-झू'च्या म्हणण्याप्रमाणे शत्रुसेनेची संपूर्ण माहिती आपण मिळवावी; पण आपल्या लष्करी शक्तीची कोणतीच माहिती शत्रूला मिळणार नाही, याचीही दक्षता घेतली पाहिजे. उलट आपण कमजोर आहोत, आपल्या सैनिकांचे मनोबल खचलेले आहे असा भास नेहमी शत्रूसमोर उभा केला पाहिजे; म्हणजे शत्रू बेसावध राहतो आणि त्याची फसगत होते. त्याचा फायदा आपल्याला घेता येतो. हे एक नाटक असते. म्हणून तर युद्ध ही कलाच आहे हे जाणवते.

***

# सहा

युद्धकौशल्य या विषयावर लिहिण्याचे ठरविले तेव्हापासून या विषयासंबंधी वाचन, चर्चा सुरू केली. त्या वेळी लक्षात आले, की कोणत्याही नियमांची बांधीलकी स्वीकारून युद्ध लढता येऊ शकेल का? या प्रश्नाचे उत्तर नाही असेच आज असेल. पण आपल्याच भारतात एक काळ असा होता की, जेव्हा संपूर्ण मानवतावादी दृष्टिकोनातून युद्धाकडे पाहण्याची पद्धत रूढ होती. त्याचे स्वत: पाहिलेल्या पोर्तुगीज अधिकाऱ्यांनी वर्णन केलेले आहे. त्यांनी वर्णन केल्याप्रमाणे युद्धाची पद्धत अशी होती.

भारतात महाभारत काळापासून अस्तित्वात असलेली युद्धपद्धती ही खऱ्या धर्मयुद्धाची ओळख पटवून दिल्याशिवाय राहत नाही. यात युद्धासाठी उभे राहिलेल्या दोन्ही सेनादलांचे प्रमुख आधी रणांगणाची जागा ठरवीत, मग त्याच्या मध्यभागी रणखांब रोवला जात असे. त्यानंतर एकमेकांना आव्हान देऊन युद्ध खेळले जात असे.

भारताच्या उत्तर भागावर मुसलमानांची आक्रमणे होत गेली, तसा तेथील युद्धपद्धतीत बदल होत गेला; पण दक्षिणेत मात्र पोर्तुगिजांचे आगमन होईपर्यंत वर वर्णन केलेल्या पद्धतीप्रमाणेच युद्ध खेळले जात असे. अशा युद्धांचे पोर्तुगिजांनी जे वर्णन केले आहे, ते मोठे मनोरंजक तर आहेच; पण त्या काळाच्या दक्षिणेतील नायर लोकांच्या युद्धनीतीबाबतच्या विचारांवर प्रकाश टाकणारेही आहे.

हे नायर लोक शत्रुपक्षावर कधीही छापे घालीत नसत. रात्रीचे युद्धही त्या वेळी खेळले जात नसे, उलट, रात्रीच्या वेळी दोन्ही सेनादले एकमेकांशेजारी कोणतीही भीती न बाळगता झोपी जात असत.

सकाळ झाल्यानंतर एकाच पाणवठ्यावर ते अंघोळी उरकत असत. त्यानंतर थोडा भात खाणे, मग एकत्र पानसुपारी खाणे, गप्पा मारणे चालत असे. हे झाल्यावर मग चिलखते चढवून, शस्त्रास्त्रे घेऊन रणखांबाच्या दोन बाजूंना ही सेनादले लढण्यासाठी सज्ज होऊन उभी राहत असत. मग दोन्ही बाजूंनी रणशिंगे फुंकली गेल्याशिवाय युद्धाला सुरुवात होत नसे. तलवारी, ढाली, धनुष्यबाण घेतलेले सैनिक वाकून समोर घुसत व मारा करीत. त्यांची हाणामारी दिवसभर चालत असे. सायंकाळ होताच दोन्ही बाजूंकडून त्या दिवशीच्या युद्धसमाप्तीची घोषणा करण्यासाठी शिंग फुंकले जात असे. मग युद्ध तहकूब होऊन रणवाद्यांचा गजर होत असे.

दिवसा युद्ध पूर्ण जोरात असताना एखाद्या पक्षाला ते थांबवावयाचे असेल, तर त्या पक्षाचा सेनापती समोर येऊन आपला खंजीर रणक्षेत्रात पुरून त्यावर आपली ढाल आणि तलवार काढून ठेवीत असे. विरोधी पक्षाला युद्ध थांबविण्याची विनंती करण्याची ती पद्धत असे. त्या सेनापतीची ही कारवाई पाहताच विरोधी पक्षाचा सेनापतीही तसेच करीत असे आणि युद्ध थांबवीत असे. वर वर्णन केलेल्या युद्धपद्धतीला आपण शास्त्रशुद्ध असे युद्ध म्हणू शकतो. पण त्यानंतर भारताच्या उत्तर भागावर मुसलमानांची आक्रमणे होत गेली आणि परिणामस्वरूप भारतातही युद्धपद्धतीत बदल होत गेले. खरे म्हणजे भारतात महाभारत काळापासून अस्तित्वात असलेली युद्धपद्धती ही धर्मयुद्धाची ओळख करून देणारी होती, हे मात्र पूर्ण सत्य आहे असे म्हणता येणार नाही. कारण अन्यायी राज्यकर्त्यांवर मात करण्यासाठी केवळ न्यायसंगत अशा युद्धपद्धतीने हे होणे शक्य नाही.

त्यामुळे युद्धशास्त्राचे नियम किंवा मार्गदर्शक तत्त्वे ठरविताना या सर्व बाबींचा विचार केल्यानंतर असे म्हणावेसे वाटते, की आक्रमक शत्रूचा नाश करण्यासाठी शास्त्रीय नीतिनियमांनी स्वत:ला बांधून घेता येत नाही, हे खरे सत्य आहे. आणि वर्तमानात या गतकालीन लष्करी इतिहासाचा अभ्यास करूनच वर्तमान युद्धशास्त्राची मार्गदर्शक तत्त्वे ठरविता येतील, हे लक्षात घेऊनच अगदी श्रीराम, श्रीकृष्ण यांच्यापासून तो चेंगीझखान, बाबर, अहमदशहा अब्दाली, नेपोलियन, बाबर, सगळ्यात महत्त्वाचे म्हणजे रणराज छत्रपती श्रीशिवाजीमहाराज, प्रतापी बाजीराव ते अगदी पहिल्या आणि दुसऱ्या महायुद्धातील सेनानींपर्यंत सगळ्यांच्या युद्धतंत्रांचा आणि युद्धकौशल्याचा अभ्यास महत्त्वाचा ठरतो.

***

## सात

युद्धशास्त्राच्या कथित संकेतांपलीकडे जाऊन केवळ कुशल योजनेने युद्ध कसे जिंकता येते, याचे बोलके उदाहरण असलेली इ.सना पूर्वी ११९० मध्ये घडलेली ही युद्धकथा खूपच बोलकी आहे.

हजारो वर्षांपूर्वी लंकेचा राजा रावण याने प्रभू रामचंद्राच्या सुस्वरूप पत्नीला पळवून नेले आणि त्याचा परिणाम म्हणून रावणाला आपले राज्य आणि प्राणही गमवावे लागले. एका कुलीन स्त्रीमुळे घडलेले रामायण हे एक काव्य म्हणून त्याच्याकडे पाहिले जात होते. पण आता त्यावर झालेल्या सखोल संशोधनानंतर रामायणकथा ही सत्य घटनेवर आधारित असल्याचे सिद्ध होत आहे. असाच एक प्रकार इसवी सनापूर्वी ११९० मध्ये ग्रीस देशात घडला. त्यालाही आता तीन हजार वर्षे उलटून गेली आहेत. ग्रीसमधील प्रसिद्ध कवी होमर याच्या 'इलियड' या काव्यात या घटनेचे वर्णन केलेले आहे. बरेच दिवस होमरच्या काव्यातील घटना म्हणजे एक कविकल्पनाच आहे, असे समजले जात होते. पण एकोणिसाव्या शतकाच्या अखेरीस जर्मन संशोधक हेनरिच याने पुराव्यानिशी सिद्ध करून दाखवले, की इसवी सनापूर्वी ११९० मध्ये ग्रीसमधील स्पार्टा या राज्यात आणि ट्रॉय या तत्कालीन प्रसिद्ध शहरातील लोकांत झालेले भीषण युद्ध ही कविकल्पना नव्हती; तर ती एक सत्य घटना होती.

त्या काळी ट्रॉयमध्ये महिलांची एक सौंदर्यस्पर्धा झाली होती आणि त्या स्पर्धेचा निर्णय देण्याची जबाबदारी ट्रॉयचा राजपुत्र पॅरिस याच्यावर सोपविण्यात आली होती. पॅरिसने ज्या सुंदर तरुणीला सौंदर्यवती म्हणून पुरस्कृत केले, ती पॅरिसवर अर्थातच खूश झाली आणि तिने

पॅरिसला आश्वासन दिले की मी तुझ्यासाठी जगातील सर्वांत सुंदर तरुणी शोधून आणून तुला सादर करीन. शोधाच्या अखेरीस तिला समजले की, ग्रीस देशातील स्पार्टा या राज्याच्या तरुण राजाची पत्नी हेलन ही जगत्सुंदरी आहे आणि तीच राजपुत्र पॅरिसच्या योग्य आहे. ट्रॉयच्या राजपुत्र पॅरिसने अखेरीस स्पार्टाच्या त्या तरुण सुस्वरूप राणीला पळवून आणले. रामायणात आणि या ट्रॉयच्या घटनेत मुख्य फरक असा आहे, की रामायणात सीतेने रावणाला पूर्णपणे झिडकारले होते. ती त्याचा तिरस्कार करीत होती. पण ट्रॉयच्या घटनेत मात्र स्पार्टाच्या विवाहित राणीला ट्रॉयचा तरुण राजपुत्र आवडू लागला होता.

या घटनेमुळे ग्रीस देशवासी चवताळून उठले. आपल्या राणीला पळवून नेले हा त्यांना राष्ट्रीय अपमान वाटला आणि म्हणून ग्रीसच्या सैन्याने ट्रॉय या शहराला वेढा घातला. ट्रॉयच्या राजपुत्राला, राजाला असे होईल याची कल्पना होतीच. त्यांनी या ग्रीक आक्रमणाला तोंड देण्याची जय्यत तयारी केली होती. आत सगळ्यांना भरपूर दिवस-वर्षे पुरेल इतके धनधान्य जमा करण्यात आले होते. ग्रीक सैन्य ट्रॉय शहराला वेढा देऊन बसले होते. पण त्यांना ट्रॉयची तटबंदी दाद देत नव्हती. दोन्ही सैन्यांच्या लांबूनच चकमकी झडत होत्या. पण ग्रीक सैन्याला ट्रॉयची तटबंदी भेदता येत नव्हती. राजपुत्र पॅरिस हार मानायला तयार नव्हता. नगरवासीही त्याला साथ देत होते. अशी दहा वर्षे निघून गेली. ग्रीक सैन्याचा वेढा तसाच पडलेला होता.

ग्रीक सेनानी ओडीसियस विचार करीत होता, ट्रॉयची तटबंदी भेदण्यासाठी काय करता येईल? ट्रॉयचा पराभव हेच एक उद्दिष्ट त्याच्या नजरेसमोर होते. खूप खूप विचारांती त्याला उपाय सापडला. आपल्या या विचारांच्या यशस्वितेवर त्याने आपल्या साथीदारांशी चर्चाही केली आणि मग सर्वानुमते असा निर्णय घेण्यात आला की, आपण आखलेली योजना प्रत्यक्षात आणावयाची. ग्रीक सैन्य कामाला लागले. त्यांनी अविश्रांत मेहनत करून एक आतून पोकळ असलेला अतिप्रचंड लाकडी घोडा तयार केला. तो घोडा आकाराने इतका मोठा होता, की त्यात एका वेळी शंभर सशस्त्र सैनिक उभे राहू शकत होते. सर्व तयारी झाली.

त्यानंतर एके दिवशी सकाळी ट्रॉय नगरवासीयांत एक बातमी पसरली, की ग्रीक सैन्य हळूहळू माघार घेत आहे. संपूर्ण ग्रीक सैन्य निघून गेल्याची खात्री पटल्यावर ट्रॉयच्या सैनिकांनी आपल्या भुईकोट किल्ल्याच्या तटबंदीचे मुख्य दार उघडले. दार उघडल्यावर ट्रॉयच्या सैनिकांना आश्चर्याचा धक्काच बसला. त्यांच्यासमोर एक अतिविशाल असा लाकडी घोडा उभा होता. ग्रीक सैन्य परत गेल्याच्या आनंदात असतानाच त्यांना वाटले, की थकल्या-भागल्या ग्रीकांनी जाताना आपल्याला ह्या

घोड्याच्या रूपाने एक अप्रतिम भेट ठेवलेली आहे. याच समजुतीत त्यांनी तो प्रचंड घोडा अनेक सैनिकांच्या साहाय्याने ओढत ओढत मुख्य दरवाजाच्या आत आणला आणि तटबंदीचा दरवाजा बंद करून घेतला. हे होईपर्यंत संध्याकाळ होऊन गेली होती. राजा, राजपुत्र सगळ्यांना खबर गेलीच होती. सर्वांनी तो घोडा रात्रभर तेथेच ठेवण्याचा निर्णय घेतला. ग्रीक सेनानी ओडीसियसला हवे होते तसेच घडत होते. ट्रॉयच्या तटबंदीपासून माघार घेऊन त्याने आपले सैन्य लगतच्या जंगलात दडवून ठेवले होते.

मध्यरात्र उलटताच घोड्याच्या आतील शंभर ग्रीक सैनिकांनी त्या घोड्याच्या पोटातून बाहेर उड्या घेतल्या. पहाऱ्यावर असलेल्या ट्रॉयच्या सैनिकांना कापून काढले आणि तटबंदीचा प्रमुख दरवाजा सताड उघडला. आधीच ठरल्याप्रमाणे ओडीसियस आपले सैन्य घेऊन तटबंदीच्या बाहेर उभा होताच. पहाट होत आली असतानाच ग्रीक सैन्य ट्रॉयच्या तटबंदीत घुसले. तोपर्यंत ट्रॉयचे सैन्य जे सारी रात्र विजयोन्मादात दंग होते, ते कसेबसे सावरले. पण ते ग्रीक सैन्याला तोंड देऊ शकले नाही. ट्रॉयच्या राजाचे दोन मुलगे पॅरिस आणि त्याचा एक भाऊ असे दोघेही अनेक सैनिकांबरोबर मारले गेले होते. त्या काळच्या पद्धतीप्रमाणे युद्धाची अखेर ही दोन्ही बाजूंच्या सर्वांत कुशल योद्ध्यांमध्ये द्वंद्व होऊन होत असे. त्याप्रमाणे ग्रीसचा प्रसिद्ध योद्धा ॲचिलस याने ट्रॉयच्या राजाच्या तिसऱ्या मुलाला, हेक्टरला आव्हान दिले. हेक्टर समोर आला. त्याच्या वडिलांनी त्याला प्रोत्साहित केले.

ॲचिलस आणि हेक्टर या दोघांमध्ये भीषण युद्ध झाले. दोघेही एकमेकांवर वार करीत होते. जायबंदी करीत होते. अखेरचा वार करण्यासाठी हेक्टरने आपली तलवार उचलली. त्याच वेळी ॲचिलसने आपला भाला नेम धरून हेक्टरच्या गळ्यात खुपसला. हेक्टर खाली कोसळला. ग्रीकांनी ट्रॉय जिंकून घेतले. पॅरिसने केलेल्या अपमानाचा त्यांनी सूड उगवला होता. ॲचिलसने हेक्टरचा मृतदेह आपल्या रथाच्या मागे बांधला आणि तो दौडत निघाला, तो ग्रीसच्या जनतेला, आपण ट्रॉयवर कसा सूड उगवला हे दाखविण्यासाठीच!

***

## आठ

इटलीजवळच्या सिसिली बेटातील सिरॅक्यूज हे शहर जिंकण्याच्या ईर्षेने, प्रसिद्ध रोमन सेनानी मार्सेलस हा आपल्या असंख्य नौकांचा ताफा घेऊन सिरॅक्यूजला वेढा घालण्याकरिता विशाल सागरातून पुढेपुढे चालला होता. सिरॅक्यूजच्या तटाच्या भिंती सागराच्या लाटांना तोंड देत होत्या. कसेही करून शहर जिंकायचेच या जिद्दीने मार्सेलसने दोन-दोन मोठ्या होड्या एकमेकांना सांधून चार मोठे तराफे तयार केले होते. त्यांवर सिरॅक्यूजच्या तटाच्या वरच्या टोकापर्यंत पोचतील अशा शिड्या उभारता येतील, अशी व्यवस्था केली होती. शिड्यांवरून वर चढणाऱ्या आपल्या सैनिकांना, तटावरून हल्ला झाला तर संरक्षण मिळावे म्हणून शिड्यांच्या वरच्या बाजूला छत असलेले प्लॅटफॉर्म बसवून घेतले होते. तटाच्या योग्य अंतरावर पोचताच ते तटाच्या भिंतींवर सहज पोचू शकले असते, अशी त्याची रचना होती.

मार्सेलसच्या रोमन सैनिकांचाही आत्मविश्वास दुणावला होता. मोठमोठ्या तराफ्यांच्या मागोमाग ते असंख्य नावांमधून उत्साहाने येत होते. सिरॅक्यूजचा लोकप्रिय राजा हाईरो याचा नुकताच मृत्यू झाला होता. त्यामुळे राजा नसल्याने सिरॅक्यूजमध्ये आता गोंधळ असेल, रिसॅक्यूज जिंकून घेणे अवघड जाणार नाही, असे मार्सेलसला वाटत होते. दूर लांब क्षितिजावर सिरॅक्यूजची तटबंदी दिसताच त्याने 'आगे बढो' चा इशारा दिला.

सैनिकांनी भरलेल्या असंख्य नावा, तराफ्यांच्या मागोमाग त्या तटबंदीकडे झेपावल्या. रोमन सैनिक रणगर्जना करीत होते. सिरॅक्यूजची तटबंदी जवळ जवळ येत होती. तराफ्यांवर शिड्या उभारायला सुरुवात

झाली... आणि अघटित घडले... एका तराफ्याच्या कापडी शिडातून ज्वाळा निघायला लागल्या. आधी तर रोमन सैनिकांना काय होते आहे तेच कळेना. ते आश्चर्याने पाहत असतानाच, तराफ्याच्या खालच्या लाकडी फळ्यांनी पेट घेतला. चारही बाजूंना पाणी असताना आणि तराफ्यात कोणतेही आगीचे साधन नसताना तराफा पेटून उठला. उभारल्या जात असलेल्या शिडीवरून सिरॅक्यूजच्या तटबंदीत शिरण्याची स्वप्ने पाहणाऱ्या सैनिकांनी जीव वाचविण्यासाठी धडाधड समुद्रात उड्या घेतल्या.

मागच्या युद्धनौकांतून तराफ्याकडे येणाऱ्या सैनिकांना काय होते आहे हेच कळेना. एकापाठोपाठ एक तराफ्यांनी पेट घेतला. नौकांमधील सैनिकांवर तटावरून मोठमोठे दगड येऊन कोसळू लागले.

काही नौका सैनिकांसह समोर घुसल्या. त्या तटाजवळ पोचताच समोरच्या नौकांचे समोरचे नाकच वर उचलले जाऊ लागले. पाहता पाहता नौकांचे अर्धे भाग पाण्याच्या वर उचलले गेले होते. सैनिकांना दिसत होत्या नौकेला उचलणारा एक लांबच लांब बांबू. तेवढ्यात अनर्थ घडला. वर-वर जात असलेला नौकेचा समोरचा भाग दाणकन पाण्यात आदळला. पाणी कापीत तो भाग पाण्यात घुसला. इतका वेळ कसाबसा तोल सावरीत सिरॅक्यूजच्या तटावर चढून सिरॅक्यूज जिंकण्याची स्वप्ने पाहणारे रोमन सैनिक पाण्यात वेडेवाकडे फेकले गेले. सागराच्या लाटांनी त्यांना गिळून टाकले.

आपल्या नौकांच्या ताफ्याच्या मध्यभागी एका मोठ्या युद्धनौकेवरून आपल्या सैनिकांना मोठमोठ्याने आदेश देणारा मार्सेलस आपल्या सैनिकांचे तडफडणे आणि धडपडणे पाहून हादरून गेला. त्याला काहीच कळेना. हे सगळे भीषण चित्र पाहून मार्सेलसने उरलेल्या सैनिकांना मागे फिरण्याचा आदेश दिला. ही किमया कोणी केली?

सिरॅक्यूजचा राजा देवाघरी गेला असला, तरी त्याचा जीवश्चकंठश्च मित्र, प्रसिद्ध गणितज्ज्ञ आर्किमिडीज हा सिरॅक्यूजमध्ये जिवंत होता. आर्किमिडीजने लावलेल्या निरनिराळ्या शोधांचा उपयोग युद्धतंत्रामध्ये कसा करून घेता येईल, हे राजा हाईरोने आर्किमिडीजकडून नुसते समजावूनच घेतले होते असे नव्हे, तर त्याप्रमाणे साहित्यनिर्मितीही करून ठेवली होती. म्हणूनच वेगवेगळ्या आरशांद्वारे सौरशक्तीचा उपयोग केल्यास त्याद्वारे आग निर्माण करता येते हे जाणून आर्किमिडीजला हवे त्या आकाराचे आणि प्रकाराचे मोठमोठे आरसे राजाने आधीच करून घेतले होते. आपल्या सैनिकांना त्याचा वापर कसा करायचा, याचे शिक्षणही देऊन ठेवले होते. त्या सैनिकांनीच मार्सेलसचे तराफे जाळून टाकले होते.

याशिवाय पाण्यात पडलेल्या घन पदार्थाचे वजन, त्याच्या पाण्यात बुडालेल्या घनमानाइतके कमी होते हे आर्किमिडीजने राजा हाईरोला पटवून देताच पाण्यात असलेल्या नौका हलक्या होतात आणि त्यांच्या नाकात बांबूचे आकडे अडकवून त्या उचलून पाण्यात आदळता येतील हे सप्रयोग पाहून राजाने आकडे लावलेले बांबूही तयार करून ठेवले होते. आपल्या राज्यावर रोमन सेनानींचा सतत डोळा आहे, हे तो जाणत होता. त्याच्या मृत्यूनंतर आर्किमिडीजने राजाच्या सैनिकांमार्फत तोच प्रयोग प्रसिद्ध रोमन सेनानी मार्सेलस याच्या तराफ्यांवर आणि नौकांवर यशस्वीपणे करून आपला एकही सैनिक न गमावता... त्याला पळवून लावले होते.

***

## नऊ

उत्तर भारताच्या तरोरीच्या रणांगणावर त्या दोन्ही सेना समोरासमोर उभ्या होत्या. त्यांपैकी एक होती आक्रमक महंमद घोरीची, तर दुसरी होती त्या वेळचा दिल्लीचा राजा पृथ्वीराज चौहान याची. ११९१ हे वर्ष होते ते. आक्रमक महंमद घोरी अफगाणिस्तानातून भारत जिंकण्याच्या इराद्याने प्रचंड सेना घेऊन भारतात घुसला होता. ही बातमी दिल्लीत कळताच त्याला भारताच्या सीमेत फार येऊ द्यायचे नाही, असे पृथ्वीराज चौहान याने ठरविले. सर्व राजपूत राजांना त्याने पत्रे लिहिली. त्यांचे सैन्य बोलावले. मग आपल्या सेनेसह एक प्रचंड सेना घेऊन तो घोरीला रोखण्यासाठी निघाला. तरोरीच्या रणांगणांवर दोन्ही सैन्यांची गाठ पडली.

राजपुतांच्या सैन्यातील आघाडीचे ते प्रचंड हत्ती, मिशांवर पीळ देत उत्साहाने रणगर्जना करणाऱ्या राजपूत वीरांचा तो उत्साह पाहून घोरी थोडासा हबकलाच होता, पण आता तोंड देण्याशिवाय त्याला गत्यंतरच नव्हते. तो आपल्या सैन्याची व्यवस्था लावीत असतानाच राजपुतांचा हल्ला झाला. घोरीच्या सैनिकांनीही राजपुतांना खंबीरपणे तोंड देण्याचा प्रयत्न केला, पण दाणदाण करीत अंगावर येणारे राजपुतांचे हत्ती आणि राजपुतांचा जोश यापुढे घोरीचे सैन्य टिकाव धरू शकले नाही. पाहता पाहता त्याचे सैन्य मागे हटू लागले, मारले जाऊ लागले. थोड्याच वेळात त्याचा साफ पराभव झाला. स्वत: महंमद घोरी पकडला गेला. युद्धकैदी म्हणून त्याला पृथ्वीराज चौहानच्या समोर आणण्यात आले.

समोर येताच घोरी, ''मला सोडून द्या, मी पुन्हा भारतात पाऊल टाकणार नाही. मी तुमची क्षमा मागतो'', असे म्हणत गयावया करू

लागला.

पृथ्वीराज चौहानने घोरीला जीवदान दिले. त्याला सोडून दिले. पृथ्वीराजने इतिहासाकडे दुर्लक्ष केले. इतिहासाचे विस्मरण घातक ठरले.

महंमद घोरीच्या बाबतीत तेच झाले. तो अफगाणिस्तानात परत जाताच त्याने तरोरीच्या रणांगणातून पळ काढलेल्या शिपायांची कत्तल केली. जे पळपुटे अधिकारी होते त्यांची गाढवावरून धिंड काढली. नवीन सैन्यभरती केली. त्याच सुमारास रिकिबीचा शोध लागला होता, त्यामुळे रिकिबीत पाय अडकवून धावत्या घोड्यांवरून बाणांचा वर्षाव करणे शक्य झाले होते. घोरीने आपल्या घोडेस्वारांना शिक्षण दिले आणि वेगवान घोडदळ निर्माण केले. त्यानंतर तो वर्षभरानेच पुन्हा भारतात घुसला. ते वर्ष होते ११९२.

पृथ्वीराज चौहानला बातमी मिळताच त्याने पुन्हा आपले आणि राजपूत राजांचे मिळून प्रचंड सैन्य घेऊन महंमद घोरीला तरोरीच्याच रणांगणावर रोखले. दोन्ही सेनादले समोरासमोर उभी ठाकली. हत्तींच्या प्रचंड धुडांच्या मागे असलेले राजपूत सैनिक पुन्हा मिशांवर पीळ भरीत आक्रमक घोरीच्या सैन्याला आव्हान देत होते. याच वेळी पृथ्वीराज चौहानने महंमद घोरीला एक निरोप धाडला. त्यात त्याने लिहिले होते–

''मागच्या वर्षीच तू माझ्याकडून पराभूत होऊन स्वत: कैद झाला होतास; पण तू प्राणाची भीक मागितलीस म्हणून मी तुझ्यावर दया करून तुला सोडून दिले होते. आजही माझे तेच शूर वीर, तुझा आणि तुझ्या सैन्याचा फडशा पाडण्यासाठी उत्सुक आहेत. म्हणून मी तुला सुचवीत आहे, की आपले आणि आपल्या सैनिकांचे प्राण वाचवायचे असतील, तर बऱ्या बोलाने परत जा; त्यातच तुझे कल्याण आहे.''

महंमद घोरीला ते पत्र मिळताच त्याने पृथ्वीराज चौहानला लगेच उत्तर धाडले,

''महाराज, आपण म्हणता ते खरे आहे. आपल्या सैन्यातील प्रचंड हत्ती, आपले असंख्य राजपूत वीरांचे सैन्य पाहून मी आणि माझे सरदार घाबरून गेलो आहोत. तुमच्याशी युद्ध करण्याची माझी आता हिंमत होत नाही; पण आता येथून परतणे माझ्या हातात नाही. माझ्या मोठ्या भावाने आज्ञा करून मला येथे धाडले आहे. आता तुमचे सैन्य, तुमची तयारी पाहून मी भावाला येथून परतण्याची परवानगी मागितली आहे. ती येताच मी निघून जाईन.''

हे पत्र पृथ्वीराजाकडे येताच ती बातमी सर्व राजपूत सैन्यात पसरली. लढाईच्या आधीच त्यांच्यात विजयोत्सवाचे वातावरण निर्माण झाले. राजपूत सैन्य गाफील

झाले. त्यांची लढण्याची जिद्द संपून गेली. घोरीला हेच हवे होते. ती रात्र संपली आणि दुसऱ्या दिवशी पहाटेलाच घोरीचे घोडदळ गाफील राजपूत सैन्यावर तुटून पडले. मानसशास्त्रीय युद्धतंत्राचा तो एक अफलातून नमुना होता.

हत्तींची फळी तयार होऊन समोर येताच घोरीचे घोडेस्वार आता धावत्या घोड्यांवरून हत्तींच्या नाकांवर शरसंधान करीत. हत्ती समोर आले की आक्रमक घोडेस्वार बाजूला पळून जात; मग मागचे घोडेस्वार वेगाने समोर येत आणि पुन्हा हत्तींच्या नाकांवर बाणांचा वर्षाव करीत. या आगळ्यावेगळ्या माऱ्याने हत्तीही बुजले. मागे हटले. घोरीच्या सैनिकांना आता हत्तींना घाबरण्याचे कारण नव्हते. ते भयंकर रणगर्जना करीत राजपूत सैन्यावर तुटून पडले. अनेक राजपूत राजांच्या एकत्र आलेल्या सैन्याला एका सूत्रात गुंफून तोंड देणे आता पृथ्वीराज चौहानला शक्य झाले नाही. आक्रमक शत्रू आता राजपूत सैन्याला बगल देऊन पिछाडीवर हल्ले करू लागला आणि पाहता पाहता राजपूत सैन्य या वेगवान युद्धतंत्राने गोंधळले, पराभूत झाले. पृथ्वीराज चौहान महंमद घोरीच्या ताब्यात सापडला.

नव्याने सैन्यउभारणी करून, त्यांना बदललेल्या वेगवान युद्धतंत्रात प्रवीण करून मगच भारतात दुसऱ्यांदा आलेल्या घोरीने, राजपूत सैन्याला गाफील करण्यात यश मिळविले आणि शूरवीर राजपुतांवर सहज विजय मिळवला तो आपल्या कुशल कारवाईनेच.

***

## दहा

चेंगीझखानाच्या नावामागे 'खान' असले तरी तो मुसलमान नव्हता. मंगोलियाच्या एका लहानशा टोळीतील या बालकाला लहानपणीच त्याचे हात लाकडी खोड्यात टाकून प्रतिस्पर्धी टोळीच्या नायकाने कैदेत टाकले होते. पण तेथून अत्यंत कौशल्याने आपली सुटका करून घेऊन मग इतर टोळीवाल्यांना एकत्र करून त्याने आपली शक्ती वाढविली. आपल्या पराक्रमाने आणि कुशल युद्धतंत्राने मंगोलिया, मग चीन, अफगाणिस्तान आणि युरोपातील काही देश जिंकून घेतले.

त्याचे सैन्य कोणत्याही आघाडीवर असले, तरी तेथे काय आणि कसे घडते आहे याची बित्तंबातमी आपल्याला मिळत राहावी, याची तो नेहमी काळजी घेत असे. हे त्याच्या युद्धतंत्राचे आणखी एक वैशिष्ट्य होते.

निळ्या आकाशातील देवाला भजणाऱ्या या प्रतापी आणि कुशल युद्धशास्त्रतज्ज्ञाच्या काही मोहिमांमधून त्याचा पराक्रमाची आणि कुशल युद्धतंत्राची साक्ष सहजपणे पटू शकेल.

### 'पलटी'च्या युद्धतंत्राने मात

चीनच्या उत्तरेला मंगोलिया आहे. या मंगोलियाचा संस्थापक सम्राट होता चेंगीझखान. हा एका लहान टोळीचा प्रमुख असलेल्या येसुगाईचा मुलगा होता. बाराव्या शतकाच्या सुरुवातीला मंगोलियाच्या या भागात अनेक लहानमोठ्या टोळ्या निरनिराळ्या नावांखाली वावरत असत. त्या एकमेकांवर हल्ले करीत. रक्तपात होई. मग जी टोळी विजयी होत असे, त्या टोळीचे महत्त्व वाढत असे. अशा त्या टोळ्यांमध्ये येसुगाईची टोळी सगळ्यांत प्रभावी होती. पण त्यालाही शत्रू होतेच.

त्याच्या मृत्यूनंतर त्याचा मुलगा तैमुज्जीन लहान– तेरा वर्षांचा होता, तरी टोळीवाल्यांनी त्याला प्रमुख पद दिले. पण त्याच्या वडिलांच्या शत्रूंपैकी तायची यूत जमातीच्या तारखूताई याने तैमुज्जीनच्या टोळीवर हल्ला केला. लहानग्या तैमुज्जीनला पकडले आणि कैदेत ठेवले. तैमुज्जीन अत्यंत कौशल्याने तारखूताईच्या कैदेतून पळाला. डोंगरदऱ्यांतून पळून जाऊन सावकाश त्याने आपली टोळी पुन्हा उभी केली.

आपल्या टोळीतील प्रत्येकाला त्याने तिरंदाजी, भालाफेक आणि तलवार चालविणे शिकवून तरबेज केले आणि आपली टोळी त्या भागात सर्वांत बलवान केली. मग अनेक टोळ्या एकत्र करून त्याने आपले शक्तिशाली सैन्यच उभे केले. त्यातील प्रत्येकाला घोड्यावर स्वार होऊन मैल न् मैल रपेट करण्याची त्याने सवय लावली होती. अगदी आपल्या छत्रपती शिवरायांप्रमाणे तैमुज्जीनने अक्षरश: शून्यातून आपले सैन्य उभारले होते. त्याचे स्वत:चे असे युद्धतंत्र होते. पाहता पाहता मंगोलियाचा सारा प्रदेश त्याने आपल्या ताब्यात आणला. यालाच पुढे सर्वांतर्फे 'खान' हे पद म्हणजे बादशहाचे स्थान बहाल करण्यात आले. खान ही पदवी होती. निळ्या आकाशाच्या वर आपला देव राहतो, ही त्यांची श्रद्धा होती. सर्व चांगल्या प्रसंगी ते त्या निळ्या आकाशातील देवाला प्रणाम करीत असत. सन ११७० मध्ये जन्माला आलेला हा तैमुज्जीन ११९८ मध्ये खान झाला. हाच पुढे चेंगीझखान म्हणून प्रसिद्धीस आला. त्याने आधी संपूर्ण चीन-कॅथीचा प्रदेश जिंकून घेतल्यावर, तो आपले प्रचंड घोडदळ घेऊन अफगाणिस्तानकडे वळला आणि अफगाणिस्तानही त्याने जिंकून घेतले. सगळीकडे त्याच्या नावाची जबरदस्त दहशत निर्माण झाली होती. चेंगीझखानचे सैन्य आले असे समजताच गावेच्या गावे त्याला शरण येत असत. अफगाणिस्ताननंतर त्याची नजर तुर्कस्तानातील प्रसिद्ध शहर 'समरकंद' या शहरावर पडली.

समरकंद शहराभोवती प्रचंड अशी तटबंदी होती. तेथील सैनिक आणि त्यांचे सेनानीही शूर होते. त्यांनी चेंगीझखानच्या सैन्याची धास्ती घेतली नव्हती. उलट, त्याला खंबीरपणे तोंड देण्याची त्यांनी जय्यत तयारी केली होती. चेंगीझखानच्या सैन्याचे प्रखर हल्ले समरकंदच्या सैन्याने परतवून लावले होते. चेंगीझखान आता विचारात पडला. त्याने आपली युद्धयोजना बदलली. त्याने समरकंदला वेढा घातला. आतून कोणीही बाहेर जाऊ शकणार नाही, बाहेरूनही कोणी आत जाऊ शकणार नाही, असा कडक बंदोबस्त केला. समरकंदचे सैनिकही अधूनमधून वेढा तोडण्याचा प्रयत्न करीत होते. असे काही दिवस गेल्यावर समरकंदच्या सेनानींनी आपली युद्धयोजना ठरविली. तटबंदीची भक्कम दारे उघडून आपल्या घोडदळाने चेंगीझखानच्या

सैन्यावर तुटून पडायचे आणि चेंगीझखानच्या सैन्याची फळी फोडून त्यांना ठोकून काढायचा बेत आखला. चेंगीझखानचे गुप्तहेरखाते कुशल होते. वेढा घालण्याच्या आधीपासून त्याचे काही गुप्तहेर समरकंदमध्ये वावरत होतेच. त्यांनी ही बातमी मिळवली आणि ती चेंगीझखानाला पुरविली.

समरकंदच्या वीरांचा हल्ला जबरदस्त असेल, याची चेंगीझखानला जाणीव होती. त्याने आपल्या सेनानींना आपल्या योजनेबद्दल सूचना दिल्या. त्याचे सैन्य आता समरकंदच्या सैन्याच्या अपेक्षित हल्ल्याची वाट पाहत तयार बसले. वरवर पाहणाऱ्याला ते बेसावध आहेत, असा भास होत होता.

एके दिवशी समरकंदच्या तटबंदीचे काही दरवाजे एकदम उघडले गेले आणि समरकंदच्या घोडदळाने वेढा घालून बसलेल्या चेंगीझखानच्या सैन्यावर अचानक हल्ला केला. चेंगीझखानच्या घोडदळाने गोंधळल्यासारखे दाखवून पळ काढला. तेथे लढाई झाली असती, तर चेंगीझखानचे अनेक सैनिक मारले गेले असते. म्हणूनच त्याने ही योजना आखली होती. चेंगीझखानचे घोडदळ पळत होते. अर्थात, आपण का पळतो आहोत, याची कल्पना त्यांना होती. ते जीव घेऊन पळाल्यासारखे पळत असले, तरी सावध होते. समरकंदच्या घोडदळाने त्यांचा अगदी त्वेषाने पाठलाग सुरू केला. समरकंदच्या सैन्याला पाठलाग करुन चेंगीझखानच्या सैन्याला गाठायचे आणि त्याचा फडशा पाडायचा, एवढेच माहीत होते. ते त्वेषाने दौडत होते; पण चेंगीझखानचे सैन्य वेगात धावत होते. या पळापळीत असलेले समरकंदाचे सैन्य विस्कळीत होऊ लागले. त्यांची शिस्तबद्ध आखणी बिघडली. त्याच अवस्थेत ते पाठलाग करत होते.

त्या धावाधावीत बेधुंद अवस्थेत धावणारे तुर्की सैन्य चेंगीझखानच्या सैन्याच्या जवळ पोचले असा भास होत आहे, तोच चेंगीझखानच्या सैन्याला इशारा मिळाला आणि एका क्षणात त्याचे सारे घोडदळ थांबले. त्यांनी तोंडे फिरवली आणि मागून बेहोश होऊन धावणाऱ्या तुर्कस्तानच्या विस्कळीत झालेल्या घोडदळावर ते तुटून पडले. तुर्की सैन्याला शस्त्रे सावरायला वेळच मिळाला नाही. ते गोंधळले. चेंगीझखानच्या सैन्याने त्यांची तुफान कत्तल केली. समरकंदचे सैन्य पराभूत झाले. चेंगीझखानने पलटीचे हे अभिनव युद्धतंत्र वापरून समरकंद ताब्यात घेतले. त्याचे फारसे नुकसान झाले नाही.

## छावणीच्या फसव्या विस्ताराने शत्रूची फसवणूक

सतरा-अठरा वर्षांचा तो पोरगा आपल्या आईजवळ बसून, आपण आपल्या वडिलांचा शत्रू असलेल्या तारखूताईच्या बंदिवासातून आपली कशी सुटका करून

घेतली, हे तिला सांगत होता. आपल्या मुलाचे- तैमुज्जीनचे- बोलणे ऐकल्यावर त्याची आई त्याला म्हणाली होती,

"आपण मंगोलियन लोक लहानलहान टोळ्यांमधून विखुरलेले असे राहतो. एकमेकांशी सतत भांडतो, रक्त सांडतो. त्यामुळेच आपण मंगोलियन पुढे येऊ शकत नाही. आपला विकास होत नाही."

आईचे ते बोलणे ऐकूनच त्याने निर्णय घेतला होता, की यानंतर मी मंगोलियाचे एकछत्री साम्राज्य निर्माण करीन. सगळ्या टोळ्या एकत्र आणण्याचा प्रयत्न करीन. जे सहजपणे येणार नाहीत, त्यांना पराभूत करून त्यांची टोळी नेस्तनाबूत करून टाकीन. हे त्याने आईला सांगितले आणि त्याने निळ्या आकाशातील देवाला अभिवादन केले आणि प्रार्थना केली, की संपूर्ण जगावर ज्याचा प्रभाव पडेल असे सामर्थ्यवान मंगोलियन राष्ट्र निर्माण करण्याचे सामर्थ्य मला दे. त्याची आई आपल्या पोराकडे कौतुकाने पाहत होती. बलदंड शरीराच्या पोराला ती नजरेत साठवत होती.

तो स्वत: एका टोळीप्रमुखाचा मुलगा होता. आपल्या वडिलांच्या त्या टोळीसकट अनेक लहानमोठ्या टोळ्या त्याने एकत्र आणल्या आणि तो त्यांचा प्रमुख झाला.

तातार एक प्रभावशाली जमात होती. या टोळीची शक्तीही चांगलीच होती. शिवाय या तातारही जमातीला कॅथीच्या (म्हणजे आजच्या चीनच्या) सुवर्ण राजाची साथ होती. त्या जोरावरच ती जमात तैमुज्जीनला आव्हान देत होती.

तैमुज्जीन आपल्या सैनिकांना व्यवस्थित लष्करी शिक्षण देत होता. त्यांच्यात शिस्त निर्माण करण्याच्या प्रयत्नात होता. काही दिवसांतच त्याचे शिस्तबद्ध सैन्य शस्त्रास्त्रांच्या वापरात निपुण झाले. त्याने प्रभावी अशी गुप्तहेर यंत्रणाही निर्माण करून सर्व दिशांना गुप्तहेर धाडले होते. त्याच्याच गुप्तहेरांनी त्याला बातमी दिली, की कॅथीच्या सुवर्ण राजाचे आणि तातारांचे बिनसले आहे आणि कॅथीच्या सैन्याने तातारांवर हल्ला चढवला आहे. तैमुज्जीन अशा संधीची वाटच पाहत होता. त्याने प्रबळ अशा तातारांच्या सैन्याची माहिती काढली. ते कोठे आहेत. कॅथीच्या सैन्यावर त्यांचा प्रभाव कितपत पडतो आहे इत्यादी माहिती त्याने जमवली. जेव्हा त्याला समजले, की तातार माघार घेण्याच्या प्रयत्नात आहेत, त्याच वेळी त्याने निर्णय घेतला आणि आपले वेगवान घोडदळ तातारांच्या पिछाडीकडे दौडविले. त्याच वेळी त्याला कॅथीच्या राजाचा निरोप मिळाला– "तातार फार माजले आहेत. आपण दोघे मिळून त्यांचा नि:पात करू."

तैमुज्जीन गालातल्या गालात हसला व मनात म्हणाला, ''तू आज माझ्या शत्रूचा शत्रू झाल्याने माझा मित्र आहेस. ठीक आहे. आपण आधी तातारांचा समाचार घेऊ.'' आणि त्याने आपल्या घोड्याला टाच मारली. तातारांचे सैन्य उलझा नदीच्या दिशेने माघार घेत होते. त्या माघार घेणाऱ्या सैन्यावर तैमुज्जीन तुटून पडला. आपल्या सैन्याचे तोच नेतृत्व करीत होता. त्याच्या भयानक हल्ल्यापुढे तातारांचे सैन्य गोंधळले, विस्कळीत झाले. तैमुज्जीनने तातारांची टोळी पार उद्‌ध्वस्त केली.

तातारांच्या सैन्यातील शरण आलेल्या कुशल धनुर्धारी सैनिकांना त्याने त्यांची कठोर परीक्षा घेऊन आपल्या सैन्यात दाखल करून घेतले. त्यांना लांबवर अचूक भालाफेक करता आली पाहिजे, हीसुद्धा बाणांच्या नेमबाजीबरोबरच आवश्यक अट असे. त्याचे सैन्य आता आणखी प्रभावी झाले होते. त्याचे शत्रू कमीकमी होत चालले होते. आता तैमुज्जीनला 'खान' पद म्हणजे बादशहाचे स्थान बहाल करण्यात आले होते आणि ते केले होते ते बाझरीन जमातीचा प्रमुख खोरगीखान याने. आता तो चेंगीझखान म्हणून ओळखला जाऊ लागला होता. त्याच्याबरोबर आणखी इतर जमातींचे प्रमुख सरदार होतेच. त्यांपैकीच एक होता नायनान जमातीचा राजा तयांग. त्यानेही अनेक टोळीवाले एकत्र करून मोठे सैन्य उभे केले होते.

चेंगीझखानची छावणी त्या वेळी शाकीरमौत पर्वताच्या पायथ्याजवळील मोठ्या मैदानावर होती. त्याच वेळी राजा तयांग, मरेकी जमातीचा तोखतोई, चेंगीझच्या जमातीतीलच एक दासीपुत्र जमुखा आदी अनेक प्रमुखांचे सैन्य, त्याच शाकीरमौत पर्वतावर एकत्रित करीत असून तो आपल्यावर हल्ला करण्याच्या तयारीत आहे ही बातमी चेंगीझखानला समजली होतीच.

चेंगीझखान जाणून होता की राजा तयांगची सैन्यसंख्या त्याच्या सैन्यापेक्षा खूपच जास्त आहे. मग त्याच्या प्रचंड सैन्यावर मानसिक दडपण आणण्यासाठी चेंगीझखानने एक युक्ती केली. त्याने आपल्या छावणीच्या आजूबाजूला अनेक रिकामे तंबू उभारले ते रात्रीच्या अंधारात आणि त्या तंबूंच्या भोवताली सैनिकांचे गवती पुतळे उभे केले. या पुतळ्यांवर पुरेसा प्रकाश पडेल अशा पद्धतीने त्याने सगळीकडे मशाली पेटवून ठेवल्या. वाऱ्याच्या झोताने मशालीचा हलता उजेड त्या पुतळ्यांमध्ये जिवंतपणाचा भास निर्माण करीत होता. त्याची छावणी आता पर्वतावरून पाहणाऱ्या राजा तयांग आणि इतर टोळीप्रमुखांच्या सैनिकांना एखाद्या प्रचंड फौजेसारखी वाटत होती. त्यांच्यात याच विषयावर चर्चा सुरू झाली होती. रात्र जशी जशी सरकू लागली, तशी खालच्या प्रचंड छावणीतील हालचाल पर्वतावरील शत्रूसैनिकांना जाणवू लागली. त्यांच्यावर आता मानसिक दडपण येऊ लागले होते. चेंगीझखानचा हेतू सफल होत होता.

खरं म्हणजे शत्रुसैन्य पर्वतावर असल्याने त्यांना उंचीचा फायदा मिळणार होता, कारण खालून वर येणाऱ्या चेंगीझच्या सैन्यावर ते वरून सहजपणे प्रभावी मारा करू शकले असते. पण कुशल युद्धनेतृत्व अंगी बाणलेल्या त्या चेंगीझखानाने आपल्या सैनिकांत प्रचंड उत्साह निर्माण करून त्यांचे मनोबल वाढविले होते. पहाट फुटताच त्याचे पायदळ एखाद्या अभेद्य भिंतीप्रमाणे पर्वत चढू लागले. पर्वतावरून राजा तयांगच्या सैन्याने, चेंगीझच्या सैन्यावर मारा सुरू केला; पण चेंगीझच्या सैन्याची अभेद्य भिंत वरवर सरकत होती. पडलेल्या सैनिकांची जागा मागच्या रांगेतील सैनिक घेत होते. अखेरीस त्याचे पायदळ त्वेषाने शत्रूला भिडले; मनोबल आधीच कमी झालेले शत्रूसैनिक गोंधळले... हादरले... त्याच वेळी चेंगीझखान स्वत: आपले घोडदळ घेऊन गोंधळलेल्या शत्रूवर दोन बाजूंनी तुटून पडला. शत्रुसैन्य कोलमडून पडले. चेंगीझच्या सैन्याचे शत्रूची बेफाम कत्तल केली. त्याच्या कुशल युद्धतंत्राने आणि त्याच्या नेतृत्वाने विजय खेचून आणला. त्याने निळ्या आकाशातील देवाला प्रणाम केला.

## चेंगीझखानाची आचारसंहिता

जगातील अत्यंत मोठा भाग आपल्या कुशल युद्धतंत्राने जिंकून त्यावर राज्य करणाऱ्या चेंगीझखानाने आपल्या राज्यातील जनतेसाठी आणि सैनिकांसाठी एक आचारसंहिता जाहीर केली होती, जी इतिहासाच्या अभ्यासकांच्या दृष्टिकोनातून जितकी महत्त्वाची आहेच, तितकीच अभ्यासनीयही आहे.

आतापर्यंत पोलंड, हंगेरीसह रशिया, तुर्कस्थान, इराण, अफगाणिस्तान हे प्रदेश त्याने आपल्या विशाल साम्राज्यात सामाविष्ट करून घेतले होते. पूर्वेला मंगोलिया तर त्याचा होताच, पण सुरुवातीच्या आपल्या अतिवेगवान लष्करी कारवाईत त्याने कॅथीचे संपूर्ण राज्य आपल्या वर्चस्वाखाली आणले होते.

अफगाणिस्तानचा अहमदशहा त्याच्या हातून निसटला होता, तरी त्याचा मुलगा जलालुद्दीन मांगरबारनी मात्र या वेळी भारताच्या दिशेने पळत होता. चेंगीझखानाने त्याचा कसून पाठलाग केला. भारताच्या वेशीवर सिंधू नदीने पळपुट्या जलालुद्दीनला रोखले. पाठलागावर आलेल्या चेंगीझखानने त्याला तेथेच गाठले. जलालुद्दीनच्या सैन्याने चेंगीझखानाच्या सेनेला थोपविण्याचा अयशस्वी प्रयत्न केला. आपला पराभव डोळ्यांसमोर दिसत असतानाच जलालुद्दीनने सिंधू नदीच्या विशाल पात्रात उडी घेतली आणि तो भारतात पळून गेला. ते इ.स. १२२७ साल होते.

सिंधू नदीच्या तीरापर्यंत आलेला चेंगीझखान तेथूनच परतला. कदाचित अफगाणिस्तानातील शार-इ-गोलाच्या पठारावरील त्याच्या नातवाचे निधन त्याला

स्वस्थ बसू देत नसावे. त्याच्या सिंधू तीरावरून परतण्याचे तेच एक कारण संभवते.

आपल्या राजधानीत परतल्यावरही त्याला कॅथीच्या (चीनच्या) भागात झालेला उठाव मोडून काढावा लागला. यानंतर मात्र या महान सम्राटाने आपल्या प्रचंड साम्राज्यात कायदा आणि सुव्यवस्था निर्माण करण्याचा निर्णय घेतला. त्याप्रमाणे पावले उचलण्यास सुरुवात केली.

चेंगीझखानाच्या सेना आशिया खंडात सगळीकडे मृत्यूचे आणि विध्वंसाचे साम्राज्य निर्माण करीत फिरत होत्या, असेच केवळ त्याच्या बाबतीत बोलले जाते. परंतु याच चेंगीझखानाने आपल्या विशाल साम्राज्यात कायदा आणि सुव्यवस्था निर्माण करून आपल्यातील कुशल प्रशासकीय गुणांचाही जगाला परिचय करून दिला होता, हे इतिहासकार सोईस्करपणे विसरतात.

आशिया खंडाचा बराच मोठा भाग व्यापलेल्या आपल्या विशाल साम्राज्यात कायदा आणि सुव्यवस्था निर्माण करण्यासाठी त्याने आपला कायदा सल्लागार तातातोंगा याला सांगून साम्राज्यातील जनतेसाठी एक आचारसंहिता लिहून घेतली. या आचारसंहितेचे काटेकोरपणाने पालन होईल, याचीही त्याने दक्षता घेतली. अकराव्या शतकातील एका लेखकाने लिहून ठेवल्याप्रमाणे 'भूभाग हे शस्त्रांच्या बळावर मिळवता येतात; पण त्या भूभागांवर राज्य करण्यासाठी लेखणीच आवश्यक असते', हे तत्त्व चेंगीझखानानेही सिद्ध करून दाखविले होते.

चेंगीझखानाच्या नजरेसमोर साम्राज्यनिर्मिती हे ध्येय होते आणि त्या काळी, चेंगीझखानाला आपले लक्ष्य गाठण्यासाठी युद्धाशिवाय पर्याय नव्हता. म्हणून त्याची संपूर्ण प्रजा ही जवळजवळ लष्करी सूत्रांनीच बांधलेली आढळते. याच कारणामुळे त्याच्या संहितेवरदेखील लष्करी विचारांचाच प्रभाव पडलेला दिसतो.

मंगोलियन साम्राज्यातील प्रजा ही सदासर्वकाळ, युद्धजन्य परिस्थितीला तोंड देण्यासाठी सज्ज राहत असे, म्हणून चेंगीझखानाच्या संहितेत याचा प्रामुख्याने उल्लेख करण्यात आला आहे. अगदी काही मोजके अपवाद वगळता बहुतेक प्रत्येक पुरुष हा सैनिक समजला जात असे. यातून अपवाद म्हणून ज्या काही पुरुषांना सूट मिळत असे, त्यांनीही कोणत्या जबाबदाऱ्या सांभाळाव्यात हे स्पष्टपणे सांगण्यात आले होते. विशेषत: महिलांसाठी असे आदेश होते की, युद्धजन्य परिस्थितीला ज्या वेळी राष्ट्र तोंड देत असेल, त्या प्रसंगी पुरुष लष्करात जाताच ते जी कामे लष्करात सामील होण्यापूर्वी करीत असतील, अशा सर्व कामांची जबाबदारी स्त्रियांनी स्वीकारली पाहिजे.

लष्करात भरती न होऊ शकणाऱ्या पुरुषांनीही, कोणतीही अपेक्षा न करता

राष्ट्रासाठी काम केले पाहिजे, असे त्यांच्यासाठी आदेश होते.

राष्ट्रातील प्रत्येक पुरुष हा सैनिक समजला जात असल्याने आदेश येताच कोणी, कोठे, कुणाकडे हजर व्हावयाचे हे प्रत्येकाला माहीत असलेच पाहिजे, असा दंडक होता. यामुळे युद्धाचे आदेश येताक्षणी थोड्याच कालावधीत त्याचे सैन्य तयार होऊन खडे होत असे.

अर्थात, यासाठी त्याच्या सैन्याची रचनाही त्याने सुटसुटीत अशी ठेवली होती. त्याच्या सैन्याची रचना एखाद्या पिरॅमिडप्रमाणे होती. यामुळे सैन्याच्या अगदी खालच्या पातळीवर दहा-दहा सैनिकांचे गट होते. अशा दहा गटांवर एक अधिकारी, मग शंभराच्या दहा गटांवर एक, हजारांच्या दहा गटांवर एक अशा पद्धतीने मजबूत पायाचे हे पिरॅमिड वर निमुळते होत जाऊन खुद्द चेंगीझखानपर्यंत पोचलेले होते.

चेंगीझखानचा दंडक असा होता की, कोणत्याही अधिकाऱ्याला दहापेक्षा अधिक व्यक्तींना आदेश देण्याची पाळी येऊ नये. अगदी वरच्या पातळीवरील दहा उच्च अधिकाऱ्यांना पहिला आदेश मिळताच तो दहा-दहाच्या गुणाकाराने लवकरात लवकर खालच्या पातळीपर्यंत पोचत असे.

कोणत्याही पातळीवरील अधिकाऱ्याला, आपल्या अधिकारातील दहा व्यक्तींची, युद्धाच्या दृष्टीने, शस्त्रास्त्रांच्या दृष्टीने पूर्ण तयारी आहे अथवा नाही, हे नेहमीच जाणून घेणे आवश्यक असे. यात जी काही कमतरता असेल, त्याची पूर्तता ताबडतोब करण्याची जबाबदारीहीही त्याचीच असे. यामुळे चेंगीझचे सैन्य हे सदासर्वकाळ युद्धाला तोंड देण्याच्या जय्यत तयारीत असे.

इस्राईलसारख्या राष्ट्राला सदैव शत्रूंना तोंड देण्यासाठी तयार राहणे आवश्यक असल्याने त्या राष्ट्रात आजही ही पद्धत अमलात आणली जात असल्याचे दिसते. फरक काय पडला असेल तो शस्त्रास्त्रांत, वाहनांत. बाकी केव्हाही युद्धाची घोषणा होण्याआधीच तयारीचे आदेश प्रत्येकाकडे पोचून, प्रत्येकजण आपल्या पूर्वनियोजित ठिकाणी, आपल्या लष्करी तळावर हजर होत असतो. नागरी जीवनात त्यांनी सांभाळलेल्या जबाबदाऱ्या महिलांवर अथवा लष्करातून सूट मिळालेल्या काही अपवादात्मक पुरुषांवर येऊन पडतात. चेंगीझखानाच्या या व्यवस्थेचे महत्त्व यावरून पटल्याशिवाय राहत नाही.

चेंगीझखानाच्या सैन्यातील सैनिकांच्या बढतीबाबतही त्याचे आदेश प्रत्येकाला शौर्य आणि त्याच्यातील अधिकार गाजवण्याच्या शक्तीला प्रोत्साहित करतील असेच होते. त्याच्या संहितेप्रमाणे प्रत्येक अधिकारी हा पूर्णपणे अनुभवी, ज्याने स्वत: तहान आणि भूक यांच्या तणावाचा प्रत्यक्ष अनुभव लष्करी कारवाईच्या प्रसंगी घेतलेला

आहे, असाच असावा, हे स्पष्ट दिसते. यामुळे कर्तृत्ववान सैनिकांना बढती मिळत असे व आणखी जास्त कर्तृत्व दाखविण्याठी ते प्रोत्साहित होत असत.

त्याच्या संहितेतील एक कलम असे सांगते की, जो आपले घर स्वच्छ ठेवू शकतो, तो अधिकारी झाल्यास आपल्या विभागातून चोरा-चिलटांना नाहीसे करण्यात यशस्वी झाल्याशिवाय राहत नाही. त्याचप्रमाणे दहा सैनिकांना उत्तम प्रकारे सांभाळणारा अधिकारी शंभर, हजार सैनिकांचे नेतृत्वही चांगल्या प्रकारे करू शकतो. मात्र दहा सैनिकांचे नेतृत्वही व्यवस्थितपणे न करू शकणारा अधिकारी त्याच्या कुटुंबासह शिक्षेस पात्र ठरत असे. अपात्र आणि असमर्थ अधिकाऱ्याला शिक्षा देताना त्याच्या कुटुंबालाही दोषी ठरविण्यामागचा हेतू, एक स्वतंत्र अभ्यासाचा विषय होऊ शकेल. त्या अकार्यक्षम अधिकाऱ्याला त्याच्या कुटुंबाची योग्य साथ मिळत नसल्याने तो अकार्यक्षम मानला जात असावा. अथवा अकार्यक्षम, असमर्थ, अपात्र अधिकाऱ्याच्या कुटुंबीयांना अधिकारक्षेत्राच्या जवळपासही येता येऊ नये, हा त्यामागील उद्देश असावा. आपले कौटुंबिक व्यवहार चांगल्या प्रकारे सांभाळू शकतो तो चांगला प्रशासक होऊ शकतो, असे संहितेत स्पष्टपणे नमूद केल्याचे दिसते.

संहितेत सांगितल्याप्रमाणे आज्ञाधारकपणा हे प्रत्येकाचे महत्त्वाचे कर्तव्य आहे. त्यात कसूर करणाराला मृत्युदंड हीच शिक्षा होते.

नेमून दिलेल्या जागेवरून विनापरवानगीने निघून जाणारा वा जागा सोडणारा सैनिकही मृत्युदंडाच्या शिक्षेस पात्र होत असे. त्याचप्रमाणे कर्तव्याकडे दुर्लक्ष करणारा सैनिकही मृत्युदंडास पात्र ठरत असे.

संहितेप्रमाणे वार्षिक सभा होऊन त्यात सर्व अधिकाऱ्यांनी पुढील आदेश आणि सूचना ऐकण्यासाठी आलेच पाहिजे, असा दंडक होता. अशा वार्षिक सभांना गैरहजर राहणारा कोणत्याही पातळीवरील अधिकारी हा खड्यासारखा उचलून फेकला जात असे अथवा नाहीसा होत असे.

प्रत्येक अधिकाऱ्याने आपले सैनिक सदैव तयार ठेवणे आवश्यक होते. दिवसा अथवा रात्री, आदेश येताच आपापल्या घोड्यांवर स्वार होऊन त्याने अधिकाऱ्यांसमोर हजर झाले पाहिजे, असे संहिता सांगते.

राज्यात कोणत्याही अधिकाऱ्याने कोणत्याही मंगोलियन व्यक्तीला आपला गुलाम अथवा नोकर बनविता कामा नये, हे कलमदेखील त्यात आहे.

प्रत्यक्ष रणभूमीवरील युद्धाच्या बाबतीतही संहितेत स्पष्ट आदेश आहेत. संहिता सांगते की, कोणतीही लष्करी कारवाई सुरू होण्यापूर्वी प्रत्येक सैनिकाला त्याची शस्त्रे, त्याच्या अधिकाऱ्याने स्वत: दिली पाहिजेत. त्याचप्रमाणे प्रत्यक्ष युद्ध

सुरू होण्यापूर्वी अधिकाऱ्याने आपल्या हाताखालच्या प्रत्येक सैनिकाचे शस्त्र स्वत: तपासले पाहिजे व सैनिकाने ते तपासून घेतले पाहिजे. कोणत्याही सैनिकाच्या शस्त्रास्त्रामध्ये उणीव आढळल्यास त्याला लगेच शिक्षा केली गेली पाहिजे.

प्रत्यक्ष युद्धप्रसंगी एखाद्या सैनिकाला आपल्या एखाद्या सहकाऱ्याचे एखादे शस्त्र अथवा बाण त्याच्या भात्यातून पडलेला दिसला, तर त्याने लगेच घोड्यावरून उतरून ते पडलेले शस्त्र संबंधित सैनिकाला परत केलेच पाहिजे. यात कोणत्याही प्रकारची कसूर करणारा मृत्युदंडास पात्र ठरेल.

युद्धप्रसंगी अथवा युद्धानंतर अधिकाऱ्याच्या परवानगीशिवाय कोणत्याही सैनिकाने कशाही प्रकारची लूट करू नये. तसे करणाऱ्यास मृत्युदंडच दिला गेला पाहिजे. अधिकाऱ्याने परवानगी दिल्यानंतर मात्र प्रत्येक सैनिकाला शत्रुप्रदेशातील लूट करण्याचा त्याच्या अधिकाऱ्याइतकाच हक्क राहील. अर्थात त्याने खानाचा (चेंगीझखानाचा) लुटीतील वाटा दिलाच पाहिजे, हे त्याच्यावर बंधन होते.

युद्धप्रसंगी शत्रूवर चालून जाताना प्रत्येक सैनिकाने रणगर्जना केलीच पाहिजे, हे संहिता सांगते. रणगर्जना करीत शत्रूवर धावून जाण्यात एक आगळाच जोश शरीरात भिनतो, यात शंकाच नाही. चेंगीझखानानेही याचे महत्त्व ओळखल्याचे दिसते. आता विसाव्या शतकाच्या मध्यात झालेल्या कोरियन युद्धात शत्रूवर तुटून पडताना चिनी कम्युनिस्ट सैनिकांनी केलेल्या रणगर्जना या चेंगीझखानाच्या संहितेचा प्रभाव अजूनही त्या भागात जिवंत असल्याची साक्ष पटवून देतात. 'हर हर महादेव', 'सत् श्री अकाल', 'अयो ----' या रणगर्जना देत शत्रूवर तुटून पडणाऱ्या भारतीय सैनिकांना रणगर्जनेचे महत्त्व नव्याने पटवून देण्याची आवश्यकताच नाही.

लष्करी शिष्टाचाराच्या बाबतीत, संहितेत नमूद केलेल्या बाबी खूपच कौतुकाच्या तसेच महत्त्वाच्या वाटतात. संहिता सांगते की, लष्करातील कोणत्याही पातळीवरील व्यक्ती आपल्यापेक्षा वरिष्ठ अशा अधिकाऱ्यासमोर आली, तर वरिष्ठ अधिकाऱ्याने प्रथम बोलल्याशिवाय तिने तोंड उघडू नये आणि वरिष्ठाने एखादा प्रश्न विचारला, तर त्याचे उत्तर देणे हे कनिष्ठावर बंधनकारक राहील.

लष्करी अधिकाऱ्याच्या घरी त्याच्या परवानगीशिवाय जाणारा सैनिक हा मृत्युदंडास पात्र ठरेल.

सर्वसाधारण नागरिकांमध्ये वावरताना प्रत्येक सैनिकाची वागणूक ही आईचे दूध पिणाऱ्या तिच्या बछड्याइतकी शांत, सोज्ज्वळ, स्वच्छ असली पाहिजे. परंतु रणक्षेत्रात शत्रूवर तुटून पडताना मात्र सैनिकाने एखाद्या भुकेल्या बहिरी ससाण्याप्रमाणे शत्रूवर झडप घेतली पाहिजे.

चेंगीझखानाच्या काळात त्याने निर्माण केलेले प्रचंड मंगोलियन साम्राज्य हे सदा युद्धजन्य परिस्थितीत असल्याने बहुतेक सर्वच पुरुष हे सैनिकच होते. त्यामुळे प्रत्येकाचे लष्करी शिक्षण हे कधीकाळी होणाऱ्या लष्करी शिक्षणापुरतेच राहून चालणार नव्हते. किंबहुना लष्करी शिक्षण हे प्रत्येक पुरुषाच्या जीवनाचे महत्त्वाचे अंग होते आणि त्याची सुरुवात त्याच्या बालपणापासूनच होत असे आणि लष्करी शिक्षणाची महत्त्वाची पद्धत म्हणजे 'शिकार' हीच समजली जात असल्याने चेंगीझखानाच्या

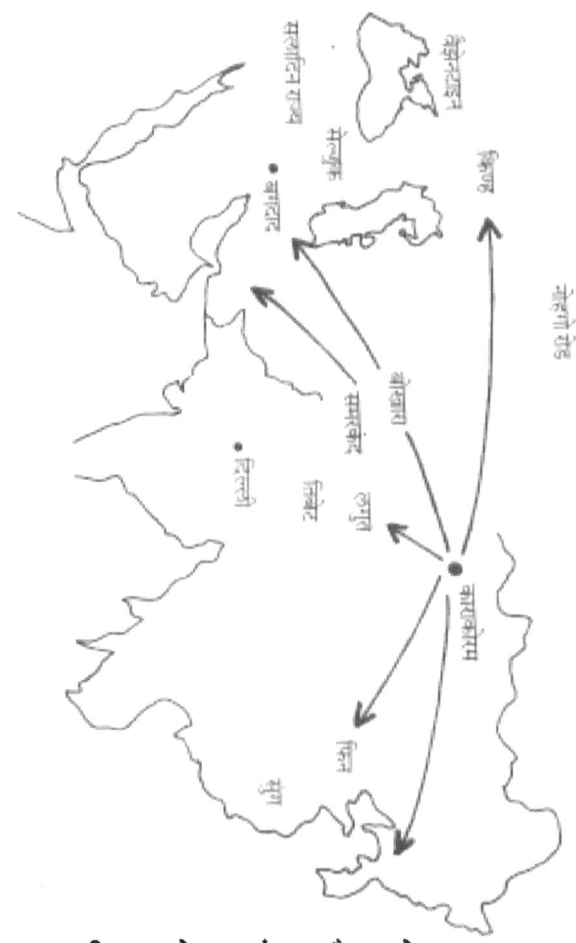

**कर्नल आर. डी. पळसोकर यांच्या सौजन्याने**

संहितेत याचा उल्लेख झाला नसता, तरच नवल होते.

संहितेतील शिक्षणाविषयीच्या कलमाप्रमाणे, प्रत्येक पुरुषाने दरवर्षी सहा ते सात महिने शिकार खेळली पाहिजे आणि काही प्राणी, पक्षी मारण्याचा सराव केलाच पाहिजे. यात हरणे, बदके, ससे, जंगली गाढवे आणि काही पक्ष्यांचा उल्लेख केलेला आढळतो. याशिवाय दरवर्षी हिवाळ्यात सर्वांसाठी सामूहिक शिकारीचा खेळही खेळला गेला पाहिजे. यामुळे शांततेच्या काळातही प्रत्येक पुरुष हा युद्धाला योग्य अशा शारीरिक आणि मानसिक अवस्थेत राहू शकेल.

शिकारीच्या प्रसंगी जो शिकारी आपली शिकार निसटून जाऊ देईल, त्याला ठोकून काढले जाईल अथवा तो मृत्युदंडास पात्र होईल, असेही संहितेत नमूद केलेले आहे.

मोठमोठ्या हुद्द्यांवर असलेल्या लष्करी अधिकाऱ्यांनी आपल्या मुलांना घोड्यावर बसण्याचे व घोड्यावरूनच धनुष्यबाण चालविण्याचे शिक्षण दिले पाहिजे; इतकेच नव्हे, तर आपली मुले घोडदौडीत आणि धावत्या घोड्यावरूनच अचूक तिरंदाजी करण्यात कुशल होतील आणि मनाने धैर्यवान होतील, अशा प्रकारेच प्रत्येक वरिष्ठ अधिकाऱ्याने आपल्या मुलांचे पालनपोषण केले पाहिजे, असेही संहितेत नमूद केलेले आहे.

जगातील सगळ्याच शक्तिशाली राष्ट्रांमधील जवानांसाठी जवळपास अशाच प्रकारांच्या लिखित आणि अलिखित नियमांनुसार लष्करी शिक्षण आयोजित केले जाते.

चेंगीझखानाच्या संहितेत सैनिकांच्या आहाराविषयीदेखील स्पष्ट आदेश दिलेले दिसतात.

संहितेत असे स्पष्टपणे नमूद केलेले दिसते की, जगात उपलब्ध असलेली कोणतीही गोष्ट अशुद्ध असूच शकत नाही. त्यामुळे कोणत्याही वस्तूला अशुद्ध समजून ती खाण्याचे टाळणे हा गुन्हा समजला जाईल. प्राण्यांचे रक्त आणि मांस खायला सर्वांनाच परवानगी देण्यात आली होती.

कोणताही सैनिक उपासमारीने मरता कामा नये, हा उद्देश नजरेसमोर ठेवून सैनिकांसाठी असेही आदेश होते की, जर हिवाळ्याच्या दिवसांत अथवा एखाद्या मोहिमेच्या वेळी एखाद्या सैनिकावर उपाशी मरण्याची पाळी आली, तर त्याने अशा प्रसंगी आपल्या घोड्याची एक ठराविक रक्तवाहिनी कापून त्यातून गरम रक्त प्यावे व आपली भूक भागवून जीव वाचवावा आणि आधी शिकवल्याप्रमाणे ती रक्तवाहिनी बंद करून टाकावी.

याचा अर्थ असा होतो की, सैनिकांना याचेही शिक्षण त्या वेळी देण्यात येत असले पाहिजे. घोड्याचे ताजे गरम रक्त पिऊन भूक भागविणे हे किळसवाणे वाटत असले, तरी कोणत्याही सैनिकाचा मृत्यू हा उपासमारीने होता कामा नये, हा

त्यामागील उद्देश लक्षात घेता त्याची उपयुक्तता पटल्याशिवाय राहत नाही. त्याचे साम्राज्य पश्चिम आशियात वाढीस लागल्यावर अफगाणिस्तान, इराण, तुर्कस्तान आदी देशांतील मुसलमान सैनिक त्याने आपल्या सैन्यात सामील करून घेतले होते. त्यांनाही या संहितेतील आदेश त्याने लागू केले होते.

मानसशास्त्रीय युद्धपद्धतीचाही अवलंब त्याने केलेला दिसून येतो. म्हणूनच ज्या शत्रूने प्रतिकार केला, त्या शत्रुसैन्याची त्याने सरसहा कत्तल केल्याची उदाहरणे आहेत; तर युद्धाशिवाय शरण आलेल्या शत्रूला मानवतेच्या दृष्टिकोनातून त्याने अभयदान दिल्याचीही उदाहरणे आहेत. हे माहीत झाल्याने बऱ्याच ठिकाणी शत्रुसैन्य प्रतिकार करून कत्तल करून घेण्यापेक्षा चेंगीझखानाला शरण जाण्याचेच पसंत करीत असे. त्यामुळे दोन्ही बाजूंच्या असंख्य सैनिकांचे प्राण वाचत असत.

खरे म्हणजे शत्रूची युद्ध करण्याची जिद्द मोडून काढण्यासाठी त्या काळीच काय, पण वर्तमान काळातही अमानुष कत्तली आणि नरसंहार करण्याचे भीषण प्रयोग झालेले आहेत. पण सगळ्यांत बदनाम झाला आहे तो चेंगीझखान. त्याचे कारण एकच संभवते, ते म्हणजे चेंगीझखानाने आपल्या साम्राज्याचा विस्तार इतका मोठा केला, तेव्हा त्याला अनेक लहानमोठ्या राज्यांवर, त्यातील शहरांवर हल्ला करताना त्याला शत्रूवर दहशत बसविण्यासाठी असले अनेक प्रयोग करावे लागले.

खरे म्हणजे भारतात मोगली सत्ता स्थापन करणारा शहेनशहा बाबर लेखक होता, प्रशासक होता, शूर सेनानी होता; पण तितकाच क्रूरही होता, अशी इतिहासात नोंद करण्यात आली आहे. रणक्षेत्रावर विजय मिळवल्यानंतर पकडून आणलेल्या युद्धकैद्यांची मुंडकी छाटून, रक्ताने माखलेल्या त्या मुंडक्यांची आरास रचली जात असल्याचे शांतपणे आपल्या शामियानात बसून पाहण्याचा त्याला शौक होता, असे इतिहास सांगतो.

अशी प्रत्येक शतकातील अनेक उदाहरणे देता येतील. त्यांतील अगदी ताजे उदाहरण दुसऱ्या महायुद्धातील जर्मनीच्या हिटलरचे तर आहेच; पण त्याचबरोबर जपानला शरणागती पतकरावयास लावण्यासाठी ॲटमबॉंबचा प्रयोग करून जपानची हिरोशिमा आणि नागासाकी ही दोन शहरे त्यातील लाखो निष्पाप नागरिकांसह भस्मसात करणाऱ्या अमेरिकेचेही देता येईल. हा प्रकारही शत्रूवर मानसशास्त्रीय दडपण आणण्याकरिताच आणि तोदेखील शत्रू जवळपास पराभवाच्या सीमारेषेवर असतानाच केला गेला होता.

असले प्रयोग विजयासाठी सतत चालत आलेले आहेत, हे लक्षात ठेवणे आवश्यक आहे. चेंगीझखानाने शत्रूच्या प्रदेशातील चांगल्या कुशल कारागिरांना

संरक्षण देऊन त्यांचा उपयोग आपल्या साम्राज्यात सन्मानाने करून घेतला, हेही लक्षात ठेवणे आवश्यक आहे.

चेंगीझखानाच्या संहितेत युद्धकैद्यांबद्दलचाही उल्लेख आहे. संहिता सांगते की, कोणत्याही युद्धकैद्याला वरिष्ठांच्या परवानगीशिवाय जर कोणी अन्न किंवा वस्त्रे

**चंगीज खानने निर्माण केलेले मंगोल साम्राज्य**

पुरविली, तर त्या सैनिकाला मृत्युदंडाची शिक्षा दिली जाईल.

याचप्रमाणे पळून जाणाऱ्या एखाद्या गुलामाला अथवा युद्धकैद्याला एखाद्या सैनिकाने पकडल्यास त्याला ताबडतोब त्याच्या मालकाकडे अथवा युद्धकैदी असल्यास आपल्या अधिकाऱ्याकडे सोपविले पाहिजे. असे न करणाऱ्यासही मृत्युंदडच दिला जाईल.

पकडल्या गेलेल्या शत्रूच्या गुप्तहेराला मृत्युदंडच दिला जाईल.

आपल्या गुप्तहेर संघटनेबाबत संहिता म्हणते की, गुप्तहेर संघटना ही सदैव कार्यक्षम आणि कार्यतत्पर असली पाहिजे. संपूर्ण साम्राज्यात कोठे, केव्हा काय घडते, याची ताबडतोब माहिती मिळावी म्हणून टपालसेवेचे उत्कृष्ट जाळे विणण्यात आले पाहिजे आणि टपालसेवा चांगल्या प्रकारे राबविली गेली पाहिजे.

सर्वांगाने परिपूर्ण अशा प्रकारची संहिता लिहवून घेणारा शूर सेनानी आणि अत्यंत कुशल प्रशासक चेंगीझखान जरी केवळ त्याच्या क्रूरतेबद्दलच सर्वसामान्य जनतेत किंवा वाचकांमध्ये ओळखला जात असला, तरी त्याच्यातील अत्यंत कुशल आणि खंबीर अशा प्रशासकीय गुणांमुळेच त्याच्या एवढ्या मोठ्या विशाल साम्राज्यात त्याने इतके सुरेख कायदा आणि सुव्यवस्थेचे वातावरण निर्माण केले होते की, कोणीही एकटा-दुकटा माणूस, त्याच्या साम्राज्याच्या एका टोकापासून दुसऱ्या टोकापर्यंत, कुठल्याही प्रकारची भीती मनात न बाळगता सुखरूप जाऊन येऊ शकत असे.

असा हा असामान्य कर्तृत्वाचा सेनानी, अत्यंत कुशल प्रशासक आणि त्या काळातील सर्वांत मोठ्या साम्राज्याचा निर्माता आणि सम्राट इ.स. १२२७ मध्ये अनंतात विलीन झाला.

आठशे वर्षांपूर्वी जगातील सर्वांत मोठे साम्राज्य उभारणाऱ्या या सम्राट चेंगीझखानाला नुकताच चिनी जनतेने अधिकृत रीत्या राष्ट्रीय वीराचा दर्जा दिल्याचे जाहीर करण्यात आले आहे. चेंगीझखानाचे गुण त्याच्या दोषांवर मात करणारे असून तो राष्ट्रीय वीर, महान मुत्सद्दी व उत्कृष्ट विचारवंत होता, असे विद्वानांचे मत आहे. त्या महान सेनानीचा चीनने केलेला गौरव ही एक अभूतपूर्व अशी बाब असून आजही त्याच्यातील युद्धनेतृत्वाचा आणि प्रशासकीय गुणांचा अभ्यास उपयुक्त ठरणारा आहे हेच दर्शविते, यात शंकाच नाही. स्वकर्तृत्वावर शून्यातून प्रचंड साम्राज्य निर्माण करणाऱ्या या कुशल सेनानीचे चरित्र अभ्यसनीय नाही असे कोण म्हणेल?

***

## अकरा

गनिमी कावा हा मराठी मातीतच उगवतो याचा अनुभव सन १४५३ मध्ये मराठी मुलखावर आक्रमण करणाऱ्या मलिक उत्तुजार याला तेव्हाचा प्राचीनगडाचा वीर किल्लेदार शिर्के आणि विशालगडाचा कुशल किल्लेदार शंकरराव मोरे यांनी प्रत्यक्षात आणून दिला.

### मातब्बर आक्रमकावर कल्पकतेचा विजय

श्री शिवरायांच्या जन्माच्याही जवळजवळ पावणेदोनशे वर्षांपूर्वी आपल्या सह्याद्रीच्या कुशीतच ल्हानाचे मोठे झालेल्या वीर मावळ मराठ्यांनी आपल्या दोन बहाद्दर किल्लेदारांच्या नेतृत्वाखाली बहामनी सल्तनीतून आलेल्या बलाढ्य आक्रमणाला केवळ कल्पकतेच्या आणि चातुर्याच्या जोरावर धूळ चारली होती. ते दोन किल्लेदार म्हणजे प्राचीनगडाचा किल्लेदार शिर्के आणि विशालगडाचा किल्लेदार शंकरराव मोरे. हे दोन्ही जिगरबाज किल्लेदार आक्रमक सुलतानांच्या दरडावणीला घाबरत नव्हते; त्यामुळे त्यांना कोकणचा मार्ग मोकळा होत नव्हता; म्हणूनच त्या दोघांचा बंदोबस्त करण्यासाठी मलिक उत्तुजार या बलाढ्य सरदाराला दहा हजारांच्या वर फौज घेऊन धाडण्यात आले होते.

१४५३ साली हा मलिक उत्तुजार सह्याद्रीच्या कुशीत घुसला. त्याने आधी धाव घेतली ती प्राचीनगडावर. प्राचीनगडाचा किल्लेदार शिर्के याला ही बातमी लगेच मिळाली. त्याला परिस्थितीचे आकलन होण्यास वेळ लागला नाही. मलिक उत्तुजार गडाजवळ येऊन पोचलाच होता. किल्लेदार शिर्के याने ओळखले, की आता शक्तीवर भर देण्यात अर्थ नाही. फुकट माणसे मरायची आणि आपले स्वातंत्र्यही जायचे. त्या प्रसंगावधानी आणि चतुर किल्लेदाराने सह्याद्रीच्या मातीतील खास

युद्धतंत्राचा वापर करण्याचा निर्णय घेतला. त्याने लगेच मलिक उत्तुजारला निरोप धाडला, "मी किल्ल्यासकट तुम्हांला शरण यायला तयार आहे."

मलिक उत्तुजार खूश झाला. चला युद्ध न करताच किल्ला आणि किल्लेदार ताब्यात आला. तरीही तो सावध होता. शिर्के शरण आला खरा; पण हे तर अर्धवट डावपेच होते. मलिकला ते मान्य नव्हते. त्याने त्या काळातील सुलतानशाहीची खास पद्धत अमलात आणायची ठरविले नसते तरच नवल होते.

"शरण आलास ना? मग चल, मुसलमान हो."

हे त्याने लगेच शिर्केला सुनावले. शिर्के मुसलमान झाला की सह्याद्रीच्या या दुर्गम भागात आपला दुसरा माणूस गुंतवायला नको. हा नवा जातभाईच आपल्या वतीने किल्ला सांभाळायला चांगलाच लायक आहे. हे त्याचे सरळ आणि सोपे गणित होते.

शिर्केची आज्ञापालन करण्याची तयारी होतीच. मलिकने त्याला, "चल, मुसलमान हो" म्हणताच तो म्हणाला,

"होतो की! त्यात काय आहे... मी शरण आलोच आहे... किल्लाही तुमच्या ताब्यात दिला आहे... आता मी तुमचाच आहे... चला, मी मुसलमान व्हायला तयार आहे..."

मलिक उत्तुजार खूश झाला. शिर्के आता त्याच्या विश्वासाला पात्र झाला. मात्र आपण आपल्या मित्राचा विश्वासघात करतो आहोत, असा आभास निर्माण करीत तो मलिकला म्हणाला–

"खानसाहेब, मी तर मुसलमान होतोच आहे; पण मी पुढील यशाचा आणखी एक मार्ग तुम्हांला दाखवतो."

"बोलो... शिर्के बोलो... क्या बात है?" मलिकचा शिर्केवर विश्वास बसायला लागला होता. शिर्के लगेच उत्तरला,

"खानसाहेब, शेजारच्या विशालगडाचा किल्लेदार शंकरराव मोरे माझा चांगला मित्र आहे. आपण त्याला तसेच सोडता कामा नये. त्याला आपण तसेच सोडले तर तो मला सुखात राहू देणार नाही. म्हणून मी असे सुचवतो की एकतर आपण दोघे मिळून त्याला उखडून टाकू किंवा त्यालाही पकडून मुसलमान करू; म्हणजे सगळाच मार्ग मोकळा होईल. विशालगडही तुमच्या..."

"हाँ... हाँ शिर्के, आया समझमें." शिर्केला विशालगडावरच तोडत मलिक म्हणाला. तो शिर्केच्या या सूचनेवर बेहद्द खूश झाला. एका फटक्यात दोन माजलेले किल्लेदार आणि दोन बुलंद किल्ले ताब्यात येणार, ही कल्पनाच त्याला सुखावून गेली. शिर्क्यांच्या मदतीने मोऱ्याचा काटा निघत असेल, तर त्याला हवाच होता.

घरभेद्या मराठी सरदारांचा अनुभव त्याला नवीन नव्हता. तो लगेच म्हणाला, "ठीक आहे... ठीक है... शिर्के, चलो विशालगड..."

शिर्केच्या शरणगतीच्या आणि मग मदतीच्या हाकेने गाफील झालेला मलिक उत्तुजार शिर्केच्या पाठोपाठ निघाला. शिर्क्यांनी सोबत आपले लढाऊ, चिवट मावळे, मलिकच्या मदतीला म्हणून घेतले होतेच. सह्याद्रीच्या घनदाट जंगलांनी वेढलेल्या दऱ्याखोऱ्यांतून मलिकला त्याच्या सैन्यासह विशालगडाकडे गेलेली जवळची वाट दाखवीत होते.

मलिक उत्तुजारही आपल्या दहा हजारांच्या वर असलेल्या सैनिकांना घेऊन शिर्क्यांच्या पाठोपाठ त्या घनदाट अरण्यात घुसत होता. घाटांच्या वेड्यावाकड्या वळणांच्या वाटांनी तो विशालगडाची स्वप्ने पाहत आत... आत घुसत होता. शिर्के त्याला घेऊन वाळलेल्या गवतांनी झाकलेल्या अरुंद वाटांमधून विशालगडाजवळच्या खोल खोल दरीत घुसला. इतकी वाट तुडवताना उशीर होणारच होता. सूर्यही मावळतीला गेला होता. तेथेच मुक्काम करणे आवश्यक होते. तो भयानक परिसर पाहून मलिकचे भेदरलेले सैन्य "आज नहीं तो कल मोरे भी मिल जायेगा", या आशेवर उघड्यावर विसावले.

लांब उंचावरून, शंकरराव मोरे वाटच पाहत होता. त्याला गुपचूप निरोप गेला. "आपले सावज तावडीत सापडले आहे." रात्रीचा काळोख वाढत होता. त्या काळोखाचे पांघरूण घेऊन मोऱ्याचे मराठे वीर दमल्याभागल्या मलिकच्या सैन्यावर तुटून पडले. मोऱ्यांच्या रणगर्जनेला, शिर्क्यांच्या वीरांनी साथ दिली. 'हर... हर... महादेव!' तो परिसर या रणगर्जनेने दणाणून गेला.

थकलेभागलेले आणि बेसावध असलेले मलिक उत्तुजारचे सैन्य मराठ्यांच्या त्या हल्ल्यात मेंढ्या-बकऱ्यांसारखे कापले गेले. मराठ्यांना त्या परिसराचा परिचय होता तर मलिकचे बेसावध सैनिक ठेचकाळत होते. धडपडत होते. मलिक उत्तुजारसकट जवळजवळ सात हजार सुलतानी सैन्य कापले गेले. बाकीचे कोठे नाहीसे झाले, हे सह्याद्रीलाच ठाऊक! पूर्ण फत्ते झाली.

कल्पक शिर्केच्या चार्तुयाने आक्रमकाचा पार धुव्वा उडाला होता. सह्याद्रीचे हेच युद्धतंत्र सह्याद्रीच्या कुशीत जन्मलेल्या, खेळलेल्या सर्व मावळ-मराठ्यांच्या हाडीमांसी खिळले असल्यास नवल नाही. शिर्के-मोरे यांनी जवळ जवळ पावणे दोनशे वर्षांपूर्वी वापरलेले युद्धतंत्र शिवरायांच्याही हाडीमांसी खिळलेले होतेच. त्यांनी आपल्या राजनीतीच्या देदीप्यमान कोंदणात ते युद्धतंत्र दडवून शून्यातून स्वराज्याची निर्मिती केली. मानसशास्त्रीय युद्धतंत्राचा तो एक उत्कृष्ट नमुनाच होता.

***

## बारा

रणराज श्री शिवरायांचे पिताजी श्री शहाजी राजे हे स्वत: अत्यंत शूर आणि कुशल युद्धशास्त्रज्ञ होते. त्यांना स्वत:ला जेव्हा आदिलशहा आणि मोगल यांच्या संयुक्त सेनेला तो देण्याची पाळी आली, तेव्हा त्यांचा पराभव करण्यासाठी आलेल्या त्या संयुक्त सेनेचा त्यांनी कसा धुव्वा उडविला, ते अभ्यासण्याजोगे आहे.

### बंधारा फुटला आणि...

इसवी सन १६२४ मध्ये म्हणजे श्री शिवरायांच्या जन्माच्या सहा वर्षे आधी घडलेली ही घटना आहे. त्या वेळी शिवरायांचे वडील प्रतापी शहाजीराजे भोसले हे निजामाच्या दरबारी एक प्रमुख सरदार होते. निजामाचे राज्य उद्ध्वस्त करण्याचे स्वप्न त्या वेळी दक्षिणेतील दोन सत्ता पाहत होत्या. त्या दोन सत्तांपैकी एक होती दिल्लीकर मोगलांची, तर दुसरी होती विजापूरच्या आदिलशहाची.

सन १६२४ मध्ये मोगल आणि आदिलशहा या दोघांनीही एकत्रपणे निजामावर हल्ला करण्याचे ठरविले. दोन्ही सत्तांच्या फौजा संयुक्तपणे निजामशाही उद्ध्वस्त करण्यासाठी निघाल्या. त्या वेळच्या नगर प्रांतात भातवडी नावाच्या गावाजवळून एक मोठासा ओढा वाहत होता. त्या ओढ्याच्या मध्यभागातून पाण्याची एक धार वाहत होती, तर आजूबाजूच्या पात्रात पाणी नसल्याने तो भाग कोरडाच होता. फौजांनी या भागात आपल्या छावण्या उभारल्या.

शहाजीराजांना या हालचालींची माहिती मिळत होतीच. त्यांनीही आपल्या म्हणजे निजामाच्या सैन्याला तयार करून शत्रूला दूरच रोखण्यासाठी कूच केले. शहाजीराजांनी आपल्या सेनेची छावणी शत्रुसीमेपासून योग्य

अंतरावर, योग्य ठिकाण पाहून उभारली.

शहाजीराजे जितके शूर तितकेच कुशल आणि सावध असे सेनानी होते. तिकडे शत्रुसैन्य स्वप्नरंजनात मग्न होते. त्या वेळी शहाजीराजे तेथील भौगोलिक परिस्थितीचा अभ्यास करीत होते. संध्याकाळ होईपर्यंत ओढ्याच्या आपल्या बाजूच्या परिसरात फिरत होते. परिसराची पाहणी करताना त्यांच्या लक्षात आले की, ओढ्याच्या वरच्या बाजूला एक मोठा बंधारा घातला गेला असून, त्यापलीकडे पाण्याचा खूप मोठा साठा जमलेला आहे. मुबलक पाणी साठले आहे.

शहाजीराजे तेथे क्षणभर थांबले. त्यांच्या लक्षात आले की, या बंधाऱ्यामुळेच खालच्या भागात पाण्याची एकच धार वाहते आहे आणि बाकी पात्र कोरडे आहे. त्यामुळेच शत्रूला त्या कोरड्या पात्रात छावणी टाकता आली आहे. त्यांनी एकंदर परिस्थितीचा विचार करून एक योजना आखली. आपल्या तुटपुंज्या सैन्यासह शत्रूला टक्कर देणे सोपे नाही, हे ते जाणत होते. त्यावर मात करण्यासाठी त्यांनी ही योजना आखली होती. त्यांनी आपल्या विश्वासू सरदारांना एकत्र केले.

दुसऱ्या दिवशी पहाटेच शहाजी राजांच्या सेनेवर जोरदार हल्ला करण्याची योजना पक्की झाल्याने शत्रुसेना आराम करीत होती. त्याच सुमारास शहाजीराजांचे शिपाई बंधाऱ्याच्या मध्यभागी मोठे भगदाड पाडत होते.

शत्रूची सारी छावणी गाढ झोपेत असतानाच त्यांच्यावर आसमान कोसळले. ओढ्याच्या वरच्या अंगाने पाण्याचा प्रचंड लोंढा घोंगावत शत्रूच्या छावणीवर कोसळला. शहाजीराजांच्या शिपायांनी बंधाऱ्याला भगदाड पाडले होते. धरण फुटले होते. त्या पाण्याच्या प्रचंड लोंढ्याने शत्रूची छावणी उद्ध्वस्त करून टाकली. बऱ्याच राहुट्या, दारूगोळा, असंख्य सैनिक त्या प्रलयंकारी लोंढ्याबरोबर वाहून गेले. छावणीत हाहाकार माजला. रात्र सरत आली तेव्हा पाण्याचा लोंढा थांबला; पण छावणीतील गोंधळ थांबला नव्हता. त्याच वेळी पुन्हा एकदा शत्रूच्या छावणीवर बिजली कोसळली.

शत्रूच्या गोंधळलेल्या, घाबरलेल्या सैनिकांवर शहाजीराजांचे सैनिक तुटून पडले. रणगर्जनांनी तो आसमंत दणाणून गेला. शत्रूचे अनेक सैनिक कापले गेले. उरलेसुरले पळून गेले. निजामाच्या लहानशा सैन्याने शहाजीराजांच्या नेतृत्वाखाली मोगल आणि आदिलशहाच्या प्रचंड सेनेचा साफ पराभव केला.

***

रणराज शिवरायांचे असामान्य युद्धकौशल्य

## तेरा

युद्धशास्त्राबद्दल लिहायचे म्हटले की, माझ्यासारख्या लष्करी इतिहासाच्या अभ्यासकाला आपल्या भारतातच अक्षरश: शून्यातून स्वराज्य निर्माण करणाऱ्या रणराज शिवरायांची आठवण झाल्याशिवाय राहत नाही. त्या स्वयंभू रणराजाचे अष्टपैलू युद्धतंत्र म्हणजे युद्धशास्त्राचे प्रात्यक्षिकच होते. शेवटी युद्धशास्त्र म्हणजे काय? शिवरायांसारख्या असामान्य सेनानीच्या आगळ्यावेगळ्या युद्धतंत्राचा बारकाईने अभ्यास केला, तर युद्धशास्त्राचे सगळे संकेत त्यात आढळतात. थोडक्यात, श्री शिवरायांचे युद्धतंत्र म्हणजेच युद्धशास्त्र होय, असे म्हटल्यास अतिशयोक्ती होईल असे समजण्याचे कारण नाही. रणराज शिवरायांच्या असामान्य युद्धतंत्राचा ज्यांनी अभ्यास केला आहे, त्यांना युद्धशास्त्राचा वेगळा अभ्यास करण्याची आवश्यकता नाही.

जगाचे डोळे दिपवून टाकणाऱ्या व्यक्तिमत्त्वांनी हा भारत तेजाळलेला आहे. म्हणूनच प्रसिद्ध मराठी शायर कै. श्री भाऊसाहेब पाटणकर आपल्या शायरीतील एका रचनेत म्हणतात–

"ऐसे नव्हे की भारती, या बुद्ध नुसता जन्मला ।
नुसताच नाही बुद्ध येथे, आहे शिवाजी जन्मला ।।

एकूण काय, तर या देशाला जेव्हा बुद्धाची गरज होती, तेव्हा गौतम बुद्धाने जन्म घेऊन या देशालाच नव्हे तर साऱ्या जगाला मार्गदर्शन केले. पण आक्रमकांच्या घोड्यांच्या टापांखाली जेव्हा आपला देश तुडविला जात होता, तेव्हा त्या आक्रमकांच्या अन्यायी राजवटीविरुद्ध जो दंड थोपटून उभा राहिला, तो होता सह्याद्रीच्या कुशीत जन्माला आलेला शिवाजी नावाचा युद्धशास्त्रतज्ज्ञ वीर! ज्याने निरनिराळ्या प्रसंगी

आक्रमकांचा आपल्या अष्टपैलू युद्धतंत्राने पराभव करून अक्षरश: शून्यातून स्वराज्य उभे केले. शिवरायांच्या त्या अष्टपैलू युद्धतंत्रात युद्धशास्त्राचे सारे बारकावे सामावलेले आहेत.

उदाहरणेच द्यायची झाली, तर युद्धशास्त्राचा आद्य गुरू श्रीकृष्ण याने प्रभावीपणे आणि यशस्वीपणे प्रत्यक्ष युद्धात वापरलेल्या मानसशास्त्रीय युद्धतंत्राचा तितक्याच प्रभावीपणे श्री शिवरायांनी वापर केला.

आक्रमक शत्रूला आपल्याला सोईच्या आणि शत्रूला गैरसोयीच्या अशा भूभागात खेचून आणण्याचाही त्यांनी अनेकदा यशस्वी प्रयत्न करून शत्रूला चांगला मार दिला.

त्यानंतर शत्रुसैन्याची विभागणी करण्यास शत्रूच्या सेनानीला भाग पाडणे, येणाऱ्या शत्रूच्या मित्रांना वेगवेगळे गाठून ठोकून काढणे, आक्रमक शत्रूच्या शेपटावर मारा करून त्याला ठेचून काढणे, पलटीचे युद्धतंत्र वापरणे, अत्यंत प्रभावी गुप्तहेर यंत्रणेद्वारे शत्रूची फसवणूक करून त्याला बेसावध करणे आणि मग ठोकून काढणे, शत्रूला खिंडीत खेचून आणून त्याला शरण येण्यास भाग पाडणे अशी अनेक उदाहरणे देता येतील. शिवरायांच्या या सगळ्या युद्धतंत्राची वर्णने यानंतरच्या प्रकरणांमध्ये देत आहेच. अर्थात, शत्रूला दुर्गम अशा खिंडीत गाठून त्याचा पराभव शिवरायांनी कसा केला, याचे वर्णन व्हिएतनामचा सेनानी जनरल न्युयॉन गियाप याने पुढे केले आहेच.

त्यांनी वयाच्या केवळ अठराव्या वर्षी पुरंदरावर आदिलशाही सरदार फत्तेखानाचा केलेला दणदणीत पराभव, सगळ्यात महत्त्वाचा म्हणजे रणराज शिवरायांनी त्यांना 'जिंदा या मुर्दा' पकडून आणतो अशी विजापुरात गर्जना करून आलेल्या लढवय्या सरदार अफझलखान याला प्रतागडाखाली खेचून त्याच्या सैन्याचे केलेले तुकडे, नंतर त्याला गडावर खेचून आणून त्याचा केलेला वध आणि त्याच्या सैन्याचा दणदणीत पराभव. या कारवाईत तर त्यांनी आपल्या प्रभावी गुप्तहेर यंत्रणेच्या उपयुक्ततेसह युद्धशास्त्राच्या जवळजवळ सर्वच कलमांचे जणू प्रात्यक्षिकच जगाला दाखविले. त्यानंतर औरंगजेबाचा मामा शाहिस्तेखान याला पुण्यातून हाकलून देण्याची कारवाई, आग्र्याहून करून घेतलेली सुटका, खवासखानाचा कोकणात केलेला पराभव आदी सर्वच लष्करी मोहिमा युद्धशास्त्राच्या दृष्टिकोनातून अभ्यासनीय आहेत.

### फत्तेखानाला फटका

शिवाजीचा बंदोबस्त करण्यासाठी आदिलशहाने धाडलेला मातब्बर सरदार

फत्तेखान पाच हजारांची फौज घेऊन स्वराज्याच्या सीमेकडे घोडदौड करीत होता. त्या वेळी पूर्णपणे सुरक्षित असलेल्या राजगडावर शिवाजी, केवळ अठरा वर्षांचा तो तरुण सेनानी, आपल्या शूर साथीदारांबरोबर या संकटाला कसे तोंड द्यावयाचे याचा विचार करीत होता.

युद्धशास्त्र हे ज्याच्या रोमारोमांत भिनले होते असा तो तरुण सेनानी, शत्रूला आपल्या हद्दीच्या आत शिरू न देण्याच्या युद्धशास्त्राच्या महत्त्वाच्या तत्त्वाकडे दुर्लक्ष करणे शक्यच नव्हते. शत्रूला आपल्या स्वराज्याच्या सीमेवरच रोखले पाहिजे हे ठरले. त्याला कोठे रोखायचे हेही ठरले. त्यासाठी निवड झाली ती स्वराज्यात नुकत्याच सामील झालेल्या पुरंदर किल्ल्याची.

राजगडापासून आग्नेय दिशेला वीस मैलांवर असलेल्या पुरंदरावर प्रवेश करायला तरुण शिवाजी आणि त्याच्या साथीदारांना वेळ लागला नाही. प्रतिकारात्मक हेतूने पुरंदरचा बंदोबस्त करीत असतानाच फत्तेखानाच्या हालचालींची माहिती मिळवणे सुरू झाले.

फत्तेखान आपल्या फौजेसह नीरा नदी ओलांडून कऱ्हा नदीच्या काठाकाठाने जेजुरीपर्यंत आपल्याची बातमी मिळाली. गावागावांतून शिवाजीचे गुप्तहेर होतेच. शुत्रसैन्यात आपल्या विश्वासू गुप्तहेरांची पेरणी करणे हे युद्धशास्त्राच्या अतिमहत्त्वाच्या सूत्रांपैकीच एक आहे. शिवाजीचे गुप्तहेर फत्तेखानाच्या सैन्यात कोणत्या न कोणत्या वेशात निरनिराळ्या कारणांनी फिरत होते. फत्तेखान जेजुरीहून पुढे सरकला. तो बेलसरला आला. बेलसरला येताच फत्तेखानाने पहिली लष्करी हालचाल केली. त्याने दोन हजारांची एक तुकडी बाळाजी हैबतराव या सरदाराच्या नेतृत्वाखाली शिरवळच्या सुभान मंगलकडे धाडली. शिरवळचे हे ठाणे केव्हाच शिवाजीने ताब्यात घेतले होते. ते फत्तेखानाला परत घ्यायचे होते. ते घेतल्याने शिवाजीला एक धक्का तर बसणार होताच, शिवाय त्या बाजूने मग फत्तेखानाला धोका राहणार नव्हता.

बाळाजी हैबतरावाने पहिल्या हल्ल्यातच शिरवळ आणि शिरवळचा सुभान मंगल किल्ला जिंकून घेतला. फत्तेखानाने पहिले यश मिळवले होते. या यशाची खबर विजापूरकडे रवाना झाली, तेव्हाच ती पुरंदर किल्ल्यावर शिवाजीलाही मिळाली होती.

शिवाजीने लगेच आपली युद्धयोजना तयार करून कारवाई केली. या कारवाईत त्याच्या रणनीतीतील अप्रतिम बारकावे स्पष्टपणे दिसून येतात.

शिवरायाचे निवडक सैनिक रात्रीच शिरवळकडे धावले. नुकताच शिरवळ काबीज करून सुभानमंगलच्या किल्ल्यात स्थिर होऊ पाहणाऱ्या बाळाजी हैबतरावाच्या तुकडीवर शिवाजीच्या मावळ्यांनी अचानक जोरदार हल्ला केला. बाळाजीचे सैनिक

आपल्या विजयाच्या आनंदात होते आणि 'तो अठरा वर्षांचा छोकरा शिवाजी, आमच्या आदिलशहाशी काय टक्कर देणार? फत्तेखानाच्या पहिल्याच धडकेत पळून जाईल.' या सुखद कल्पनेत मशगूल होते. तेवढ्यातच मराठ्यांच्या 'हर-हर महादेव' च्या गजरात मावळे त्यांच्यावर तुटून पडले. त्यांचे नेतृत्व करीत होता शिवाजीचा शूर साथीदार कावजी खासनीस. त्याच्या जोडीला होते गोदाजी जगताप, भीमाजी वाघ, संभाजी काटे– एक से एक मर्द - त्यांनी शत्रूला पूर्णपणे आश्चर्यचकित केले.

आदिलशहाचे सैन्य हादरले. बावरले. बाळाजी त्यांना धीर देण्याचा प्रयत्न करीत होता. पण अखेर तोच कावजीच्या हातून मारला गेला. मग काय? आदिलशहाचे सैन्य पाहता पाहता उधळले. शस्त्रे टाकून पळत सुटले. शरण आले. त्यांना कावजीने जीवनदान दिले. स्वराज्याची पहिली लढाई मराठ्यांनी जिंकली होती. शिरवळकडे कोणी पळून जाणार नाही याची खबरदारी घेण्यात आली.

आता मात्र शिवाजीच्या युद्धनीतीची खरी कसोटी लागणार होती. शिरवळहून मार खाऊन पळून आलेले एखाददोन सैनिक फत्तेखानाच्या बेलसरच्या छावणीत आपल्या पराजयाचे वर्णन करण्याची शक्यता होती आणि मग बेलसरहून शिरवळला तो लगेच ताजी कुमक धाडण्याची शक्यताही होती.

शिवाजीसारखा सेनानी त्याला तसे करू देणे शक्यच नव्हते. भारतातील पराजयाच्या परंपरेच्या इतिहासाचे धडे तोंडपाठ करून तो यशाचा नवा इतिहास घडविण्यासाठी उभा ठाकला होता. त्याने फत्तेखानाला पुढील हालचालीचा विचार करायला वेळच दिला नाही.

कोणी शिरवळचे पळपुटे आपल्या पराभवाची आणि बाळाजीच्या मृत्यूची बातमी घेऊन धापा टाकीत बेलसरला पोचण्याच्या आधीच शिवाजीच्या सैनिकांची एक तुकडी फत्तेखानाच्या बेलसरच्या छावणीवर येऊन आदळली, ती अगदी पहाटेला. फत्तेखानाची छावणी पूर्णपणे बेसावध असताना!

फत्तेखान स्वत: शिवाजीला 'बच्चा' समजत होता. त्यातून त्या बच्च्याचा बाप, हातापायांत बेड्या अडकलेल्या अवस्थेत आदिलशहाच्या कैदेत होता. या अवस्थेत आपण त्याच्या हद्दीत पोचताच शिवाजी रडत-भेकत आपल्याला शरण येईल, ही त्याची अपेक्षा होती आणि शत्रूचा अपेक्षाभंग करणे हीच मुळी शिवाजीची रणनीती होती.

शिवाजीच्या तुकडीने फत्तेखानाच्या बेसावध छावणीवर जोरदार हल्ला केला. त्यात दोन उद्देश होते. ते म्हणजे पहिल्याच हल्ल्यात शत्रूचे बेसावध असलेले जितके सैनिक गारद करता येतील तितके गारद करावयाचे. मोठ्या लढाईत गुंतून न पडता

लगेच पळ काढायचा म्हणजे शिरवळच्या पराभवाची बातमी आली, तरी मुख्य छावणीतच इतका गोंधळ माजलेला असेल की, या बातमीकडे दुर्लक्ष होऊन छावणीच्या रक्षणालाच प्राधान्य देण्यात येईल.

हल्ल्याने शत्रू सावध होऊन लढाईच्या पवित्र्यात येताच पळ काढायचा, तो एवढ्यासाठी की, लढाईला सज्ज झालेले पण मानसिक गोंधळात असलेले फत्तेखानाचे सैन्य या पळणाऱ्या तुकडीच्या मागे लागून शिवाजीने आधीच निवडलेल्या त्याच्या सोईच्या रणक्षेत्राकडे आपोआपच खेचले जाईल.

शत्रूच्या सेनानीच्या वैचारिक बैठकीची संपूर्ण माहिती काढून त्याप्रमाणे योजना आखणाऱ्या शिवाजीच्या योजनेबरहुकूमच फत्तेखान वागला. शिरवळच्या पराभवाकडे त्याचे पूर्ण दुर्लक्ष झाले आणि तो शिवाजीच्या हल्लेखोर तुकडीला तोंड देण्यासाठी सज्ज झाला. त्याचे सैन्यही सावरले. हातघाईची लढाई सुरू झाली.

अर्थात शिवाजीच्या तुकडीला या लढाईत गुंतून घ्यावयाचे नव्हतेच. म्हणून पहिल्या झटापटीत फत्तेखानाचे जितके बेसावध सैनिक गारद करता येतील तेवढे करून प्रत्यक्ष लढाईला तोंड लागताच या मराठा तुकडीने माघार घेण्यास सुरुवात केली. फत्तेखानाचे सैन्यही आता सावरले होते. त्यांनीही चवताळून हल्ला केला. या हल्ल्यात तुकडीबरोबर असलेल्या मराठ्यांचा झेंडा आणि झेंडेवाला निशाणाबारदार अडचणीत सापडला. झेंडाच शत्रूच्या तावडीत सापडण्याची शक्यता निर्माण झाली होती. पण त्या तुकडीसोबत असणाऱ्या एका तरुण बहाद्दाराने झेप घेऊन झेंडा सावरला आणि घायाळ निशाणबारदारालाही सावरून तो आपल्या तुकडीबरोबर परत धावला. या मर्दाचे नाव होते बाजी जेधे. शिवाजीला मनापासून साथ देणाऱ्या कान्होजी जेध्यांचा तरुण मुलगा.

बेलसरच्या फत्तेखानाच्या छावणीपासून माघार घेऊन निसटलेली मराठ्यांची तुकडी सरळ पुरंदरकडे धावली आणि डिवचला गेलेला फत्तेखान आपल्या सैन्यासह त्या तुकडीच्या मागे धावला. मराठ्यांच्या तुकडीने फत्तेखानाला डिवचून आपल्या मागे शिवाजीने बचावाला अत्यंत योग्य म्हणून निवडलेल्या पुरंदराकडे ओढून आणले.

बचावाचे तंत्र हे युद्धशास्त्रातील एक महत्त्वाचे सूत्र आहे. त्या तत्त्वानुसार शिवाजीच्या तुकडीने पहिले आक्रमण केले होतेच.

बचावासाठी योग्य जागेची निवड शिवाजीने पुरंदरच्या रूपाने केलेली होतीच. आपल्या बचावाच्या दृष्टीने सोईच्या अशा त्या रणक्षेत्राकडे शत्रूला खेचून आणण्याची कारवाईदेखील आक्रमण करणाऱ्या तुकडीने यशस्वीपणे केलेली होतीच.

आता शत्रूने हल्ला सुरू करताच सगळ्यात महत्त्वाची बाब ठरते ती संयमाची.

हल्ला करणाऱ्या शत्रूला आपल्या माऱ्याच्या पूर्ण टप्प्यात येऊ देणे महत्त्वाचे आणि आवश्यक असते. फत्तेखानाला डिवचून परत आलेली टोळी गडावर येताच तिला गडात घेऊन गडाचे दरवाजे बंद करण्यात आले आणि प्रतिकाराची सर्व व्यवस्था सज्ज करण्यात आली. तोफा सज्ज झाल्या. तीर-कमान घेऊन बसलेल्या तिरंदाजांना सावध करण्यात आले, तर गडावरून मोठमोठाले दगड खाली लोटण्याची जबाबदारी असलेल्यांना तयारीचा हुकूम मिळाला.

शिवाजीने आपल्यातील उपजत असे कौशल्य दाखवूनच फत्तेखानाला रोखण्यासाठी महाराष्ट्रातील सर्वांत उंच अशा त्या पुरंदर किल्ल्याची निवड केली होती. समुद्रसपाटीपासून चार हजार पाचशे चौसष्ट फूट उंचीच्या त्या किल्ल्याच्या परिसरात प्रतिकाराच्या पूर्ण तयारीने शिवाजी फत्तेखानाची आणि त्याच्या चालून येणाऱ्या सैन्याची वाट पाहत बसला होता; तर फत्तेखान आणि त्याचे सैन्य धापा टाकीत गड चढत होते. भूगोलाच्या माहितीचा योग्य उपयोग होतो. पर्यावरणाच्या युद्धतंत्रात असाच फायदा घेतला जातो.

गडावर दडून बसलेल्या अठरा वर्षांच्या त्या छोकऱ्याला एका दणक्यात गडाचे दरवाजे फोडून पकडून नेतो अशा घमेंडीने फत्तेखान गड चढत होता. पण रणक्षेत्राची शिवाजीने निवडलेली उंची त्याला आणि त्याच्या सैन्याला साथ देत नव्हती. थकलेभागलेले त्याचे सैन्य कसेबसे वर सरकत होते. तर शिवाजी स्वत: आपल्या सैन्याला सबुरीचा इशारा देत फिरत होता.

नको तेव्हा आणि शत्रू माऱ्याच्या टप्प्यात येण्याच्या आधीच मारा केला, तर शत्रूचे नुकसान न होताच शस्त्रास्त्रे वाया जातात, हे शिवाजी जाणत होता, म्हणूनच धापा टाकीत गडाच्या दरवाजाकडे येणाऱ्या शत्रूवर तो स्वत: बारकाईने लक्ष ठेवून होता. आपण किती आणि कुठे कुठे आहोत याचा शत्रूला मुळीच थांगपत्ता लागू द्यायचा नाही, हे महत्त्वाचे सूत्र त्याने आपल्या सैनिकांच्या मनात पक्के बिंबविले होते.

फत्तेखानाची धापा टाकणारी फौज माऱ्याच्या टप्प्यात येताच शिवाजीने ठरल्याप्रमाणे इशारा केला. ''शस्त्रास्त्रांचा हल्ला करा'' क्षणार्धात गडावरून तोफा-बंदुका कडाडल्या. तिरंदाजांनी आघाडीचे शत्रू टिपायला सुरुवात केली, तर तोफांचे गोळे शत्रुसैन्याच्या मध्यावर पडून त्यांना पोळून काढू लागले. एकाच्या माऱ्यातून सुटले तर दुसऱ्या माऱ्यात सापडत. सगळा लांब पल्ल्याच्या शस्त्रांचा मारा. जणू वरून मृत्यूच त्यांच्यावर कोसळत होता. खानाच्या फौजेची दुर्दशा उडाली. त्यांचा धीर सुटत चालला.

फत्तेखान आणि त्याच्याबरोबरचे इतर सरदार मुसेखान, अशरफ शाह, मिनाद शेख, हसन शेख सर्वजण आपल्या परीने सैनिकांना सावरण्याचा प्रयत्न

करीत होते. त्यांना पुढे वर ढकलीत होते. पण वरून मृत्यूच जबडा वासून त्यांच्यावर कोसळत होता. त्यामुळे ते भेदरले होते. गोंधळले होते.

शिवाजी याच क्षणाची वाट पाहत होता. त्याने लगेच प्रत्यक्ष हल्ल्याचा आदेश दिला. किल्ल्याचा दरवाजा उघडला गेला आणि शिवाजीचे मर्द सैनिक जे इतका वेळ सबुरीने पण सज्ज बसले होते ते गोंधळलेल्या, भेदरलेल्या फत्तेखानाच्या सैनिकांवर तुटून पडले. 'हर-हर-महादेव'ची गर्जना आसमंतात निनादली.

शिवाजीने आपल्या साथीदारांना वरूनच कोणी कोणावर हल्ला करायचा ते दाखवून दिलेले होते. त्याप्रमाणे प्रत्येकाने आपला शत्रू गाठला. भैरोजी चोराने मिनाद शेख आणि रतन शेखला गाठला, तर गोदाजी जगतापाने मुसेखानावर हल्ला चढवला. गोदाजीने तर पहिल्याच झटक्यात मुसेखानाला ठार केले आणि फत्तेखानाची फौज उधळली. गडाच्या उतारावरून पळायला लागली. शिवाजीच्या सैनिकांनी पळणाऱ्या फत्तेखानाच्या सैन्याचा सासवडपर्यंत पाठलाग केला. या विजयाच्या प्रसंगी रणांगणावरील जोशात शिवाजीचा एक साथीदार मात्र मारला गेला. तो होता, वीर बाजी पासलकर. तरीही कमीतकमी लोक गमावून शत्रूवर मात केली गेली.

फत्तेखानाची मात्र दाणादाण उडाली. प्रबळ अशा आदिलशहाने धाडलेल्या फत्तेखानाचा पूर्ण पराभव करून अठरा वर्षांच्या त्या कुशल सेनानायकाने आयुष्यातील पहिलाच प्रचंड विजय मिळवला होता. तो आपल्या अत्यंत कुशल अशा रणनीतीच्या जोरावर. त्याला साथ देणारे होते सह्याद्रीच्या दऱ्याखोऱ्यांतील मावळे. त्यातच होते रामोशी, महार, धनगर, सगळे सगळे. अत्याचारी परकीय आक्रमकांच्या घोड्यांच्या टापांखाली भरडून निघणाऱ्या महाराष्ट्राला त्यांच्यापासून मुक्त करण्यासाठी शिवाजीच्या पाठीशी उभे राहिलेले वीर.

केवळ अठरा वर्षांच्या शिवाजीने प्रबळ शत्रूवर मिळवलेला हा विजय पाहिल्यावर अलेक्झांडरची आठवण झाल्याशिवाय राहत नाही. आपल्या वडिलांच्या मृत्यूनंतर अलेक्झांडरने ज्या वेळी सर्व सूत्रे आपल्या ताब्यात घेतली, त्या वेळी तोही केवळ एकोणीस वर्षांचा छोकराच होता. या छोकऱ्याला असे पुढे येऊ देणे मान्य नसलेले जे काही सरदार होते, त्यांत अथेन्समधील डेमॉस्थेनीस हाही एक होता. डेमॉस्थेनीस अलेक्झांडरचा 'छोटा बच्चा' असा उल्लेख करून त्याला गाडून टाकण्याचा प्रयत्न करीत होता. यावर अलेक्झांडर आपल्या लोकांना एवढेच म्हणाला की, माझे सैन्य अथेन्सच्या तटाजवळ जाऊन पोचले की, त्याला कळेल, ज्या छोट्या बच्चाविषयी आपण बोलत आहोत, तो आता एक मर्द पुरुष झाला आहे. आणि झालेही तसेच. अलेक्झांडरने एक धडक मारली आणि अथेन्सवर ताबा मिळवला.

रणक्षेत्रावर वयाचा प्रश्न नसतो. प्रश्न असतो तो कुशल युद्धनेतृत्वाचा, अष्टपैलू युद्धतंत्राचा, मनाच्या निश्चयाचा आणि प्रसंगावधानाचा! आणि ह्या बच्चा शिवाजीमध्ये अलेक्झांडरप्रमाणेच हे सर्व गुण एकवटले होते.

**प्रतापगडचे युद्ध (युद्धशास्त्राचे प्रात्यक्षिकच)**

सभोवतालच्या परिस्थितीचा सखोल अभ्यास करून त्याचा फायदा उठविण्याकरिता केलेल्या राजकीय आणि लष्करी कारवायांमुळे स्वराज्याच्या सीमा वृद्धिंगत होत गेल्या खऱ्या; पण आता या बंडखोर शिवाजीचा पक्का बंदोबस्त केलाच पाहिजे, ही भावना विजापूरच्या आदिलशहाच्या मनात पक्की रुजून बसली आणि त्या दिशेने विजापुरात हालचाली सुरू झाल्या.

याचाच परिणाम म्हणून पूर्ण तयारीनिशी विजापूरच्या बड्या बेगमेचा अत्यंत विश्वासातील मातब्बर, पराक्रमी, तितकाच क्रूर-कपटी असा सरदार अफझलखान, "शिवाजीला जिंदा या मुर्दा पकडून विजापुरात आणीन", अशी गर्जना करून विजापुरहून निघाला. त्याच वेळी मावळातील देशमुखांना आदिलशहाचे आदेश आले, 'अफझलखानाच्या या मोहिमेत त्यांनी अफझलखानाला मिळावे.'

उत्रोळीचे केदारजी आणि खंडोजी खोपडे लगेच धापा टाकीत अफझलखानाला मिळाले, मात्र मावळात वजन असणारे कान्होजी जेधे यांच्यासारखे काही खंबीर देशमुख शिवरायांना सामील झाले. शिवरायांनीही प्रत्येकाला पारखूनच सामील करून घेतले.

अफझलखान विजापुराहून निघाल्यापासून त्याची बित्तंबातमी शिवरायांना मिळत होती. त्यांचे सुसूत्र विणलेले हेरखात्याचे जाळे हा त्यांच्या युद्धनीतीचा आत्मा होता. विजापुराहून खानाची निघण्याची तयारी सुरू झाल्यापासूनच्या बातम्या येताच खानाची पावले ओळखून शिवराय राजगडाहून प्रतापगडावर येऊन बसले होते. यात शत्रूला स्वराज्याच्या सीमेत प्रवेश करू द्यावयाचा नाही ही ज्याप्रमाणे पहिली भूमिका होती, त्याचप्रमाणे त्याला आपल्यामागे कोठे येणे आवडेल आणि आपल्यालाही त्याचा यशस्वी प्रतिकार करणे कोठे सोपे होईल, या सर्वांचा बारकाईने विचार करूनच आणि शिवाय जावळीहून पळालेला प्रतापराव मोरे हाही त्यांच्याबरोबर आहे हे लक्षात घेऊनच त्यांनी हा निर्णय घेतला होता.

जुलै १६५९ मध्ये ते प्रतापगडावर आले. अफझलखान हा काही काळापूर्वी वाईचा सुभेदार असताना जावळीचे खोरे त्याच्याच अधिकारात येत असे. त्यामुळे त्याला जावळीच्या प्रदेशाची, तेथील लोकांची चांगलीच माहिती होती आणि म्हणूनच शिवाजी जावळी खोऱ्यातील प्रतापगडावर आला आहे हे समजताच शिवरायांच्या अपेक्षेप्रमाणे त्याला आनंदच झाला. कारण आपल्याला पूर्णपणे माहीत असलेल्या

रणक्षेत्रात लष्करी कारवाईसाठी जाणे कोणत्याही सेनानीला आवडते.

शिवरायांच्या दृष्टिकोनातून प्रतापगडाच्या परिसरातील भौगोलिक परिस्थिती ही इतक्या मोठ्या संख्येने आणि तयारीने तेही अफझलखानासारख्या कडव्या सेनानीच्या नेतृत्वाखाली येणाऱ्या आदिलशाही सेनेशी सामना करण्याला अत्यंत योग्यच होती.

खान मजल-दरमजल करीत प्रतापगडाकडे सरकत होता. मार्गातच त्याने शिवरायांचे मेव्हणे फलटणचे बजाजी निंबाळकर यांना अटक केली, ती मुद्दाम शिवरायांवर दबाव आणण्याकरिता. दोन वर्षांपूर्वी आदिलशहाने त्यांना जबरदस्तीने बाटवून मुसलमान केले होते तेव्हा शिवरायांनी त्यांना पुन्हा धर्मांतर करायला लावून सन्मानाने हिंदू करून घेतले होते. यामुळे या बजाजी निंबाळकरांवर आदिलशहाचा राग होताच.

अर्थात, खुद्द मेव्हण्याला अटक झाली म्हणून फलटणसारख्या ठिकाणी प्रचंड आदिलशाही फौजेबरोबर लढाईचा पवित्रा घेण्यासारखे अविचारी पाऊल शिवराय उचलणे शक्यच नव्हते. त्यांनी नेहमीप्रमाणे राजनैतिक पावले उचलली आणि खानाच्या मर्जीतील मलावडीचे जहागीरदार नाईकराजे पांढरे यांच्या मार्फत खानाला साठ हजार होन (जवळजवळ दोन लाख रुपये) देऊन निंबाळकरांची सुटका करून घेतली. खानाच्या लोभी वृत्तीची शिवरायांना पारख होतीच.

खान आता वाईला आला होता. अर्थात वाईला येता येता त्याने तुळजापूर, पंढरपूर येथील देवस्थानांची लुटालूट केली आणि सुपे, सासवड, शिरवळ आदी ठाणी जिंकून घेऊन पुणे परिसरात धुमाकूळ घालण्यास सैन्य धाडले. इतकेच नव्हे, तर हबशी सैफखानाला तळकोकणात धाडले. यात अफझलखानाचे दोन उद्देश होते. पहिला म्हणजे पुणे, सासवड, शिरवळ या पूर्व भागातून तसेच खाली कोकणाकडून स्वतःला निर्धास्त करून घ्यावयाचे.

ही पावले उचलूनच खान जावळीच्या मार्गावर वाईपर्यंत आला होता. जावळीच्या प्रदेशाची थोडी माहिती अफझलखानाला होतीच, पण त्याहीपेक्षा जास्त बातमी त्याच्याबरोबर असलेला, मागे जावळीहून पळून गेलेला प्रतापराव मोरे, जो अफझलखानाच्या मदतीने जावळी परत मिळविण्याचा प्रयत्न करीत होता, तो पुरवणार होता. त्याची काही विश्वासातील माणसेही जावळीत असण्याची शक्यता होती!

खानाच्या प्रत्येक पावलावर शिवरायांची नजर होती. खानाची पावले ओळखूनच ते राजगड सोडून प्रतापगडावर येऊन बसले होते. अफझलखानाची ही मोहीम म्हणजे स्वराज्यस्थापनेच्या कल्पनेलाच आव्हान होते. खानावर पूर्ण लक्ष ठेवूनच त्या

रणधुरंधराने आपल्या वैशिष्ट्यपूर्ण युद्धतंत्रावर हालचाल सुरू केली होती. मानसशास्त्रीय युद्धतंत्राला अनुसरून त्यांनी खेळी सुरू केली.

युद्धशास्त्रही हेच सांगते, शत्रूच्या शरीरावर शस्त्राने हल्ला करण्याआधी त्याच्या मनावर हल्ला करा. मानसशास्त्रीय युद्धतंत्र ते हेच.

शिवरायांनी नेमके हेच केले. अफझलखान स्वतःला "मूर्ती फोडणारा" असे अभिमानाने म्हणवून घेत असे. मग ही ख्याती असलेल्या शत्रुसैन्याच्या सेनापतीविरुद्ध वातावरण निर्माण करण्यासाठी खानाने तुळजापूर आणि पंढरपूर येथील देवतांच्या मूर्ती फोडल्या अशा बातम्या पसरविण्याने बरेच काही होण्यासारखे होते आणि झालेही तसेच.

खान तसा पक्का मुत्सद्दी होता. हिंदू दैवतांच्या मूर्ती आणि त्याही आपली मोहीम यशस्वी होण्याआधी फोडून, सर्वसामान्य जनतेला विशेषतः त्याला येऊन मिळणाऱ्या मराठी सरदारांना आणि सैनिकांना दुखावण्याचे कृत्य त्याच्यासारखा धोरणी सेनापती करणे शक्य नव्हते. तरीही त्या बातम्या पसरल्या; नव्हे, त्या मुद्दामच पसरविल्या गेल्या. या बातम्यांचे परिणाम सावकाश होत गेले. खानाविषयी जनतेत आणि मराठे सैनिकांत तिरस्कार, चीड निर्माण होऊ लागली.

याशिवाय खानाने आपल्या बायकांची हत्या केली किंवा खानाच्या गुरूला खान पहिल्याच मुक्कामी मुंडक्याविना दिसला या बातम्याही खानाच्या सैनिकांच्या मनोधैर्यावर परिणाम करण्याकरिताच पसरविण्यात आल्या. त्यांचे मनोधैर्य खच्ची करण्याकरिता या बातम्यांचा चांगलाच उपयोग करून घेतलेला दिसतो. याच्या उलट परिणाम झाला तो शिवरायांच्या सैनिकांच्या मनावर. त्यांचे मनोधैर्य, त्यांची लढण्याची जिद्द बेसुमार वाढत गेली. या तर अगदीच सुरुवातीच्या हालचाली होत्या.

खरे म्हणजे आपल्या बायकांची हत्या करण्याचे अफझलखानाला काहीच कारण नव्हते. कारण आपला पराभव होईल किंवा या मोहिमेत आपण मारले जाऊ अशी शंकादेखील त्याच्या मनाला शिवण्याची शक्यता नव्हती. पण शिवरायांच्या अष्टपैलू युद्धतंत्राचा तो एक भाग होता. शत्रुसैनिकांचे मनोधैर्य खच्ची करण्यासाठी खरे म्हणजे असल्या मानसशास्त्रीय युद्धपद्धतीचा अवलंब संपूर्ण जगात निरनिराळ्या पद्धतींनी केला गेलेला आढळतो. नव्हे, पारंपरिक युद्धतंत्राचा तो एक अविभाज्य घटकच आहे. पण शिवरायांनी एका दगडात दोन पक्षी मारले होते. ज्या बातम्यांनी शत्रुसैनिकांचे मनोधैर्य खच्ची होत होते, त्याच बातम्या शिवरायांच्या सैनिकांचे मनोधैर्य उंचावण्यात मदत करीत होत्या. म्हणूनच शिवरायांचे युद्धनेतृत्व हे त्या काळच्या जागतिक पातळीवरील युद्धनेतृत्वाच्या तोडीस तोडच नव्हे, तर कणभर

जास्तीच चांगले होते याची कबुली आता सगळ्यांनीच दिली आहे.

खानाने सासवड, सुपे, शिरवळ पट्टा काबीज करताच त्याच्या सैन्याला त्यापुढे शिरकाव करता येऊ नये म्हणून शिवरायांनी नेताजी पालकरांना त्यांच्या घोडदळासह खानाच्या सैन्याची दमछाक करून त्या सैन्याला थोपवून धरण्यासाठी त्या भागात डोंगरमाथ्यावर ठेवले होते. नेताजीनेही छुपे हल्ले करून खानाच्या सैन्याला हैराण करणे चालू होते.

खानाने वाईला पोचताच तेथे त्याचे सैन्य आणि छावणी स्थिरावत असतानाच आपल्या पद्धतीप्रमाणे पहिले पाऊल टाकले. त्याने आपला विश्वासू वकील, जो मूळचा वाईचा कुलकर्णी होता; त्या कृष्णाजी भास्करामार्फत शिवरायांना निरोप धाडला की, शिवरायांनी स्वत: वाईला येऊन खानाला भेटावे आणि जिंकलेला सर्व मुलूख परत करावा.

खानाने स्वत:च बोलणी सुरू करण्यासाठी पावले उचललेली पाहताच त्या रणनीतितज्ज्ञ शिवरायाला खानाचे इरादे स्पष्ट दिसायला लागले. कोणताही यशस्वी सेनानी युद्धप्रसंगी शत्रूच्या सेनापतीची युद्धपद्धती, त्याच्या आवडी-निवडी, विचारांची दिशा, त्याचे व्यक्तिमत्त्व आणि त्यातील कच्चे दुवे यांचा सखोल अभ्यास करीत असतो. या बाबतीत शिवराय मागे राहणे शक्य नव्हते. खानाच्या युद्धपद्धतीचा त्यांनी पूर्ण अभ्यास केला होता. त्याच्या विचारांची दिशा त्यांनी पारखली होती आणि म्हणूनच आपल्यावर लष्करी दडपण आणण्याचा पूर्ण प्रयत्न केल्यानंतर, खान भेटीला बोलावतो आहे यातील रोख त्यांच्या लक्षात यायला वेळ लागला नाही.

शत्रुपक्षावर प्रचंड लष्करी दडपण आणायचे आणि त्याच्या आत्मविश्वासावर, जिद्दीवर मानसिक आघात करायचा. यानंतर त्याला आश्वासन देऊन तहाची बोलणी करण्यासाठी आमंत्रित करायचे आणि त्याचा फडशा पाडायचा हे अफझलखानाचे तंत्र राजांच्या नजरेसमोरून हलणे शक्य नव्हते. कर्नाटकातील अजिंक्य शिरेपट्टणच्या शूर कस्तुरीरंगाला अफझलखानाने असाच नाहीसा केला होता. त्याच्यावरही खानाने प्रचंड लष्करी दडपण आणून त्याचा आत्मविश्वास असाच खच्ची केला होता. मग त्याला विश्वासात घेऊन बोलणी करण्यासाठी खानाने त्याला गडावरून, गडाखाली आपल्या गोटात बोलविले आणि त्याचा सहजपणे खून केला. खानाने नुकतेच काही वर्षांपूर्वी केलेले हे कृत्य, त्याच्या त्या आवडीच्या युद्धतंत्राचे निदर्शक होते.

इतिहासाचे धडे गिरवून नवीन इतिहास निर्माण करण्याचा प्रयत्न करणाऱ्या शिवरायांना शत्रूच्या त्या पाताळयंत्री सेनापतीच्या या युद्धतंत्राचा विसर पडणे शक्यच नव्हते. राजांनी खानाचे इरादे ओळखले आणि आपली योजना आखली. या बाबतीतही

कडेसर
नेताजी पालकर
रघुनाथ बल्लाळ
३५००
प्रताप
गड
भेटीची जागा
3000
कान्होजी
जेधे
सीलीमकर
किनेश्वर
शामराज पंत
मोरोपंत पिंगळे
त्र्यंबक
मोरेश्वर
कुमज्याचा ओढा

कल्पना : कॅप्टन राजा लिमये - रेखाटण : वसंत सहस्त्रबुद्धे

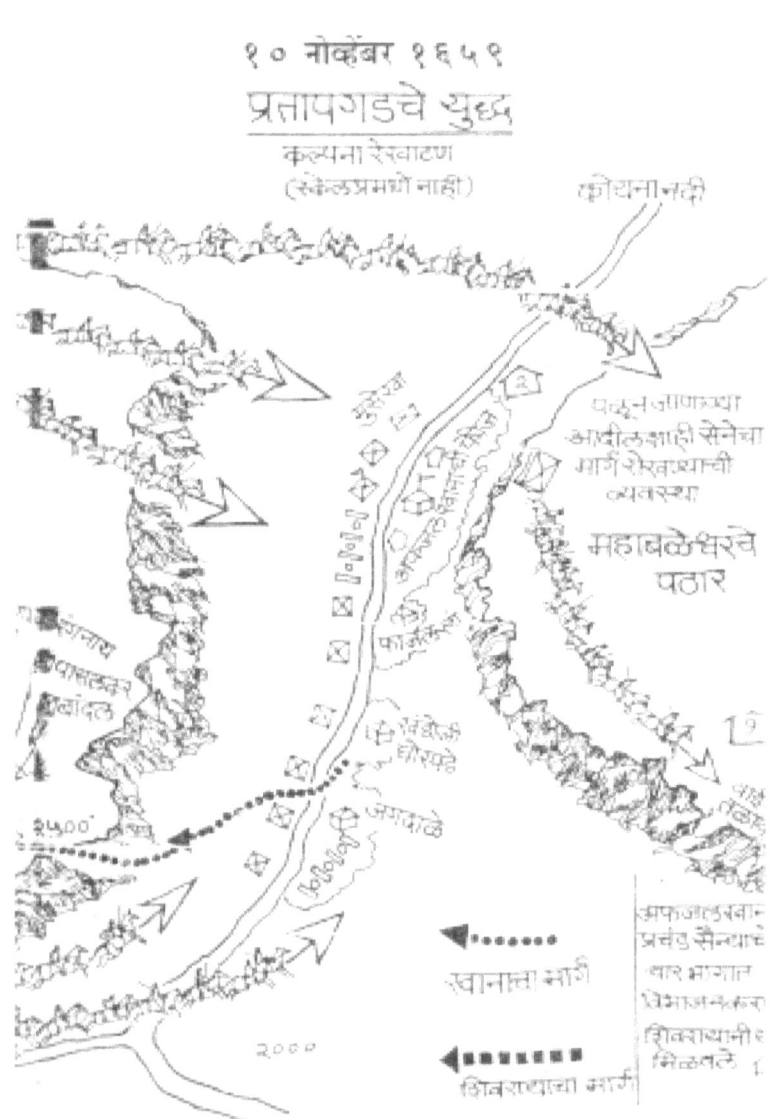

## १० नोव्हेंबर १६५९

# प्रत्तापगडचे युद्ध

कल्पना रेखाटण
(स्केलप्रमाणे नाही)

कोयनानदी

पळून जाणाऱ्या
आदीलशाही सैनेचा
मार्ग रोखण्याची
व्यवस्था

महाबळेश्वरचे
पठार

अफजलखान
प्रचंड सैन्याचे
चार भागात
विभाजन करून
शिवरायांनी
मिळवले.

खानाचा मार्गी

शिवराज्याचा मार्गी

त्यांच्या योजकतेचा आणखी एक पैलू नजरेसमोर आल्याशिवाय राहत नाही.

युद्धयोजना ही नेहमीच लवचीक असावी लागते. म्हणजे प्रत्यक्ष युद्धप्रसंगी क्षणोक्षणी बदलणाऱ्या परिस्थितीनुसार त्यात बदल करता येतो. शिवरायांनीदेखील

खानाला बोलणी करण्यासाठी पुढाकार घेताच राजांनी आपली युद्धयोजना बदलून, सासवड, सुपे भागांकडे धाडलेल्या नेताजी पालकरांना घोडदळासह प्रतापगडावर बोलावून घेतले आणि त्याचबरोबर खानाच्या निरोपाला प्रतिसाद दिला. असा प्रतिसाद देतानाच तुमच्याशी कोणत्याही प्रकारचे युद्ध करण्याची आपली हिंमत नाही हे त्यांना दाखववावयाचे होते आणि त्यासाठी नेताजीचे परत येणे आवश्यक होते. नेताजीला परत बोलविण्यामागील मुख्य हेतू अर्थातच दुसरा होता.

अफझलखानाच्या निरोपाला त्यांनी जो प्रतिसाद दिला त्यात तुमच्या लष्करी सामर्थ्यामुळे मी घाबरून गेलो आहे आणि तुमच्या त्या सागरासारख्या प्रचंड लष्करी छावणीत वाईला येण्याची माझी हिंमत नाही, हे त्यांनी पंताजी गोपीनाथासारख्या चाणाक्ष वकिलामार्फत खानाला कळविले. मानसशास्त्रीय युद्धतंत्राचा हा सगळ्यात वरचढ असा नमुना म्हणता येईल. ज्या मार्गाने जाणे हे शत्रूच्या सेनापतीला योग्य वाटेल, त्याला आवडेल आणि ज्या मार्गाने पूर्वीही जाऊन त्याने यश मिळविले होते, तोच मार्ग त्याच्यासमोर पायघड्या टाकल्यासारखा उकलून टाकला आणि त्याला हवी तशीच परिस्थिती निर्माण करून दिली तर...? औरंगजेबासारख्या धूर्तालाही जाळ्यात अडकविणारा, कनार्टकच्या मोहिमेत मी-मी म्हणविणाऱ्यांना धूळ चारणारा शूरवीर, मुत्सद्दी खान निश्चितपणे आपल्या पावलांनी चालत खुशीने समोर येईल, हा रणधुरंधर शिवरायांचा कयास खरा ठरला.

खरे म्हणजे खानाच्या नजरेसमोरही काही वर्षांपूर्वीच शिवरायांनी चंद्रराव आणि प्रतापराव मोऱ्यांची साथ असूनही जावळीच्या खोऱ्यातच बाजी शामराजाच्या केलेल्या दणदणीत पराभवाचे चित्र स्पष्टपणे उभे होते. तोही एक सावध सेनानी होता आणि म्हणूनच स्वत:जवळ इतके प्रचंड लष्करी सामर्थ्य असूनही तो वावटळीसारखा अहंकाराने वाई सोडून जावळी खोऱ्यात घुसला नव्हता. म्हणूनच शिवरायांच्या नजरेसमोर पहिले उद्दिष्ट होते ते या सावध सेनानीला बेसावध करणे आणि ते उद्दिष्ट साध्य करण्याचा प्रयत्न शिवराय, आपण अफझलखानाचे प्रचंड सामर्थ्य पाहून घाबरून गेलो आहोत असा घोष लावून साध्य करण्याचा करीत होते. अफझलखान विचलित होत होता.

खरोखरीच खानाच्या दृष्टीने परिस्थितीत बदल झाला होता. त्याने आणलेल्या प्रचंड लष्करी दडपणामुळे शिवाजी घाबरला होता. शिवाजीच्या सैन्याची लढण्याची जिद्द मारली गेली होती. सासवड, सुपे भागांत छुपे हल्ले करून आपल्या सैन्याला हैराण करणाऱ्या नेताजीलाही काढून घेण्यात आले आहे हे पाहून आणि पंताजी गोपीनाथासारख्या मुरब्बी वकिलाकडून शिवाजीच्या परिस्थितीचे वर्णन ऐकून खान

पुन्हा शिरेपट्टणच्या मोहिमेची स्वप्ने पाहू लागला होता. शिवाजीशी बोलणीच करायची ना? मग दोन पावले पुढे टाकून, सर्व शक्तिनिशी गडाखाली जायला काय हरकत आहे, असा निर्णय अखेर खानाने घेतला. आपल्या सुखावल्या गेलेल्या अहंकारामुळे त्याने घेतलेला निर्णय त्याच्या सरदारांना मान्य नव्हता. त्यांना शिवाजीची भीती वाटत होती. पण आपल्या निर्णयाचे समर्थन करताना खान त्यांना समजावून सांगत होता, की आपण आता गडाखाली गेलो नाही, तर घाबरलेला शिवाही इथे येणार नाही. मग त्याला पकडायचे असेल तर आपल्याला जावळी खोऱ्यात शिरावेच लागेल. माणसे मरतील आपली आणि त्याचीही. त्यापेक्षा आज तो घाबरलेला शिवा आपल्याला मान देऊन तेथे बोलावतो आहे; तो मला भेटणार आहे; मग संधीचा लाभ घेणेच योग्य आहे की नाही ?

त्याच्याबरोबरच्या सरदारांना खानाने जावळीत घुसणे जरी मान्य नव्हते, तरी आता न जाता नंतर तेथे जाऊन शिवाजीच्या सैन्याबरोबर दोन हात करणेही त्यांना जास्त धोकादायक वाटत होते. म्हणूनच खानाच्या योजनेला सर्वांनी साथ दिली. शिवरायांना हे अपेक्षितच होते. खानाचा निर्णय पक्का झाला आणि महाबळेश्वराचे पठार ओलांडून खान जावळी खोऱ्यात उतरला.

आता पारंपरिक युद्धतंत्रानुसार राजकीय संवादाबरोबर, खानाच्या सैनिकांवर मानसशास्त्रीय पद्धतीने हल्ले होत होतेच. खानाचे सैन्य जावळी खोऱ्यात पोचेपर्यंत कासावीस झाले होते. पण तेथील गावकऱ्यांनी त्या सैन्याची उतरण्याची सोय व्हावी म्हणून आवश्यक त्या ठिकाणी जंगलतोड करून, साफ करून खानाच्या सैन्याला मुक्कामाला आवडतील अशा जागा करून ठेवल्या होत्या. अर्थात तोडलेल्या झाडांनी गडावर जाण्याचे इतर मार्ग बंद करण्यात येत आहेत, याची खानाच्या सैन्याला कल्पना असणे शक्यच नव्हते.

राजकीय संवाद चालू होतेच. त्यातूनच शिवाजी आता शरणागतीची बोलणी करण्यासाठी येणार ही बातमी खानाच्या सर्व छावणीभर पद्धतशीरपणे पसरविण्यात आल्याने खानाच्या सैन्याची युद्ध करण्याची मानसिक तयारी आणि जिद्द पार कोलमडून पडली होती. त्यांच्या मनावर होत असलेल्या मानसशास्त्रीय हल्ल्याला मिळत असलेल्या यशाचे ते द्योतक होते.

आपल्यावर प्रचंड लष्करी सामर्थ्य एकवटून हल्ला करण्यासाठी येणाऱ्या शत्रूच्या सैन्याची विभागणी करण्यास शत्रूसेनानीला भाग पाडण्यासाठी आणि आपल्याला सोईच्या अशा रणक्षेत्रावर त्याला खेचून आणण्यासाठी प्रत्येक कुशल सेनानी, राजनैतिक संवादाचा उपयोग करीत असतो. शिवरायांनी अगदी तेच केले. शत्रूच्या

शरीरापेक्षा त्याच्या मनावर वार केले गेले होते.

शिवरायांनी पहिल्या राजकीय खेळीतच खानाच्या प्रचंड सैन्याचे दोन भाग पाडण्यात यश मिळवले. एक वाईच्या तळावर तर दुसरा हिस्सा आपल्याला सोईच्या अशा जावळीच्या खोऱ्यात. खानाच्या सैन्याचा हा दुसरा प्रमुख लढाऊ हिस्सा, पहिल्यापासून बऱ्याच लांब अंतरावर, सहज संपर्क साधण्यास कठीण अशा अवघड जागी येऊन ज्या जागी स्थिरावत होता. त्या जागेची निवडही शिवरायांनीच केलेली होती. तीही अत्यंत हिकमतीने.

जावळी भागात खानाला जावळीपासून पारघाटाजवळील पुलापर्यंत कोयनेच्या खोऱ्यातच आपल्या सैन्याला तळ पसरून ठेवण्याशिवाय गत्यंतर नव्हते. कारण आजूबाजूला सपाट जागाच नव्हती आणि स्थानिक गावकऱ्यांनी हाच पट्टा साफसूफ करून ठेवला होता. ही सपाटीही गडाच्या पूर्व भागाला वळसा घेऊन बसली होती. त्यामुळे सैन्याच्या एका टोकाच्या छावणीला दुसऱ्या टोकाकडे काय घडते आहे, हे कळणे सोपे नव्हते. शिवाय गडावरील मोक्याच्या जागांवर तोंड खाली वळवून बसलेल्या तोफांच्या माऱ्यात सर्व सैन्य स्थिरावले होते. एकूण आपल्याला सोईच्या अशा रणक्षेत्रात शत्रूच्या सैन्याला शिताफीने खेचून आणून शिवरायांनी आपल्याला मिळालेल्या नैसर्गिक भौगोलिक उंचीचा बरोबर फायदा करून घ्यायला सुरुवात केली होती.

राजकीय संवादाच्या पुढच्या फेरीतच शिवरायांनी भेटीची जागा पक्की केली आणि त्यांची ही खेळीही अप्रतिम होती. भेटीसाठी खानाला अर्धा गड चढून यावे लागणार होते. गडावर जाण्याचे दोनच मार्ग होते. तेही गडाच्या आग्नेय टोकाकडे जात होते. यापैकी कुंभ्रोशी गावाच्या पूर्वेकडून जाणारा मार्ग राजांच्या जवानांनी झाडे तोडून रस्ते अडवून बंद करून टाकला होता. त्यामुळे सोनपारपर्यंत कोयनेच्या काठाकाठाने पुढे येणारा वर्तुळावर असा खोल दरीतील मार्गच खानासाठी मोकळा होता. या मार्गावर गडावरून सतत लक्ष ठेवता येत होते. या मार्गाने येणारा खान शिवरायांच्या सैन्याच्या सतत नजरेत राहणार होता.

भेटीची जागाही गडाच्या आग्नेयेस अंदमासे दीड हजार फुटांवर, सोनपार गावापर्यंत आलेल्या गडाच्या सोंडेवर जागा साफ करून तयार करण्यात आली होती. येथेच शामियाना उभारण्यात आला होता. ही भेटीची जागाही शिवरायांच्या सैन्याच्या पूर्ण नजरेखाली होती, पण खानाच्या सैन्याला ती दिसणे शक्य नव्हते. भौगोलिक परिस्थितीचा योग्य उपयोग करून आपल्या सैन्याची रचना अत्यंत कुशलतेने करण्यात शिवरायांनी दाखविलेली योजकता ही त्यांच्यातील युद्धशास्त्रनैपुण्याची एक चुणूकच होती.

शिवरायांनी आपल्या सैन्याच्या मुख्य भागाला मोरोपंत पिंगळे यांच्या नेतृत्वाखाली

गडाच्या नैर्ऋत्येकडे असलेल्या किनेश्वर डोंगराच्या उत्तरेकडील घळीत दबा धरून बसविलेले होते. अर्थात ही जागाही खानाच्या सैन्याच्या नजरेपलीकडे होती. नेताजीचे घोडदळ कडेसरच्या पठारात दबा धरून बसले होते. तेही खानाच्या सैन्याच्या नजरेच्या टप्प्याच्या पलीकडेच होते. गडाच्या दरवाजाखाली एका दरडीच्या आड खणलेल्या जागी हिरोजी फर्जंद चाळीस कडव्या हत्यारबंद जवानांसह दबा धरून बसला होता आणि तेथून तो भेटीच्या शामियान्यावर लक्ष ठेवणार होता. शिवराय खानाच्या भेटीला जात असताना व नंतर परतताना त्यांच्यावर लक्ष ठेवून त्यांना संरक्षण देण्याची जबाबदारी हिरोजी फर्जंदवरच सोपविण्यात आली होती.

लढाईला तोंड लागल्यावर खानाचे सैन्य अचानक गडावर येऊ नये म्हणून जनीच्या टेंबाच्या दोन्ही बाजूंना घनदाट झाडीत जेधे आणि बांदल हे वीर आपल्या तुकड्या घेऊन दबा धरून बसले होते; तर त्यांनाही संरक्षण देण्यासाठी अप्पाजी रंगनाथ आणि पासलकर आपआपल्या जवानांनिशी सज्ज होऊन बसले होते. शिवाय शामियान्याच्या सोंडेच्या खाली घनदाट जंगलात हैबतराव आणि सिलीमकर यांचे जमाव टपून बसलेले होतेच. या सगळ्यांच्या तीक्ष्ण नजरेखाली कोयनेकाठी असलेले खानाचे सैन्य, शिवाजीला ''जिंदा या मुर्दा'' घेऊन येणाऱ्या अफझलखानाची वाट पाहणार होते.

खानाच्या लष्करी दडपणामुळे अत्यंत घाबरलेला शिवाजी खानाच्या भेटीला गडाखाली युद्धात उतरायला तयार नव्हता. उलट, त्याला पकडण्यासाठी किंवा ठार करण्यासाठी उतावीळ झालेला खान गडाचा बराचसा भाग चढून केवळ मोजक्या रक्षकांसह भेटीच्या शामियान्यात येण्यासाठी तयार झाला होता. शिवरायांनी अत्यंत कुशलतेने हे नाट्यमय वातावरण निर्माण करून खानालाच गडावर येण्यासाठी तयार केले होते.

गुरुवार ता. १० नोव्हेंबर १६५९, दुपारी बारा वाजता भेट होण्याचे निश्चित झाले होते. त्याप्रमाणे खानाने सोबतीला एक खास सरदार, दोन हुद्देदार आणि दहा अंगरक्षक घेऊन ठरलेल्या अटींनुसार आपली छावणी सोडली. मात्र याशिवाय त्याने दीड हजार निवडक तलवारबहाद्दर पठाण (त्यात काही बंदूकवालेही होते.) घेऊन गड चढण्यास सुरुवात केली. ही बाब अर्थातच ठरलेल्या अटींमध्ये बसत नव्हती, तरीही शिवरायांचे वकील जे खानाबरोबर होते, त्यांनी छावणी सोडताना मौन पाळले. खान असे काही करेल तेव्हा काय कारवाई करायची, याच्या सूचनाही त्या रणराजाने आपल्या हुशार वकिलाला देऊन ठेवल्या होत्या.

आपल्या दीड हजार तलवारबहाद्दरांसह खान गडाच्या पायथ्यापासून काही

अंतर वर चढून, खालच्या आपल्या स्वत:च्या सैन्याच्या नजरेआड येताच शिवरायांच्या वकिलाने अत्यंत अदबीने खानाला भेटीच्या अटींची आठवण करून देऊन, त्या दीड हजार तलवारबहाद्दरांना सोबत न नेण्याबद्दल सुचविले. खानाचे वकील कृष्णाजी भास्कर यांनीही त्यांना दुजोरा दिला. खानाला शिवाजी हवा होता आणि तोही शक्य तितक्या लवकर हवा होता. त्या कारवाईत आता त्याला अडचण नको होती. त्याच्या दृष्टीने त्याचे दीड हजार तलवारबहाद्दर लढवय्ये पायथ्यापासून अडीचशे ते तीनशे फूट वर आले होते. म्हणजे तेवढेच भेटीच्या जागेजवळ आले होते. म्हणून त्या दीड हजार जवानांना तेथेच थांबण्यास सांगितले होते. शिवरायांची आणखी एक खेळी यशस्वी झाली. खान सैन्याच्या आणि तोफांच्या माऱ्याखाली तर आला होताच, पण त्याच्या स्वत:च्या मुख्य सैन्याच्या आणि भेटीच्या जागेच्याही नजरेपलीकडे होता.

खान आता भेटीच्या जागेजवळ आला आणि ठरल्याप्रमाणे त्याने आपले दहा अंगरक्षक शामियान्यापासून बाणाच्या अंतरावर सोडले. त्याच्या सैन्याचा एक लहानसा तुकडा पुन्हा अलग पडला.

त्यानंतर पंचहत्यारी लष्करी सरदार बंडा खासबरदार (ए.डी.सी.) म्हणून आणि केवळ दोन हत्यारी हुद्देकरी यांना बरोबर घेऊन खान, पालखी सोडून मंडपाकडे आला आणि मंडपात दाखल झाला. दोन्ही वकील त्याच्याबरोबर होतेच.

शिवरायांनी गडावरून भेटीसाठी निघण्याआधी चिलखतावर झगा घातला. नंतर डोक्यावर जिरेटोप घालून त्यावर मंदील बांधला. कंबरपट्ट्यात बिचवा होताच. त्यांची तलवार मात्र जिवा महाल्याजवळ होती. त्यांच्यासोबत जिवा महाल्याबरोबर, संभाजी कावजी आणि खासबदार (ए.डी.सी.) म्हणून तानाजी मालुसरे होते. आपापल्या सैनिकांचे मनोधैर्य आणि आत्मविश्वास वाढविण्यासाठी शिवरायांनी काल मध्यरात्री भवानी मातेने मला दर्शन देऊन आशीर्वाद दिल्याचे वर्तमान आदल्या मध्यरात्री सर्व सैनिकांत सकाळीच पसरवून दिले होते.

राजे गडाखाली आले. शामियान्याशी येताच त्यांनी खानाजवळ उभ्या असलेल्या सय्यद बंडाला शामियान्याच्या बाहेर काढण्यासाठी सूचना केली. त्यांच्या वकिलांनी अदबीने खानाला सांगून सय्यद बंडाला सदरेच्या बाहेर थांबण्याची व्यवस्था केली. खानाच्या प्रचंड सेनेपासून खानाला पूर्णपणे अलग पाडण्याची ही खेळी राजांनी अत्यंत हुशारीने, खानाच्याच मनातील विचारांना चालना देऊन, त्याच्याच पावलांवर पाऊल टाकून यशस्वीपणे खेळली होती. धोका पतकरण्याची त्यांची नेहमीच तयारी असे पण त्यात बेसावधपणा कधीही त्यांनी येऊ दिला नाही.

युद्धशास्त्राचा व्याख्याता क्लोजविटझ् याच्या परिभाषेप्रमाणे युद्ध म्हणजे

राजकीय संवादातील अखेरचा मुद्दा असतो. त्याप्रमाणे शिवाजीराजे आणि अफजलखान यांच्यातील संवाद आता संपले होते. आता दोघेही अखेरच्या मुद्द्यावर आले होते. खान तेच ठरवून आला होता तर रणराज शिवरायांनीही त्या दिशेनेच पावले टाकली होती.

खान आणि शिवराय दोघेही समोरासमोर आले आणि एकमेकांच्या मिठीत सामावले. राजकीय नाट्याने भरपूर भारलेली ती मिठी खानाची अखेरचीच ठरली. क्षणार्धात शिवरायांच्या बिचव्याने त्याचे पोट फाडून काढले. खानाचा कोथळा बाहेर आला. तो कसाबसा आत दाबीत तोंडाने 'दगा-दगा' असे ओरडत झोकांड्या खात शामियान्याच्या बाहेर पडला. या बाबतीत असंही सांगितलं जातं, की पहिला वार अफझलखानाने केला. पण यात मुळीच तथ्य वाटत नाही, कारण शिवाजीला गडावर मारल्यावर त्याचा मृतदेह घेऊन स्वत: अफझलखान जिवंत खाली उतरूच शकला नसता. त्याऐवजी शिवाजीला गडाखाली नेऊन आपल्या छावणीत त्याला ठार करणे अफझलखानाला सोईस्कर होते, आणि तोच त्याचा बेत होता आणि शिवाजी हे जाणत असल्यामुळेच त्याने अफझलखानाला पहिली संधी दिली नाही, हेच तर्कशुद्ध वाटते.

खानाचा 'दगा-दगा' हा ओरडा ऐकून आत झेपावलेल्या सय्यद बंडाचे मुंडके जिवा महाल्याने एका फटक्यात धडावेगळे केले, तर संभाजी कावजी आणि तानाजी मालुसरे यांनी खानाचे दोन हुद्देदार कापून काढले. झोकांड्या खात पालखीकडे निघालेल्या खानाचे मुंडके संभाजी कावजीने उडविले आणि पालखीच्या भोयांचे पायही कापून टाकले. भेटीच्या जागी काय घडले याचा तपशील खानाच्या सैन्याला जाऊन सांगणारा कोणीच उरला नाही. कारण खानाचे दहा शरीररक्षकही कापले गेले होते. कोणी कोणाला उडवायचे याचा तपशील आधीच ठरला होता. त्याप्रमाणे घटना घडत गेल्या आणि खानाच्या सैन्याची संपर्करेषाच (लाइन ऑफ कम्युनिकेशन) कापली गेली होती. राजे केव्हाच गडाच्या पायऱ्या चढू लागले होते.

शामियान्यापुढून इशारा गेला तो कर्णेवाल्याने फुंकलेल्या तुतारीचा, ज्या इशाऱ्याबरोबर गडावरून तोफांचा गडगडाट झाला. खालचे खानाचे दीड हजार पठाण आणि गडाखाली यथेच्छ जेवण करून गडावर काय घडते आहे याची वाट पाहणाऱ्या खानाच्या सैन्याला तो तोफांचा गडगडाट म्हणजे भेट यशस्वी झाल्याची सूचना वाटली; तर खानाच्या सैन्यावर तुटून पडण्यासाठी इशाऱ्याची वाट पाहत जागोजागी दडून बसलेल्या शिवरायांच्या सैनिकांना, गरजणाऱ्या त्या तोफांनी आदेश दिला. हल्ला-हल्ला-हल्ला आणि पाहता पाहता जावळीचा तो परिसर रणगर्जनांनी दुमदुमून गेला... ''हर-हर-महादेव.''

पहिला आघात झाला तो जनीच्या टेंबाखाली थांबलेल्या दीड हजार तलवारबहाद्दर पठाणांवर. जेधे-बांदलांनी चांगलीच कत्तल केली. मोरोपंत पिंगळ्यांच्या सैन्याने पाठोपाठ कुमठ्याच्या ओढ्याच्या काठाने विजेच्या लोळाप्रमाणे धाव घेऊन कोयनेकाठी असलेल्या खानाच्या मुख्य छावणीला भाजून काढले. खानाच्या सैन्याचा परतीचा मार्ग रोखून धरण्यासाठी जाऊन दबा धरून बसलेल्या नेताजीच्या घोडदळातील बाबाजी भोसल्यांच्या स्वारांनी त्यांना धडपणे पळूही दिले नाही. काहीजण कसेबसे जीव घेऊन पळू शकले. नेताजी पालकराच्या घोडदळाने त्यांची पाठ सोडली नाही.

जावळीच्या टोकाकडे असलेल्या खानाच्या छावणीवर हल्ला व्हायला थोडा वेळ लागला. पण छावणीच्या या भागात काय घडते आहे ते त्या टोकाला कळू नये अशी व्यवस्था आधीच कौशल्याने करून ठेवल्याने जावळीच्या टोकाकडील खानाचे सैन्य बेसावधच होते. त्या अवस्थेतच त्यांच्यावर हल्ला झाला. त्यांचाही पार धुव्वा उडाला.

गडाखालच्या या धुमश्चकीत अंधाराचा फायदा घेऊन खंडोजी खोपड्याच्या मदतीने फाजलखान मात्र पळून जाण्यात यशस्वी झाला. आडरानाने पळून त्याने वाई गाठली आणि वाईच्या मुख्य तळावरून जनानखाना आणि जमेल तेवढे मौल्यवान दागिने घेऊन त्याने विजापुराकडे पळ काढला. शिवाजीला "जिंदा या मुर्दा" पकडून आणण्याची वल्गना करून आलेल्या अफझलखानाचा त्याच्या प्रचंड सैन्यासह पार धुव्वा उडाला.

'आक्रमण हा प्रतिकाराचा सर्वांत प्रभावी मार्ग आहे', हे सर्वमान्य युद्धतत्त्व आहे. खानाच्या आक्रमणाला शिवरायांनी या तत्त्वानुसार, प्रखर आणि योजनाबद्ध अशा आक्रमणाने उत्तर देऊन त्याचा फडशा पडला. त्यांच्यातील असामान्य अशा युद्धनेतृत्वाची साक्ष या घटनेने पटल्याशिवाय राहत नाही.

स्वराज्यावर अफझलखानाच्या रूपाने आलेल्या वादळाला अत्यंत खंबीरपणे तोंड देऊन रणराज शिवरायांनी राजनीतीच्या कोंदणात चपखल बसविलेल्या आपल्या कुशल युद्धतंत्राचा तडाखा देऊन जावळीच्या घळीत गाडून टाकले होते. "शिवाजीला जिंदा या मुर्दा" घेऊन येतो अशी गर्जना करून विजापुराहून निघालेल्या अफझलखान मात्र जिंदाच काय पण त्याचा मुर्दाही प्रतापगडाखाली उतरू शकला नव्हता.

प्रतापगडावर अफझलखानाचा प्रचंड फौजेसह पार धुव्वा उडविल्यानंतर कोणत्याही प्रकारचा विजयोत्सव वगैरे साजरा न करता आलेल्या सुरेख संधीचा लाभ शिवरायांसारख्या युद्धशास्त्रनिपुण सेनानीने घेतला नसता तरच नवल होते.

रातोरात प्रतापगडावरून झेपावलेले महाप्रतापी शिवराय आपल्या चपळ अश्वदळासह पश्चिमेकडून वाईत प्रवेश करीत असताना आपल्या रथावर आरूढ

झालेले रविराज सूर्यनारायण जणू पृथ्वीतलावरील महाप्रतापी रणराज शिवरायांचे स्वागत करण्यासाठीच पूर्व क्षितिजावरून समोर येत होते.

आता हाताशी आलेल्या सुरेख संधीचा लाभ उठविण्यासाठी शिवरायांनी सरळ विजापूरच्या दिशेने झेप घेतली. या वेळी ११ नोव्हेंबर १६५९ ची पहाट होत होती. अफझलखानाच्या रूपाने स्वराज्याचा नाश करण्यासाठी सुसाट आलेले भीषण वादळ एखाद्या महान सागराप्रमाणे गिळून टाकून शिवरायांच्या वेगवान घोडदळाच्या लाटा काही तासांच्या अवधीतच आदिलशाहीच्या मुलखात घुसल्या होत्या.

आदिलशहाने अफझलखानाबरोबर त्याला आवश्यक वाटेल तेवढे सैन्य देण्याचे आदेश दिले होते. त्यामुळे प्रचंड संख्येने हत्ती, घोडदळ, पायदळ असलेले अफाट सैन्य खानाबरोबर गेले होते. याचा परिणाम वाईपासून विजापुरापर्यंत एक लष्करी पोकळी निर्माण होण्यात झाला होता. याच सुरेख संधीचा फायदा घेण्यासाठी शिवराय विजापूरच्या दिशेने झेपावले होते.

एका बाजूने नेताजी पालकरांचे घोडदळ सासवड, सुपे, शिरवळ घेऊन थेट विजापुरावर धडक मारून आदिलशहाच्या छातीत धडधड निर्माण करायला धावले होते, तर पश्चिमेला कोकणात दादोजी या शिवरायांच्या वीराने राजापूर, दाभोळ काबीज केले होते आणि राजे स्वत: सातारा जिंकून कोल्हापुरावर धडकले होते. त्यांनी अफझलखानाच्या पराभवानंतर केवळ पंधरा दिवसांत कोल्हापूर जिंकून घेऊन तो सारा मुलूख स्वराज्यात आणला आणि पुढच्या तीनच दिवसांत पन्हाळाही जिंकून घेतला.

शिवरायांच्या विजयी सेनेच्या यशाच्या बातम्या विजापुरास पोचताच आदिलशाही पार हादरून गेली होती.

शिवरायांचे घोडदळ कोल्हापुरापर्यंतचा भाग स्वराज्यात सामील करून घेऊन पन्हाळयाच्या रोखाने निघाले होते. शत्रूकडून जिंकून घेतलेल्या तुर्की घोड्यांच्या वेगात मावळ्यांचे चापल्य आता चपखल बसले होते. घोडे दणकट तर मावळे लवचीक, चिवट आणि चपळ. शिवाय आपणाला कशा प्रकारच्या लढाया खेळाव्या लागणार आहेत याचा पूर्ण विचार करून त्याप्रमाणेच आपली सैन्यरचना करणाऱ्या शिवरायांनी युद्धप्रसंगी ऐनवेळी दगा देणाऱ्या गजराजांना आपल्या सैन्यात स्थान दिले नव्हते. म्हणूनच त्यांचे वेगवान घोडदळाच्या साथीने हालचाल करणारे सैन्य एखाद्या झंझावातासारखे शत्रूवर तुटून पडत असे आणि त्यामुळेच ते अजेय ठरले.

**प्रतापगडाचे युद्धनिष्कर्ष**

युद्धशास्त्राच्या संकेतांचे प्रात्यक्षिक

१) गुप्तहेर यंत्रणेचा प्रभावी वापर.

२) अफझलखानाच्या फौजेतील मराठे वीरांना संताप यावा म्हणून पंढरपूरचा विठोबा आणि तुळजापूरच्या भवानी मातेचा त्याने जात्यात भरडून चुराडा केल्याच्या अफवा.

३) वरील अफवेमुळे शिवरायांच्या सैन्यातही संताप.

४) आपल्याला सोईस्कर अशा भौगोलिक परिस्थितीत खानाला खेचून आणणे.

५) वरील कारवाई करताना खानाच्या सैन्याचे चार भागांत विभाजन.

६) खानाला गडावर खेचताना व नंतरही मानसशास्त्रीय युद्धतंत्राचा प्रभावी वापर.

७) अफझलखानाच्या वधानंतर मिळविलेल्या विजयानंतरही विजयोत्सव साजरा करण्यात वेळ न घालविता सरळ खानाच्या पळणाऱ्या सैन्याचा पाठलाग.

८) रायबागेजवळ मैदानी लढाईत आदिलशाही सेनेचा पराभव– तुलुघ्मा युद्धतंत्राचा वापर.

***

## चौदा

युद्धशास्त्रावर भाष्य करताना ज्याप्रमाणे श्रीराम, मानसशास्त्रीय युद्धशास्त्राचा आद्य गुरू श्रीकृष्ण आणि अक्षरश: शून्यातून स्वराज्यनिर्माण करणाऱ्या श्री शिवरायांच्या अष्टपैलू युद्धतंत्रांचा विचार करावा लागतो, त्याचप्रमाणे श्री शिवरायांनी निर्माण केलेल्या स्वराज्याचे साम्राज्यात रूपांतर करणाऱ्या रणधुरंधर प्रतापी बाजीरावाचे अत्यंत वेगवान युद्धतंत्र नजरेआड करून चालणार नाही. ज्या असामान्य युद्धतंत्राने थोरल्या प्रतापी बाजीरावाने प्रबल आक्रमक शत्रूच्या तोफखान्याला वेगळे पाडून धूळ चारली, त्याचा अभ्यास करणे नितांत आवश्यक आहे.

अत्यंत वेगवान पण तितक्याच गुप्त हालचाली, शत्रूच्या सैन्याचे भाग पाडणे, शत्रूला येणारी मदत रोखून धरणे, त्याची रसद मारणे, शत्रूच्या उणिवा हेरून त्याच्या कमी शक्तीच्या ठिकाणी आक्रमण करून, आक्रमण हेच प्रतिकाराचे सर्वांत प्रभावी अस्त्र आहे हे सिद्ध करणे आणि शत्रूला आपल्या सोईच्या रणक्षेत्रात खेचून आणणे आदी त्याच्या अभिनव युद्धतंत्रातील प्रमुख वैशिष्ट्ये सांगता येतील. रणांगणावर आपल्याला साथ देणाऱ्या सैनिकांवर, सहकाऱ्यांवर मनापासून प्रेम करून त्यांना प्रोत्साहन देणे, चुकीबद्दल शासन करतानाही त्याच्याकडून चांगले कसे करून घेता येईल हे पाहणे, हेही त्याचे वैशिष्ट्य होते. म्हणूनच सर्व सैनिकांमध्ये त्याने आदराचे स्थान मिळविले होते.

### निजामाची फजिती आणि शरणागती

१७२७ चा पावसाळा सरत आला होता आणि याच पावसाळ्यात कपटी निजामाने मराठी सत्तेत चिखल कालविण्यास सुरुवात केली होती. कोल्हापूरच्या संभाजीबरोबरच छत्रपती शाहूराजांचा सरलष्कर सुलतानजी

निंबाळकर यांनाही फोडून त्याने आपल्या बाजूला घेतले होते आणि त्यांना घेऊन स्वत: युद्धशास्त्रात प्रवीण असलेला निजाम आपला प्रचंड तोफखाना घेऊन सातारा, पुणे परिसरात चाल करून धुमाकूळ घालण्यासाठी निघाला होता.

कोकणच्या किनाऱ्यावर माजलेला सिद्दी, बुंदेलखंडात घुसलेला बादशाही सरदार महंमदशहा बंगश, या संकटांपेक्षाही कपटी निजामाने उभे केलेले संकट भयंकर होते. मराठ्यांकडीलच घरभेदी घेऊन तो स्वराज्याच्या वेशीवर राक्षसासारखा उभा होता. इतके दिवस मराठ्यांच्या मदतीनेच त्याने बादशहाशी यशस्वीपणे टक्कर दिली होती आणि त्यांच्या सरदारांना लोळवले होते. अर्थात, आता त्याच्या पाठीशी असलेले मराठे म्हणजे लाचार घरभेदी होते आणि त्याच्या विरुद्ध उभा होता तो छत्रपती शाहूराजांचा शूर पेशवा बाजीराव, ज्याच्या मदतीनेच खुद्द निजामाने इतके दिवस विजय मिळविला होता.

बाजीरावाने या सुमाराला साताऱ्याला जाऊन छत्रपती शाहूराजांना पुण्याला आणून सासवडनजीकच्या पुरंदरच्या किल्ल्यावर ठेवले आणि आपला पाठीराखा भाऊ शूरवीर चिमाजी अप्पावर त्यांच्या आणि पुणे-सातारा परिसराच्या संरक्षणाची जबाबदारी सोपविली. निजामाच्या शक्तीची, त्याच्या युद्धतंत्राची पारख त्या रणशार्दुलाला आधी झालेली होतीच. आपल्या प्रचंड तोफखान्यासह निजामाची अवाढव्य फौज कोल्हापूरकर संभाजीराजे, सुलतानजी निंबाळकर, चंद्रसेन जाधव अशा मातब्बर घरभेद्यांना घेऊन पुणेपरिसरावर येऊन कोसळली होती. आपल्या चाळीस हजारांच्या आसपास असलेल्या घोडदळाला घेऊन त्याच्यावर तुटून पडणे म्हणजे आत्मघात करून घेण्यासारखेच होते. पण युद्धशास्त्रात मुरलेल्या बाजीरावाला या निजामाच्या बाबतीत काय केले पाहिजे, याची कल्पना पूर्वीच्या अभ्यासावरून आलेली होतीच आणि योग्य जागी आक्रमण हा प्रभावी प्रतिकाराचा सर्वांत चांगला मार्ग आहे हेदेखील तो जाणून होता. रणधुरंधर बाजीरावाने आक्रमणासाठी योग्य जागा निवडली. निजामाच्या फौजा पुणेपरिसरात घुसलेल्या असतानाच १७२७ च्या विजयादशमीचा सीमोल्लंघनाचा मुहूर्त साधून वीर बाजीराव आपल्या चाळीस हजार घोडदळातील वीरांना घेऊन पुणेपरिसराच्या सीमा ओलांडून बाहेर पडला. आपल्या सर्व शक्तिनिशी आणि प्रभावशाली तोफखान्यासह पुणेपरिसरात धुमाकूळ घालणाऱ्या निजामाला त्याने हूल दिली आणि निजामाची शक्ती अगदी कमी असलेल्या भागात घुसून निजामाच्याच भागात त्याने धुमाकूळ घातला.

पुराचे पाणी ज्याप्रमाणे उंचवटे टाळून सखल भागात घुसत जाते, त्याप्रमाणे शत्रूचा शक्तिशाली भाग टाळून त्याच्या कमजोर अंगावर आघात करणे हा युद्धशास्त्राचा

पालखेडची लढाई - १७२८
बाजीरावाने उध्वस्त केलेला प्रदेश
वऱ्हाड, खानदेश, गुजराथ
निजामाने उध्वस्त केलेला प्रदेश
युध्दाचा परिसर
दिल्ली
गोंडवन
अहमदनगर
हैद्राबाद
कर्नूल
मद्रास
कर्नाटक

एक महत्त्वाचा नियम आहे. त्यामुळेच निजामाजवळील भरभक्कम मोगली तोफखान्याला तोडीस तोड असा तोफखाना आपल्याजवळ नाही हे लक्षात घेऊन त्याच्या तोंडावर न जाता बाजीरावाने आपल्या अत्यंत वेगवान अशा घोडदळासह झेप घेतली ती निजामाच्या राजधानीच्या प्रदेशातच.

निजाम आणि त्याचे सरदार तुरकताज खान, निंबाळकर, क्षीराजी पवार आदींनी पुणेपरिसरात ठिकठिकाणी हल्ले करून प्रदेश उद्ध्वस्त करण्यास सुरुवात केलेली असतानाच बाजीराव पुणतांब्याजवळ गोदावरी ओलांडून औरंगाबादकडे झेपावत असल्याच्या बातम्या निजामाला मिळाल्या. निजाम त्या वेळी तळेगाव ढमढेरे, शिक्रापूर पाबळ, अवसरी लोणी, पारगाव, पाटस, सुपे आदी भाग काबीज करीत पुण्याभोवतालची पकड घट्ट करीत होता. पण त्याच वेळी बाजीरावाच्या वेगवान घोडदौडीची बातमी कळताच त्याने आपला विश्वासू आणि शूर सरदार ऐवजखान याला बाजीरावास रोखण्यासाठी धाडले. आणि आपण त्याच्या मागून निघाला.

बाजीराव औरंगाबादपरिसरातील वैजापूर प्रदेशात घुसला आणि त्या परिसराची पाहणी करून मग एकदम दिशा बदलून त्याने जालन्याकडे झेप घेतली. निजामाला आपल्याला सोईस्कर अशा रणक्षेत्रात खेचून आणावयाचे आहे, ही जाणीव ठेवूनच त्याने वैजापूर परिसराची पाहणी केली होती. आणि मग औरंगाबादेला टाळून त्याच्या दक्षिण भागातून तो जालन्याच्या परिसरावर तुटून पडला आणि त्याने तो प्रदेश साफ लुटून टाकला. निजामाने धाडलेला त्याचा शूर सरदार ऐवजखान याच ठिकाणी त्याला आडवा आला. निजामाच्या प्रचंड फौजेचा एक मोठा भाग पुणेपरिसरातून बाहेर पडला होता.

बाजीरावाचे पहिले पाऊल यशस्वी ठरले होते. त्याला या ऐवजखानाला आता खेळवायचे होते. कारण त्याच्याशी समोरासमोर झुंज देऊन उगीच आपल्या माणसांचे रक्त सांडणे त्याला पसंत नव्हते. परिस्थिती पूर्णपणे त्याला अनुकूल नव्हती आणि ते रणांगण त्याच्या सोईचे नव्हते. म्हणूनच पुन्हा एकदा अत्यंत वेगवान हालचाली करून ऐवजखानाला हूल देऊन तो सरळ वऱ्हाडात घुसला आणि वाशीम, माहूर, मंगरूळ भागातील निजामाचा धनाढ्य प्रदेश यथेच्छ लुटून मग बेचिराख करून टाकला. १७२७ चा डिसेंबर महिना संपत आला होता.

१७२८ च्या जानेवारीत विजेच्या वेगाने हालचाल करणारे बाजीरावाचे घोडदळ वऱ्हाडातून पश्चिमेला बऱ्हाणपूरच्या दिशेने झेपावले. बाजीराव आता बऱ्हाणपूर उद्ध्वस्त करणार, अशा बातम्या निजामाला मिळताच निजामही स्वत: त्याला रोखण्यासाठी धावून आला. पुणे परिसरावरील निजामाच्या फौजेचा दबाव साफ कमी

झाला. बाजीरावाला मात्र शहरे उद्ध्वस्त करण्यात काहीच रस नव्हता. त्याला शेतांतील धान्य हवे होते. त्याच्या घोडदळातील घोड्यांना गवत हवे होते. ते त्याने मिळविले. ऐवजखानाला त्याने जालनाभागात हूल दिली होतीच. आता धावपळ करून येणाऱ्या निजामालाही हूल देऊन आपल्या मागे डोंगराळ भागात ओढण्यासाठी बाजीरावाने डोंगराळ भाग ओलांडून गुजराथेत आपल्या घोडदळातील वीरांना हवे ते मिळवून दिले.

आतापर्यंत निजामाने पुणेपरिसरात उद्ध्वस्त केलेल्या परिसराच्या कितीतरी पटीने जास्त प्रदेश बाजीरावाने निजामाच्या भागात उद्ध्वस्त करून बदला घेतला होता. बाजीरावाच्या मागे धावून डोंगराळ भागात घुसून आपले नुकसान करून घेण्याइतका निजाम बेअकली नव्हता. त्याने बाजीरावाची चाल त्याच्यावर उलटविण्याचा प्रयत्न केला. बाजीरावाचा पाठलाग सोडून बाजीरावालाच धडा शिकविण्यासाठी तो पुन्हा पुण्याच्या रोखाने निघाला, तो पुणे उद्ध्वस्त करण्याच्या इराद्यानेच.

निजाम आपल्या पूर्ण सामर्थ्यानिशी तोफखान्यासह पुणे पार उद्ध्वस्त करून छत्रपती शाहूराजांना बाजूला सारून कोल्हापूरच्या संभाजीला छत्रपती करण्याचा निर्धार करून निघाला होता. स्वराज्य संकटात होते. बाजीराव लांब गुजराथेत होता. निजाम निर्धास्तपणे पुण्याकडे धाव घेत होता. पुणे हादरले होते.

निजाम पुन्हा पुण्याच्या रोखाने येत होता. पुणेकरांना प्रश्न पडला होता, आपला कोणी वाली आहे की नाही? छत्रपती शाहूराजेही विचारात पडले.

होता पुण्याचा आणि पुणेकरांचा वाली! त्या वेळी डोळ्यांत तेल घालून निजामाच्या हालचालींची नोंद घेत होता बाजीराव. गुजराथेत असला तरी निजामाच्या हालचालींवर त्याचे बारकाईने लक्ष होते. आपल्या वेगवान घोडदळावर त्याचा विश्वास होता. पण निजामाला बाजीरावाच्या आश्चर्यकारक हालचालींचा अंदाज नव्हता. निजाम पुण्याकडे परतल्याचे पाहताच बाजीरावाने आपले घोडे परत फिरवले. त्याच्या घोडदळाचे भाले आता औरंगाबादेवर रोखलेले होते. औरंगाबाद ही तेव्हा निजामाची राजधानी होती. बाजीरावाने विजेच्या वेगाने अजिंठ्याचा डोंगर ओलांडून वैजापूरचा प्रदेश गाठला. हा परिसर त्याने आधीच नजरेखालून घातला होता.

बाजीराव आपली राजधानी लुटण्याच्या इराद्याने औरंगाबादेकडे झेपावतो आहे ही भयंकर बातमी निजामाला तो पुण्याच्या जवळपास असतानाच मिळाली आणि तो हादरला. औरंगाबाद बाजीरावाच्या तडाख्यातून कोण वाचविणार? निजाम लगेच माघारी वळला आणि आपली राजधानी वाचविण्याकरता त्याने धाव घेतली. पण त्याच्या अवजड तोफा त्याचा वेग अडवीत होत्या. निजाम

कासावीस झाला होता. अखेर त्याने तो प्रचंड तोफखाना नगरजवळ सोडून दिला. आजवरच्या कारवाईत अगदीच निरुपयोगी ठरलेले संभाजी, निंबाळकर आदी मराठ्यांचे घरभेदेही तिथेच सोडले आणि बाजीरावाला रोखण्यासाठी तो औरंगाबादेच्या दिशेने धावला.

पुण्यावरील त्याचे लक्ष हटवून त्याला आपल्या मागे खेचण्याची बाजीरावाची युक्ती यशस्वी ठरली होती. इतकेच नव्हे तर या प्रसंगी निजामाला आपला प्रचंड तोफखाना आणि सैन्याचा काही भाग नगरजवळ सोडावा लागल्याने त्याची मुख्य ताकद खच्ची झाली होती. आपल्या पूर्वीच्या अभ्यासानुसार निजामाला त्याच्या तोफखान्यापासून दूर करण्याचे बाजीरावाचे मनोरथ पूर्ण झाले होते. तसेच निजामाच्या सैन्याचे दोन भाग पाडण्यातही तो यशस्वी झाला होता.

निजामाला कोणत्या रणक्षेत्रात रोखायचे, याचा निर्णय बाजीरावाने आधीच घेतलेला होता. वैजापूर-औरंगाबादेच्या मध्ये असलेल्या पालखेडजवळ टेकड्यांनी घोड्याच्या नालाचा आकार घेतलेला आहे. या टेकड्यांच्या मागे बाजीरावाने आपले मुख्य सैन्य दडवून ठेवले आणि बाजीरावाला नेस्तनाबूत करण्याच्या इराद्याने धावणाऱ्या निजामाने बाजीराव तेथेच आहे अशा बातम्या मिळाल्याने त्याच परिसरात पाऊल टाकले.

निजामाचे सैन्य त्या परिसरात येण्याआधीच बाजीरावाच्या घोडदळाने त्या भागातील दाणा-वैरण आणि अन्न-पाणी निजामाच्या सैन्याला मिळणार नाही, याची व्यवस्था करून टाकली होती. त्या भागातील धनधान्य आपल्या घोडदळातील वीरांसाठी तर गवत आपल्या घोड्यांसाठी काढून घेऊन उरलेला गवत-कचरा त्याने त्या परिसरातील विहिरींमध्ये टाकून दिला. विहिरींमधील पाणी दूषित झाले होते, तर तेथील पाण्याचा मोठा ओढा मराठ्यांनी आपल्या ताब्यात ठेवला होता. निजामाचे लष्कर कासावीस होत होते.

२५ फेब्रुवारी १७२८ ला आपल्या सोईच्या रणक्षेत्रात आपल्या कौशल्याने खेचून आणलेल्या निजामाच्या सैन्यावर बाजीरावाने जोरदार हल्ला केला. निजामाच्या सैन्याने सुरुवातीला प्रखर विरोध केला. पण या वेळी त्याचा भरवशाचा तोफखाना मागे राहिला होता, तो बाजीरावाच्या कुशल युद्धतंत्रामुळे. शिवाय बाजीरावाने त्याच्या सैन्याची रसद तोडली होती. पाणीही तोडले होते. त्याच्या लष्करास लवकरच धान्याची आणि पाण्याची कमतरता भासू लागली होती. सैनिक कासावीस झाले होते आणि आपल्या घमेंडीत असलेल्या निजामाच्या नाड्या थंडावत चालल्या होत्या. अखेर त्याने शरणागती पत्करली. हीच ती प्रसिद्ध पालखेडची लढाई!

**रणधुरंधर बाजीरावाचे कुशल आणि वेगवान युद्धतंत्र / ११३**

या लढाईत बाजीरावाने आपल्या असामान्य युद्धतंत्राचे जे प्रदर्शन केले, त्यामुळे सारे जग आश्चर्याने थक्क होऊन गेले. दुसऱ्या महायुद्धात हिटलरचा पराभव करण्यात महत्त्वाचा वाटा उचललेल्या फिल्ड मार्शल मौंटगॅमेरीने- 'युद्ध शास्त्राचा इतिहास' (हिस्टरी ऑफ वॉर फेअर) या आपल्या प्रसिद्ध पुस्तकात पालखेडच्या या लढाईत बाजीरावाने ज्या अभिनव युद्धतंत्राचा वापर करून प्रचंड सैन्यशक्तिनिशी आणि अवाढव्य व बेफाम मारक शक्ती असलेला तोफखाना घेऊन आलेल्या निजामाचा दणदणीत पराभव करून त्याच्यावर जो विजय मिळविला, त्याचे मनापासून कौतुक केले आहे.

पालखेडच्या या लढाईचे वर्णन करताना फिल्ड मार्शल मौंटगॅमेरी म्हणतात-

"हलक्या शस्त्रास्त्रांनी सज्ज मराठी घोडदळाने अत्यंत वेगवान हालचाली करीत शहरे आणि किल्ले यांना बगल देऊन शेती उद्ध्वस्त करीत निजामाच्या हद्दीत बाजीरावाच्या नेतृत्वाखाली धडक मारली. निजामाच्या ऐवजखानासमोर त्याला लहानसा पराभव स्वीकारावा लागला असता, तरी आपल्या वेगवान हालचालींनी दिशा बदलत पूर्व-उत्तर-पश्चिम दिशांना धडक देऊन त्याने आपले वर्चस्व पुन्हा प्रस्थापित केले. निजामानेही आपले सर्व सैन्य एकत्र करून बाजीरावाचा पाठलाग करण्याचा प्रयत्न केला. पण बाजीरावाच्या घोडदळाच्या विजेप्रमाणे होणाऱ्या वेगवान आणि अनपेक्षित हालचालींपुढे तो पूर्णपणे निष्प्रभ झाला आणि त्याचे सैन्य थकून गेले.

"हे पाहून निजामाने आपली योजना बदलली आणि तो सरळ पुणेपरिसरात घुसला आणि तो भाग त्याने उद्ध्वस्त केला. बाजीरावाला पुण्याला परतण्याचे संदेश धाडले गेले. पण पुण्याला परतण्याच्या ऐवजी त्याने निजामाची राजधानी औरंगाबादेकडे धाव घेणाऱ्या निजामाला घेरले. निजामाने बाजीरावाच्या सैन्याला तोंड देण्याचा प्रयत्न केला; पण अखेरीस मार्च १७२८ ला तो बाजीरावाला शरण आला."

प्रत्यक्ष पालखेडच्या युद्धाची माहिती देण्याआधी फिल्ड मार्शल मौंटगॅमेरी यांनी असे लिहिले आहे की...

"१७२७-२८ च्या पालखेडच्या लढाईत पहिल्या बाजीरावाने युद्धनेतृत्वाच्या बाबतीत निजाम उल-मुल्कला पूर्णपणे पराभूत केले. पालखेडची ही बाजीरावाची मोहीम म्हणजे युद्धशास्त्रीय हालचालींचा अत्युत्कृष्ट नमुना होता. बाजीरावांचे सैन्य म्हणजे केवळ ढाल-तलवार, भाला आणि काही धनुष्यबाणांनी सज्ज अशा चपळ घोडदळाचे सैन्य होते. त्याच्या प्रत्येक दोन घोडेस्वारांमध्ये एक जास्तीचा घोडा दिलेला होता. नबाब ज्या काही हलक्या तोफा घेऊन आला होता, त्यांना आणि ठासणीच्या बंदुकांना न जुमानता मराठे बिनदिक्कत वावरत होते."

जगातील अनेक युद्धांबद्दलच्या युद्धतंत्रांवद्दल वर्णन असलेल्या फिल्ड मार्शल मॉँटगॅमेरी यांच्या पुस्तकातील पालखेडच्या युद्धातील बाजीरावाच्या कौतुकाने, बाजीराव त्याच्या जमान्यातील एक अद्वितीय सेनानी होता हे जागतिक पातळीवर निश्चितपणे सिद्ध केले गेले आहे. आपल्या सैनिकांचे कमीत-कमी रक्त सांडून बाजीरावाने निजामास शरण यायला लावले होते.

मोगलांच्या वतीने दक्षिणेचा सुभा सांभाळणाऱ्या कपटी आणि विश्वासघातकी निजामाला पालखेडच्या लढाईत पार लोळवल्याने मराठ्यांच्या सामर्थ्याची कल्पना सर्वांनाच आली. मराठ्यांमधील कोल्हापूरकर संभाजी आणि चंद्रसेन जाधव आदी घरभेदीही पूर्णपणे निष्प्रभ झाले. आता बाजीरावाची शान आणि मान छत्रपती शाहूराजांच्या दरबारात उंचावली.

निजामाने हतबल होऊन छत्रपती शाहूराजांच्या सत्तेला पालखेडच्या शरणागतीनंतर झालेल्या मुंगी-शेवगाव येथील तहाप्रमाणे मान्यता दिलीच; पण त्याने घेतलेली मराठ्यांची सर्व ठाणी परत करून कोल्हापूरच्या संभाजीला त्याच्या मर्यादा दाखवून दिल्या. पालखेडच्या लढाईचे हे दणदणीत फलित होते.

पालखेडला निजामाला पार लोळवल्यानंतर बाजीरावाचा दरारा भारतभर झाला होता; पण निजाम आता नाक वर करण्याची शक्यता नव्हती. बाजीराव आता आपला भाऊ चिमाजी अप्पा आणि कुटुंबीय यांच्या समवेत पुण्यास आरामात असताना बुंदेलखंडचा म्हातारा झालेला राजा छत्रसाल याची त्याला मदतीची हाक आली.

दिल्लीच्या बादशहाचा सरदार महंमद शहा बंकश याने राजा छत्रसाल याच्या बुंदेलखंडावर चाल केली होती आणि तो छत्रसालाच्या बुंदेलखंडातील बराचसा भाग जिंकून जैतपूर या गावी येऊन बसला होती, तर म्हातारा राजा छत्रसाल घाबरून महोबाच्या किल्ल्यात आश्रयाला जाऊन बसलेला होतो आणि तेथूनच त्याने वीर बाजीरावाला मदतीसाठी हाक दिलेली होती. छत्रसालाने बाजीरावाकडे जी मदतीची याचना केली होती, तिचे कवितेत असे वर्णन केलेले आहे–

“जो बीती गज ग्राह पर - सो गति भई है आज ॥
बाजी जात बुंदेल की - राखो बाजी लाज ॥

म्हणजे गजेद्र हत्तीचा पाय मगराने आपल्या जबड्यात पकडल्यानंतर त्याची जी अवस्था झाली होती, तीच आज आमची झाली आहे. आमची शान जाण्याची पाळी आली आहे; म्हणून बाजीराव, तुम्ही येऊन आमची सुटका करा आणि आमची लाज राखा.

एक हिंदू राजा मोगलांच्या आक्रमणामुळे असा संकटात सापडला आहे ते

**रणधुरंधर बाजीरावाचे कुशल आणि वेगवान युद्धतंत्र / ११५**

कळल्यावर बाजीरावासारखा वीर स्वस्थ बसणे शक्यच नव्हते. त्याच्या प्रचंड सैन्याला धान्य आणि घोड्यांना वैरण पुरविण्याइतका महाराष्ट्र समृद्ध नव्हताच. अनायासे एक राजा आपल्याला मदतीची हाक देतो आहे, हे पाहताच त्याच्या सैनिकांचे बाहू शत्रूवर मारा करण्यासाठी स्फुरण पावू लागले. बाजीरावाने लगेच परिस्थितीचा आढावा घेतला.

उत्तरेला माळव्यात म्हणजे इंदूरच्या बाजूला मोगलांचा एक जबरदस्त सेनानी गिरधर बहाद्दर राखणदार म्हणून उभा होता. हा भाग बुंदेलखंडाकडे तोंड करून निघाल्यास डाव्या बगलेवर होता. मग बुंदेलखंडात शिरताना आपल्या सेनेची डावी बगल सुरक्षित ठेवणे अत्यंत महत्त्वाचे होते. बाजीरावाने लगेच आपल्या लहान भावाला– शूरवीर चिमाजी अप्पाला– गिरधर बहाद्दराला थोपवून धरण्यासाठी माळव्यात धाडले आणि स्वत: आपले घोडदळ घेऊन बुंदेलखंडाकडे निघाला. वाटेत त्याने विदर्भातील चंद्रपूरजवळील देवगडाच्या गोंड राजाशी मैत्री केली आणि त्याच्याकडून वार्षिक पाऊण लाखाची वसुली मिळविण्याच्या कराराही केला. देवगडच्या गोंड राजाला मराठ्यांचे संरक्षण महत्त्वाचे वाटत होते. चंद्रपूर, देवगडहून तो सरळ बुंदेलखंडाकडे निघाला.

इकडे सुमारे बावीस हजारांची फौज घेऊन, मराठ्यांचा कट्टर वैरी असलेला मोगली सरदार गिरिधर बहाद्दराचा समाचार घेण्यासाठी वीर चिमाजी अप्पा निघालेला असतो. मोगल बादशहाला खूश ठेवण्यासाठी हा माळव्याचा सुभेदार गिरिधर बहाद्दूर माळव्यातून मराठ्यांना हुसकावून लावण्याचा सतत प्रयत्न करीत होता. त्याच्याजवळ मोठा तोफखाना-हत्ती-घोडे-उंट होतेच. फौजेत रजपूत आणि मुसलमान सैनिकांचा भरणा होता. त्याच्या फौजेचा सेनापती होता त्याचाच चुलत भाऊ दया बहाद्दर. नुकतेच त्याने कंठाजी कदम या मराठी सरदारास माळव्यातून पिटाळून लावण्यात यश मिळविले होते. त्यामुळे तो खूपच शेफारून गेला होता. चिमाजी अप्पाने नर्मदा ओलांडल्याचे त्याला समजले आणि त्याने आपला व्यूह रचला.

माळव्याच्या तोंडावर विंध्य पर्वतावरील माळव्याकडे उतरण्यास सोईची असलेली एक महत्त्वाची खिंड गिरिधर बहाद्दराने रोखून धरली. चिमाजी अप्पाला अर्थातच ही बातमी कळली आणि त्याने आपल्या आक्रमणाची योजना आखली. चिमाजी अप्पाला आपल्या गुप्तहेरांकडून माहिती मिळाली होती, की माळव्याच्या उत्तर बाजूला धारजवळ मोगल सरदार उमरखान हा गिरिधर बहाद्दराला मदत करण्याच्या तयारीने उभा आहे आणि ऐन रणधुमाळी सुरू झाल्यावर जर उमरखान रणक्षेत्रावर आपल्या ताज्या दमाचे सैनिक घेऊन उतरला असता, तर

मराठ्यांचा धीर खचला असता. म्हणून चिमाजी अप्पाने मराठी सेनादलाची एक तुकडी उत्तरेला धारकडे धाडली. तो तेथे तयारीत बसलेल्या महमद उमरखानाला रोखण्यासाठी थांबला.

उमरखानाचा बंदोबस्त केल्यावर मंडू घाटातून पुढे सरकलेला चिमाजी अप्पा नालछापर्यंत येऊन एकदम डावीकडे वळला आणि अझमेरा येथे चिमाजी अप्पा समोरच्या खिंडीतून येईल म्हणून दबा धरून बसलेल्या गिरिधर बहाद्दराच्या मोगली सेनेवर त्यांच्या पिछाडीतून तुटून पडला. चार-पाच तास चांगलीच रणधुमाळी झाली. धारहून आपल्याला उमरखानाची मदत येईल या आशेने तग धरून बसलेल्या गिरिधर बहाद्दुराची अवस्था आता केविलवाणी झाली होती. सूर्य पश्चिम क्षितिजाकडे कलला होता. मराठ्यांनी मोगलांचा तोफखाना केव्हाच बंद पाडला होता. गिरीधरबहाद्दूर स्वत: हत्तीवरून तिरंदाजी करून मराठ्यांना टिपत होता. अखेर त्याला बंदुकीची गोळी लागून तो अंबारीतच कोसळला. काही वेळात मराठ्यांनी दयाबहाद्दरलाही खलास केले आणि अझमेराच्या रणक्षेत्रावर मोगलांचा दणदणीत पराभव झाला. पळणाऱ्यांना मराठ्यांनी कापून काढले. त्यांची छावणी लुटून पार फस्त केली. मोगलांचे हत्ती-घोडे-शस्त्रास्त्रे मराठ्यांना मिळाली. या लढाईत उदाजी पवार आपल्या पराक्रमाने गाजला.

अझमेराची लढाई २९ नोव्हेंबर १७२८ ला झाली तेव्हा बाजीराव आपला सरलष्कर देवलजी सोमवंशी आणि प्रसिद्ध लढवय्या पिलाजी जाधव यांच्यासह वऱ्हाडात होता. गिरिधर बहाद्दरच्या पराभवामुळे त्याची डावी बगल आता सुरक्षित झाली होती. चिमाजी आता उज्जैनच्या दिशेने निघाला होता. मध्यंतरी छत्रपती शाहूराजांनी त्याला परतण्याविषयी सुचविले. पण बुंदेलखंडातील मोहीम आता ऐनभरात होती. ती अर्धवट सोडून जाणे हिताचे नव्हते. छत्रसाल राजाने विश्वासाची हाक दिली होती. १७२९ साल उजाडले होते. चिमाजी अप्पाच्या विजयाने बाजीरावाच्या मराठी फौजेतही उत्साह संचारला होता. वऱ्हाडातून समोर घुसलेल्या त्याच्या फौजा विक्रमपूर, राजगढ, छत्रपूर आदी ठाणी ओलांडून महोबाला आल्या. इथेच १० मार्च १७२९ ला छत्रसालाचा मुलगा भारती सिंग आपल्या फौजेसह बाजीरावाला भेटला. धामोरा येथे खुद्द छत्रसाल राजाने अत्यंत आनंदाने बाजीरावाचे स्वागत केले.

धामोरा येथेच बाजीरावाने शत्रूच्या हालचालींची माहिती घेतली. आपल्याच तोऱ्यात असलेला महंमदखान बंकश जैतपूरमध्ये तळ ठोकून छत्रसालाला आव्हान देत होता. त्याने स्वत:जवळ जैतपूरच्या छावणीत फक्त पंधरा हजारांची फौज

ठेवली होती, तर आपल्या मोगली सत्तेचा मोठा भाग त्याने सुप्याच्या जवळ ठेवला होता. म्हातारा छत्रसाल आता केव्हाही आपल्याला शरण येईल, याची स्वप्ने तो पाहत होता. पण रणधुरंधर बाजीराव, काही वेगळीच योजना आखीत होता.

दोन भागांत विभागलेल्या शत्रूच्या सैन्याला कधीही एकत्र येऊ द्यायचे नाही, हे तर बाजीरावाच्या युद्धतंत्रातील महत्त्वाचे कलम होते. अझमेराच्या लढाईत चिमाजी अप्पाने याच तंत्राने, गिरीधर बहाद्दर आणि उमरखानास अलग अलग गाठून ठेचले होते. वडीलभाऊ बाजीरावाच्या शिकवणी नुसार त्याने मोगलांना परास्त केले होते. बाजीराव स्वत: आता त्याच तंत्राने पावले टाकणार होता. त्याने नेहमीच्याच वेगाने पहिले पाऊल टाकले.

१९ मार्च १७२९ रोजी बाजीरावाच्या घोडदळाने महम्मदशहा बंगशच्या जैतपूरच्या छावणीला अचानक वेढा घातला. इतक्या लवकर आणि इतक्या वेगाने बाजीराव आपल्याला गाठेल आणि वेढ्यात अडकवेल, याची त्याला कल्पनाही नव्हती. महंमदशहा बंगश गांगरून गेला, गोंधळून गेला. बाजीरावाच्या फौजेने महंमदशहाच्या छावणीभोवती घातलेल्या वेढ्यातून त्याला रसद मिळणे बंद झाले. एखाद्या अजगराच्या तावडीत सापडलेल्या भक्ष्याप्रमाणे त्याचा जीव कासावीस होऊ लागला. सुप्याला आपल्या फौजेचा मोठा भाग घेऊन बसलेला आपला मुलगा तरी आपल्या मदतीला येईल, अशी आशा त्याला वाटत होती. पण बाजीरावाने बंगशाचा मुलगा कईमखानाला सुप्यालाच दाबून ठेवण्याची व्यवस्था आधीच केली होती. महंमदशहाच्या फौजेला आता बैलसुद्धा मारून खावे लागत होते.

बाजीरावाचा अत्यंत विश्वासू लढवय्या सरदार पिलाजी जाधव सुप्यात फौज घेऊन बसलेल्या कईमखानाची सोय लावायला केव्हाच सुप्याकडे झेपावला होता. महंमदशहा बंगश वेढ्यात अडकून एक महिना केव्हाच उलटून गेला होता. एप्रिल महिनाही संपत आला आणि एक दिवस महम्मदशहा बंगशला बातमी मिळाली, की मराठ्यांच्या पिलाजी जाधवाने त्याच्या सुप्यातील फौजेचा पार धुव्वा उडविला आहे. छावणी पार उद्ध्वस्त केली आहे. तेथील हजारो घोडे आणि वीसेक हत्तीही ते घेऊन गेले आहेत. आता मात्र महम्मदशहा बंगश पार हादरला. दिल्लीहून मदत येत नव्हतीच, येणारही नव्हती. महम्मदशहाने छत्रसाल राजाला ललकारून हात दाखवून अवलक्षण करवून घेतले होते. शिवाय छत्रसालाच्या पाठीशी आता मराठे उभे होते. ज्यांनी निजामालाही शरण यायला लावले होते आणि नुकताच माळव्यात गिरिधर बहाद्दरासारख्या बहाद्दरालाही लोळवला होता. दिल्लीच्या बादशहाला महम्मदशहा बंगशाच्या मदतीला आणखी फौज धाडून तिचा नाश करून घ्यायचा नव्हता. आधीच

छत्रसाल राजाला मदत
१७२८
महम्मदशाह बंकशाचा
पराभव आणि
अमझेरची लढाई

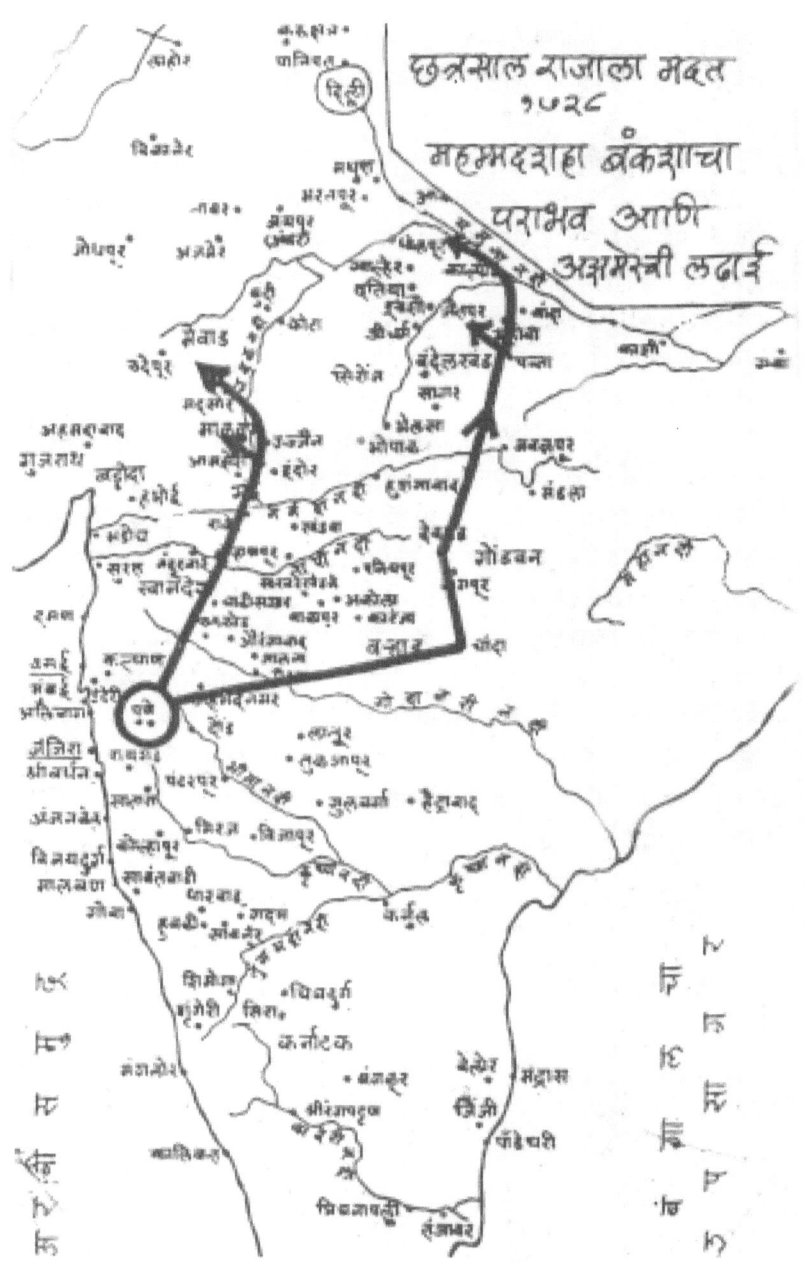

फौजेचा मोठा भाग सुप्याला कापला गेला होता. इतके दिवस डरकाळ्या फोडणाऱ्या महम्मदशहा बंगशाचा आवाज आता केविलवाणा झाला होता.

बाजीरावाने जैतपुरच्या वेढ्यात कमीतकमी रक्त सांडून बंगशाला नमवीत आणला होता. त्याचे उसने अवसान ढासळत चालले होते. बंगशाला शरणागती पतकरण्याशिवाय गत्यंतर नव्हते. बाजीरावाने प्रचंड विजय मिळविला होता. वयोवृद्ध राजा छत्रसाल आणि त्याच्या सैन्याचे मनोबल आता चांगलेच उंचावले होते. आता पूर्णपणे कोंडीत सापडलेल्या बंगशाचा समाचार घ्यायला ते समर्थ होते.

बाजीरावाने परिस्थितीचा आढावा घेतला. आता मराठी फौजेला तेथे अडकवून ठेवण्यात अर्थ नव्हता. अपेक्षेप्रमाणे यश आणि धनधान्य पदरात पडले होते. त्यामुळे खचलेल्या बंगशाची केव्हाही अपेक्षित असलेली शरणागती पत्करण्याची जबाबदारी राजा छत्रसालावर सोपवून विजयी बाजीराव मराठी सैन्याला घेऊन परत फिरला. अर्थात त्या आधी राजा छत्रसालाने आपली अब्रू वाचविणाऱ्या त्या असामान्य सेनानीचा यथोचित गौरव केला. आपल्या राज्याचा तिसरा हिस्सा त्याला बहाल करताना तो खरोखरीच बाजीरावाला आपला तिसरा पुत्र असे संबोधू लागला. बाजीराव परतल्यावर बंगश शरण येऊन दिल्लीला निघून गेला.

मराठी साम्राज्याच्या दृष्टीने बुंदेलखंडाच्या घनिष्ठ मैत्रीमुळे आणि बुंदेल्यासारख्या कडव्या लढाऊ जमातीच्या साथीमुळे, माळव्याच्या पूर्व भागास असलेल्या थेट यमुनेपर्यंतच्या प्रदेशात मराठ्यांना बिनधास्त वाटचाल मिळाली. हा लाभ बाजीरावाने छत्रसाल राजाला बंगशाच्या तावडीतून सोडविण्यासाठी केलेल्या मोहिमेमुळे झाला. यात बाजीरावाच्या अभिनव युद्धतंत्रामुळे मराठ्यांचे नुकसान न होता तो विजय आणि लाभ पदरात पडला.

∗∗∗

## पंधरा

### निव्वळ बुद्धीच्या जोरावर विजय

फ्रान्सचा सम्राट असलेला नेपोलियन बोनापोर्ट हा जगप्रसिद्ध झाला तो त्याच्या असामान्य युद्धनेतृत्वामुळे. फ्रान्समधील प्रसिद्ध संरक्षण प्रबोधिनीत लष्करी शिक्षण घेऊन तरबेज झालेल्या आणि मुळातच युद्धनेतृत्व अंगी असलेल्या नेपोलियनने सन १७९३ पासून युद्धनेतृत्वाला सुरुवात केली, ती फ्रान्सच्या तोफखाना दलातील एक अधिकारी म्हणून. इंग्रज लष्कराने ताब्यात घेतलेल्या फ्रान्सच्या टौलून नावाच्या बंदरावर अत्यंत धडाडीने आणि कौशल्याने हल्ला करून त्याने ते जिंकून घेतले.

असे सांगितले जाते, की त्याचा जन्म लिटिशियाच्या पोटी १५ ऑगस्ट १७६९ रोजी एका सोफासेटवर झाला. या सोफासेटवर अंथरलेल्या चादरीवर सेनानींची व युद्धातील प्रसंगांची चित्रे चितारलेली होती.

टौलूनच्या युद्धप्रसंगानंतर नेपोलियनच्या नेतृत्वाने जगाचे डोळे दिपून गेले. युरोपातील सर्व देशांवर वचक बसवीत सन १८०५मध्ये त्याने इंग्लंडवर हल्ला करण्याची योजना आखली होती.

आपले सारे पायदळ, घोडदळ व त्याचा भरवशाचा तोफखाना घेऊन त्याने फ्रान्सच्या उत्तर किनाऱ्यावरील बौलान येथे छावणी टाकली. आपल्या आरमारातील जहाजांची तो वाट पाहत बसला. इंग्रज अर्थातच हादरले होते. युरोपातील इतर देशांनीच नेपोलियनला रोखले तर आपण सुखरूप राहू, या हेतूने त्यांनी युरोपातील इतर देशांना आवाहन केले—

"युरोपातील राजघराण्यांना उद्ध्वस्त करायला निघालेला हा उपऱ्या नेपोलियन तुम्हाआम्हांला स्वस्थपणे राहू देणार नाही; तेव्हा उठा, आपण त्याला नष्ट करू या... तुम्ही जमिनीवर त्याला रोखा, आम्ही

सागरातून तुमची पाठ सांभाळतो.''

इंग्रज मोठे धूर्त. त्यांच्या इच्छेप्रमाणे जमिनीवरील लढाईत तुम्ही मार खाल्ला तर काळवेळ पाहून त्यांनी सागरातून पळ काढला असता; पण नेपोलियनची प्रहारशक्ती तरी कमी होईल आणि तूर्त तो इंग्लडकडे वळू शकणार नाही, हा त्यांचा हेतू होता. युरोपात बहुतेक देशांमध्ये सत्ता राजघराण्यांच्या हाती होती. ते देश इंग्लंडच्या या आवाहनाला बळी पडले. ऑस्ट्रियाने नेपोलियनला अवचित गाठून त्याला गारद करण्यासाठी त्यांच्या जनरल मॅकच्या नेतृत्वाखाली ऐंशी हजारांची फौज फ्रान्सच्या सीमेकडे धाडली. या ऑस्ट्रिलियन सेनेला मदत करण्यासाठी रशियाचा राजा झार सव्वा लाखांची फौज घेऊन दौडत निघाला.

बौलानला इंग्लंडकडे डोळे लावून बसलेल्या नेपोलियनला त्याच्या गुप्तहेरयंत्रणेमार्फत जनरल मॅक आणि रशियाच्या झारच्या हालचालींच्या बातम्या मिळत होत्या. जनरल मॅक याने नेपोलियनचे मित्रराष्ट्र असलेले बव्हेरिया जिंकून घेतले आणि तो ऱ्हाईन नदीच्या खोऱ्यातील उल्म परिसरातील घनदाट जंगलात रशियाच्या झारची वाट पाहत लपून बसला. नेपोलियनची आता धडगत नाही, ही त्याला खात्री होती.

वरून बेसावध वाटणारा नेपोलियन सावध होता. ऑस्ट्रिया आणि रशियाच्या सेनादलांना एकत्र येऊ देणे म्हणजे आत्मघात ओढवून घेणे आहे, हे तो ओळखून होता. त्याने आपली युद्धयोजना आखली. त्याने आपले सेनानी एकत्र केले. प्रत्येकाला कशी हालचाल करून कुठे जायचे व आदेशाची वाट पाहत थांबायचे याच्या स्पष्ट सूचना त्याने दिल्या होत्या. १८०५ च्या सप्टेंबर महिन्यात २५ तारखेला त्याच्या सैन्याच्या अत्यंत वेगवान पण गुप्त हालचाली सुरू झाल्या. त्यांच्याबरोबरच नेपोलियनने आपला तोफखाना घेऊन वेगाने ऱ्हाईन नदी ओलांडली. पूर्व-पश्चिम वाहणाऱ्या डॅन्यूब नदीच्या उत्तर किनाऱ्यावर येऊन तो थांबला. याच जागेच्या दक्षिणेला डॅन्यूब नदीच्या पलीकडे असलेल्या उल्मच्या परिसरातील घनदाट जंगलात ऑस्ट्रियाचा जनरल मॅक छावणी टाकून लपून बसला होता. रशियाच्या झारच्या फौजा अजून लांब होत्या.

नेपोलियनचा सेनाविभाग चार ठिकाणांहून डॅन्यूब नदी ओलांडून दक्षिणेच्या भागात गेला. त्यांनी जंगलात लपून बसलेल्या ऑस्ट्रियाच्या मॅकच्या सैन्याला वळसा घालून त्याच्या दोन्ही बाजूंवर आणि त्याच्या पिछाडीवर थांबून त्याला घेरले. त्या वेळी आपल्या दोन सेनानींना आपल्याजवळ ठेवून नेपोलियन आपल्या साडेतीनशे तोफांना निरनिराळ्या उंचवट्यांवर चढवून त्यांची तोंडे नदीपलीकडील जनरल मॅकच्या छावणीकडे वळवीत होता. या सर्व हालचाली इतक्या गुप्तपणे

चालल्या होत्या. की जनरल मॅकला याचा काहीही पत्ता लागला नाही. नेपोलियन अजून फ्रान्सच्या उत्तर किनाऱ्यावर बसून इंग्लंडवरील हल्ल्याचीच योजना आखत आहे, या समजुतीत तो होता.

जनरल मॅकची फौज पूर्णपणे घेरली गेली आहे याची खात्री पटताच नेपोलियनने आपल्या मार्शल 'ने' या सेनानीला बरोबर घेऊन डॅन्यूब नदी ओलांडली. याच वेळी जनरल मॅकला मदतीसाठी म्हणून ऑस्ट्रियाहून येणाऱ्या बारा पलटणी नेपोलियनच्या सेनानींनी मार्गातच रोखल्या आणि त्यांचा धुव्वा उडविला. मॅकला ही बातमी कळताच तो हादरला. त्याच वेळी त्याला कळले, की डॅन्यूब नदीवरील उल्मच्या परिसरातील तिन्ही पूल नेपोलियनच्या ताब्यात गेले आहेत. आता मात्र त्याच्या तोंडचे पाणी पळाले. त्या दिवसांत उल्मच्या परिसरात प्रचंड थंडी पडली होती. बर्फ पडत होता. त्या वेळी रात्रीच्या काळोखात चिखलाने बरबटलेला फ्रान्सचा सम्राट नेपोलियन आपल्या घोड्यावरून वेढ्याची पाहणी करत होता. मॅकच्या भोवतालचा वेढा आवळला जात होत.

याच वेळी नेपोलियनने आपल्या जनरल सेगर याला मॅकच्या छावणीत धाडून 'ताबडतोब शरण ये' असा निरोप मॅकला दिला. मॅकसमोर दुसरा पर्यायच नव्हता. तो आपल्या ८० हजार सैन्यासह शरण आला. नेपोलियनने त्यांची शस्त्रे काढून घेतली. दारूगोळा जप्त केला. ८० हजार नि:शस्त्र सैनिकांना घेऊन खाली मान घालून मॅक ऑस्ट्रियाला परत गेला. आपल्या कुशल युद्धतंत्राच्या जोरावर रक्ताचा एकही थेंब न सांडता नेपोलियनने विजय मिळवला होता. त्याचे सेनानी म्हणाले, "ही लढाई आम्ही केवळ पायाने हालचाली करून जिंकली. हाताचा वा बंदुकीचा उपयोग केलाच नाही."

फ्रान्सचा सम्राट नेपोलियनचे असामान्य युद्धनेतृत्व आणि युद्धकौशल्य यामुळे सगळ्यांचेच डोळे दिपले होते. इंग्रजांनी तर त्याची धास्तीच घेतली होती. "मला केवळ अर्ध्या तासासाठी सागरावर प्रभुत्व मिळाले, तर मी ग्रेट ब्रिटन सागरात बुडवून टाकीन", असे नेपोलियन म्हणत असे. त्यामुळेच ब्रिटन हादरले होते. मध्यंतरी काही फ्रेंच मंडळींना हाताशी धरून नेपोलियनचा काटा काढण्याचाही कट त्यांनी रचला होता; पण सम्राट नेपोलियनने कट करणाऱ्यांचा नि:पात केला होता. त्यामुळे नेपोलियनला सतत कुठल्यातरी युद्धात गुंतवून ठेवण्याचा ब्रिटनने जणू विडाच उचलला होता. नेपोलियनने फ्रान्सच्या राजघराण्याला हाकलून देऊन सत्ता बळाकावली, तसेच तो तुमची राजघराणीही बळकावेल, असे सांगून युरोपातील राष्ट्रांना फितविण्यास ब्रिटनने सुरुवात केली. धूर्त इंग्रजांच्या या

जाळ्यात ही राजेमंडळी अडकली नसती तरच नवल! रशिया, प्रशिया, ऑस्ट्रियाच्या राजांनी आपापल्या फौजा एकत्र आणून नेपोलियनला उद्‌ध्वस्त करण्याचे ठरविले; पण सदैव सावध असणाऱ्या नेपोलियनने आपल्या शत्रूंना एकत्र येऊ दिले नाही. शिवरायांची आणि नेपोलियनची तुलना करण्याचा मोह बऱ्याच अभ्यासकांना आवरत नाही तो यामुळेच. शिवरायांनीही आपल्या दोन शत्रूंना कधी एकत्र येऊ दिले नव्हते.

घनदाट जंगलात एक लाखाची फौज घेऊन रशियाच्या झार राजाची वाट पाहत बसलेल्या ऑस्ट्रियन सेनानी जनरल मॅक याला रक्ताचा एक थेंबही न सांडता शरण यायला नेपोलियनने भाग पाडले आणि मग नेपोलियन झारच्या समाचाराला निघाला. आधी त्याने ऑस्ट्रियाची राजधानी व्हिएन्नात पाऊल ठेवले.

व्हिएन्नातच त्याला बातमी मिळाली की, झारला साथ देण्यासाठी ऑस्ट्रियाचाच आर्क ड्यूक चार्लस् सत्तर हजारांचे ऑस्ट्रियन सैन्य, हंगेरीचे ऐंशी हजार सैनिक, प्रशियाचे दोन लाख सैनिक घेऊन दौड करण्याच्या तयारीत आहेत. नेपोलियनने आपल्या सैन्याला आज्ञा दिली, ती रशियाच्या दिशेने हात उंचावत 'आगे बढो' अशी. ऑस्ट्रियन सैन्याला शरण यायला लावल्याने त्याच्या सैन्याचे मनोबल चांगलेच उंचावलेले होते. आपल्या लाडक्या सम्राटावरील त्यांचा विश्वास दुणावला होता. त्यांना घेऊनच १८०५ च्या नोव्हेंबरच्या प्रचंड थंडीत फ्रान्सचा सम्राट शत्रूला अचानक गाठून गारद करण्यासाठी अत्यंत वेगाने झेपावीत होता. अखेर पॅरिसपासून दीड हजार मैलांवर असलेल्या ऑस्टरलीजजवळ तो पोचला, तेव्हा समोरील मैदानावर झार आणि फ्रान्सिस तेथे एकत्र येऊन सैन्याची मांडणी करीत असलेले त्याला दिसले.

नेपोलियन सैन्याला पाहून त्यांच्या सैन्याने हालचाली सुरू केल्या. त्यांच्या हालचालींकडे सतत नजर असलेल्या नेपोलियनला त्यांचा उद्देश लक्षात यायला वेळ लागला नाही.

त्याने आपल्या सेनानींना एकत्र बोलविले आणि सांगितले, "शत्रूचे सैन्य आपल्या उजव्या फळीवर हल्ला करण्यासाठी हालचाली करीत आहे; पण त्यामुळे त्यांची मधली फळी कमजोर होणार आहे आणि त्यांची उजवी फळी उघडी पडणार आहे. तेच आपले लक्ष्य आहे. तयार व्हा."

रात्र थंड पण आकाश स्वच्छ होते. ऑस्टरलीजचे संपूर्ण रणक्षेत्र पहाटेच्या धुक्याने झाकले गेले होते. पहाटे चार वाजताच घोड्यावर स्वार होऊन रणक्षेत्राची पाहणी करणाऱ्या नेपोलियनने आपल्या उजव्या फळीकडे धाव घेणाऱ्या रशियन फौजांचा अंदाज घेतला. धुके हळूहळू विरळ होत होते. त्याचे सेनानी आणि सैनिक

शत्रूवर तुटून पडण्यासाठी अधीर झाले होते. नेपोलियनने त्यांना सबुरीचा सल्ला देऊन सांगितले, ''थोडे थांबा. शत्रूला आपल्या उजव्या फळीकडे आणखी सरकू द्या.''

या वेळी तो आपल्या सैन्याच्या आघाडीवर मधल्या भागात घोड्यावर बसून शत्रूच्या हालचालींवर लक्ष ठेवून होता.

त्याच वेळी नेपोलियनच्या उजव्या फळीवर शत्रूने तोफांचा भडिमार सुरू केला आणि शत्रुसैन्य नेपोलियनच्या उजव्या फळीकडे वेगाने सरकू लागले. तेव्हा नेपोलियन गरजला, ''हीच योग्य वेळ आहे. करा हल्ला.''

शत्रूच्या कमजोर झालेल्या मधल्या फळीतील सैनिकांना अगदी मुळीच अपेक्षा नसताना नेपोलियनचे सैनिक वाघासारखे त्यांच्यावर तुटून पडले. त्यांच्या आघातापुढे शत्रूची मधली फळी कोसळली. ते सैनिक गोंधळले. एक लाखाहून अधिक असलेल्या शत्रुसैनिकांत पळापळ सुरू झाली. याच वेळी नेपोलियनच्या उजव्या फळीवर झालेला शत्रूचा हल्ला त्याच्या तयार सैनिकांनी थोपवून धरला होता. नेपोलियनच्या सैनिकांनी शत्रूच्या उजव्या फळीवर जोरदार आक्रमण केले आणि त्यांनाही गोंधळात टाकले.

शत्रूचे सैन्य घेरले गेल्याने त्यांना पळायला एकच मार्ग होता, तो म्हणजे ऑस्टरलीजचे प्रचंड सरोवर. थंडीत जे पूर्णपणे गोठून गेल्याने मैदानच वाटत होते. शत्रू त्यावरून पळू लागला. ते पाहून नेपोलियनने त्या गोठलेल्या सरोवरावर तोफांचा भडिमार केला. त्या उष्णतेने आणि घोड्यांच्या टापांच्या हादऱ्याने बर्फ वितळू लागले. शत्रूच्या असंख्य सैनिकांना जलसमाधी मिळाली. शत्रूचा साफ पराभव झाला होता. झार केव्हाच पळाला होता. नेपोलियनच्या एका सेनानीने त्याला गाठले, तेव्हा त्याने आपला पराभव मान्य करतानाच नेपोलियनच्या युद्धकौशल्याचे कौतुक केले; पण तो हेही बडबडला की, नेपोलियनचे सैन्य आमच्यापेक्षा जास्त होते.

तेव्हा त्या सेनानीने त्याला सांगितले, ''महाराज, तुम्ही चुकता आहात. आमचे सैन्य तुमच्या सैन्यापेक्षा पंचवीस हजारांनी कमी तर होतेच; पण त्यातील काही भाग युद्धात उतरलाच नव्हता. हा तर आमच्या सम्राटांनी केलेल्या कुशल हालचालींचा विजय आहे.

***

## सोळा

सतराव्या शतकाच्या सुरुवातीला इंग्रज आणि फ्रेंच यांच्या बाजारपेठा भारताच्या किनारपट्टीवर होत्या. दिल्लीत असलेल्या मोगल बादशहाचे भारतात साम्राज्य पसरलेले होते आणि त्याचे मांडलिक म्हणून नबाब, सरदार, लहानमोठे राजे भारतभर पसरलेले होते. सगळ्यांनाच इंगज आणि फ्रेंच व्यापारी माल पुरवीत असत. आपापल्या जहाजातून आणलेला माल ते सागराच्या किनाऱ्यावर उतरवत असत. तो साठवून ठेवण्यासाठी त्यांच्या वखारी होत्या. त्यांच्या संरक्षणासाठी इंग्रजांनी इंग्लंडहून त्यांच्या सैन्यातील पाचशे सैनिक मुंबईला आणले. पण खर्चाच्या दृष्टीने त्यांना नेहमी असे करणे परवडणारे नव्हते. शेवटी त्यांची वृत्ती त्या वेळी तरी व्यापारीच होती. म्हणूनच १६७४ साली फ्रॅंसिस मार्टिन या फ्रेंच अधिकाऱ्याने २६ फ्रेंच आणि तीनचारशे भारतीय पहारेकऱ्यांचे (त्यांना तेव्हा नेटिव्ह म्हणत असत.) एक पथक मागितले. हे सैनिक नसले तरी त्यांच्या मदतीनेच मार्टिनने १९ जहाजांतून आलेल्या दीड हजारांवर असलेल्या डच सैनिकांचा पाँडेचेरीवरील हल्ला परतवून लावला. यावरून त्यांच्या लक्षात आले, की चांगले युद्धनेतृत्व लाभले तर हे भारतीय (नेटिव्ह) पहारेकरी प्राणपणाने लढू शकतात, जिंकू शकतात. फ्रेंचांचे पाहून इंग्रजांनीही भारतीयांना पहारेकरी म्हणून भरती करण्यास सुरुवात केली. हेच पहारेकरी मग सैनिक झाले.

युरोपात इंग्रज आणि फ्रेंच यांच्यात लढाया चालूच होत्या. त्याचेच प्रतिबिंब भारतात उमटू लागले होते. या दोन्हीही परदेशी व्यापाऱ्यांत भारतातही चकमकी झडू लागल्या. त्यात नेतृत्व परदेशी पण लढणारे मात्र पहारेकरी या नावाने ओळखले जाणारे भारतीय सैनिकच असत.

त्यातील फ्रेंचांचा पाँडेचरीचा गव्हर्नर होता ड्यूमॉस. त्याने इंग्रजांना आवाहन केले होते, की आपण भारतात एकमेकांशी लढणे चांगले नाही. पण इंग्रज ऐकत नाहीत हे पाहून ड्यूमॉसने सरळ इंग्रजांच्या मद्रासच्या ठिकाणांवर हल्ला केला आणि मद्रास काबीज केले. इंग्रजांनी कर्नाटकाच्या नबाबाकडे धाव घेतली. तोही १७४६ मध्ये दहा हजारांची फौज घेऊन ड्यूमॉसवर चालून गेला. १७०७ मध्ये औरंगजेबाचा मृत्यू झाल्यानंतर भारतातील सगळेच नबाब, सरदार स्वतंत्रपणे वागत होते. कारभार करीत होते. पण युद्ध करण्याचे त्यांचे एकमेव धडक तंत्र असायचे. मोठ्या सैन्यसंख्याबळाने शत्रूवर चालून जायचे आणि समोरासमोर लढायचे. पण ड्यूमॉसला एवढे मोठे सैन्य उभे करणे शक्यच नव्हते. त्याच्याजवळ केवळ २५० फ्रेंच आणि ७५० भारतीय एवढेच सैनिक होते. पण ते शिस्तबद्ध असे कवायती सेनादल होते. ड्यूमॉसने अत्यंत वेगवान हालचाली करून नबाबाच्या दहा हजार सैनिकांना फसवत, दमवत अखेर मद्रासच्या सेंट थॉमस येथे त्यांचा पराभव केला. इंग्रज लगेच सावध झाले.

आता भारतातील फ्रेंच आणि इंग्रज या दोन्ही परकीय व्यापाऱ्यांमध्ये सत्तेसाठी खरी स्पर्धा सुरू झाली. दोघेही आपली शक्ती वाढवीत असताना भारतीय राजे, त्या दोघा व्यापाऱ्यांकडे मदतीसाठी पाहू लागले. ते व्यापारीही स्थानिक सत्ताधाऱ्यांना मदत करून आपले वर्चस्व सिद्ध करण्याच्या प्रयत्नात मग्न होते. त्या वेळी सुरुवातीला मात्र फ्रेंचांची सरशी झालेली होती. हैदराबादच्या गादीवर फ्रेंचांचा पाठिंबा असलेला चंदासाहेब आला. या चंदासाहेबाला त्याचा शत्रू असलेल्या महंमदअलीला उद्ध्वस्त करावयाचे होते. म्हणून त्याने १७९१ मध्ये स्वत:चे चार हजार सैनिक, शिवाय फ्रेंचांकडील शेकडो हिंदी सैनिक आणि नऊशे फ्रेंच सैनिक घेऊन त्रिचनापल्लीला वेढा घातला. महंमदअली वेढ्यात अडकला तेव्हा इंग्रजांकडे त्याला मदत करण्यासाठी मद्रासमध्ये केवळ साडेतीनशे इंग्रज सैनिक उरले होते.

मद्रास ठाण्याचा इंग्रज गव्हर्नर सॅण्डर्स विचारात पडला. चंदासाहेब नावाच्या अजगराने त्रिचनापल्लीत महंमद अलीला गिळंकृत केले, तर इंग्रजांची भारतातील पत पार धुळीला मिळणार होती. काय करावे हे सॅण्डर्सला सुचेना. तो या विचारात असतानाच त्याच्याकडे नुकत्याच आलेल्या कॅप्टन रॉबर्ट क्लाईव्ह याने सॅण्डर्सला एक मार्ग सुचवला. क्लाईव्हमध्ये युद्धनेतृत्वाचे असामान्य गुण होते. क्लाईव्हने सॅण्डर्सला सांगितले की, चंदासाहेब आपली बरीच मोठी फौज घेऊन त्रिचनापल्लीला गेला आहे. तेव्हा त्याच्या अर्काटच्या राजधानीचे संरक्षण करण्यासाठी तेथे पुरेशी फौज नसावी. या परिस्थितीत आपण चंदासाहेबच्या राजधानीवर, अर्काटवरच हल्ला

शत्रूच्या शेपटावर घाव घालून विजय / १२७

केला तर? म्हणजे जबडा वासून त्रिचनापल्ली गिळंकृत करण्यासाठी रोंरावत गेलेला तो अजगर आपली शेपटी वाचविण्यासाठी ताडकन मागे फिरेल. सॅण्डर्सला क्लाईव्हचे म्हणणे पटले.

रॉबर्ट क्लाईव्हने केवळ दोनशे इंग्रज आणि तीनशे भारतीय शिपाई घेऊन विजेच्या वेगाने अर्काटवर हल्ला केला आणि पाहता पाहता अर्काट ताब्यात घेतले. आपली शेपटी रक्तबंबाळ झालेली समजताच चंदासाहेब त्रिचनापल्लीचा वेढा उठवून आपली राजधानी वाचवण्यासाठी धावला. त्याची राजधानी आता इंग्रजांच्या ताब्यात होती. चंदासाहेबाने स्वत:च्या राजधानीला वेढा घालून आतील इंग्रजांवर हल्ल्यावर हल्ले सुरू केले. पण कुशल सेनानी असलेल्या रॉबर्ट क्लाईव्हने मोजक्या दोनशे इंग्रज आणि तीनशे भारतीय सैनिकांच्या मदतीने चंदासाहेबाचे हल्ले परतवून लावीत सतत दोन महिने अर्काट लढविले. अखेर क्लाईव्हजवळ केवळ ऐंशी इंग्रज आणि एकशेवीस भारतीय सैनिक उरले होते, तरीही त्याने चंदासाहेबाचा अखेरचा हल्ला परतवून लावला.

याच वेळी क्लाईव्हला मदत म्हणून इंग्रज सैनिकांच्या तुकड्या आल्या आणि चंदासाहेबाला माघार घेऊन निघून जावे लागले. त्रिचनापल्लीही गेली आणि अर्काटही गेले. पण १७९१ च्या अर्काटच्या विजयाने फ्रेंचांचे वर्चस्व नाहीसे होऊन इंग्रजांचा दरारा निर्माण झाला. रॉबर्ट क्लाईव्हच्या चातुर्यपूर्ण हालचालींनी इंग्रजांना विजय मिळवून दिला. जगाच्या लष्करी इतिहासात अशा प्रकारे अनेकदा कुशल सेनानींनी चातुर्याने अजगराच्या शेपटावर घाव घालून आपल्या संभाव्य पराजयाचे विजयात रूपांतर केल्याची उदाहरणे आहेत.

***

## सतरा

इंदूरच्या होळकर घराण्यातील यशवंतराव होळकर हा एक असामान्य सेनानी होता. त्याने स्वत:चे असे प्रभावशाली घोडदळ उभे केले होते. इ.स. १८०० च्या सुमारास ग्वाल्हेरचे शिंदे, नागपूरकर भोसले आदी मंडळींनी एक प्रभावी मराठा महासंघ तयार करून इंग्रजांना पराभूत करण्याचा निर्णय घेतला होता. यामुळे हादरलेल्या इंग्रजांनी यशवंतराव होळकरांना खोटी आश्वासने देऊन शिंदे-भोसले मंडळींपासून अलग केले आणि मग सप्टेंबर १८०३ मध्ये इंग्रज सेनानी ऑर्थर वेलस्ली याने असईच्या युद्धात शिंदे-भोसले यांच्या संयुक्त सेनेचा दणदणीत पराभव केला.

यानंतर मात्र यशवंतरावाच्या लक्षात आले, की आपण इंग्रजांकडून फसवले गेलो आहोत. मग मात्र तो इंग्रजांच्या विरोधात उभा राहिला. त्याला कचाट्यात पकडण्यासाठी बडोद्याहून कर्नल मरे, तर उत्तरेकडून कर्नल जॉन्सन चालून आले. यशवंतरावाने वेगवान हालचाली करून आधी कर्नल मरेला पळवून लावले व नंतर १८०४ सालच्या ऐन पावसाळ्यात कोट्याच्या दक्षिणेला आलेल्या कर्नल जॉन्सनवर तो तुटून पडला. कर्नल जॉन्सनला पळता भुई थोडी झाली. केवळ दोन महिन्यांत तो सव्वादोनशे मैल पळत आग्र्याच्या आपल्या छावणीत शिरला. यानंतर यशवंतरावाने त्याचा पिच्छा सोडून दिल्लीवरच धाव घेतली; पण तेव्हाचा बादशहा शहाआलम हा इंग्रजांच्या भूलथापांना बळी पडला होता. म्हणून त्याचा नाद सोडून तो सरळ मथुरेजवळच्या भरतपूरला आला.

भरतपूरचा जाट राजा रणजितसिंग यशवंतरावाच्या आगमनामुळे सुखावला. इंग्रजांनी आता दिगीचा किल्ला घेऊन भरतपूरला वेढा घातला.

भरतपूरच्या पूर्व टोकाला भरतपूरचा अभेद्य किल्ला ताठ मानेने उभा होता. किल्ल्याच्या आणि गावच्या भरभक्कम तटाभोवती सतत पाण्याने भरलेला मोठा खंदक होता आणि त्यात किल्ल्यावरील मोठ्या तलावातून पाणी सोडले जात असे. यशवंतरावाने आपले पायदळ तटाच्या आत धाडले आणि स्वत: आपले घोडदळ घेऊन तो तटाच्या बाहेरच राहिला. शिवाय त्याने आपला विश्वासू पठाण सेनानी मीर खान याला घोडदळ घेऊन इंग्रजांच्या पिछाडीवर धाडले. इंग्रजांनी भरतपूरवर लागोपाठ चार हल्ले केले; पण यशवंतरावाने जाटांच्या मदतीने चारही हल्ल्यांत इंग्रजांचे प्रचंड नुकसान करून त्यांना पिटाळून लावले. त्यांच्या पहिल्या हल्ल्यातच ले. कर्नल मैटलॉट, ले. स्वीटनहॅम आणि ले. केसवाल आणि असंख्य सैनिक मराठ्यांनी केलेल्या गोळीबाराला बळी पडले. पहिला हल्ला फसला, तो ९ जानेवारी १८०५ चा. दहा-बारा दिवसांनंतर एकंदर २६ तोफांचा मारा तटांवर करून पडलेल्या खिंडारातून लोक आत घुसविण्याची योजना जनरल लेक याने आखली. त्याच वेळी तटाभोवतीच्या खंदकाची रुंदी आणि खोली माहीत व्हावी म्हणून इंग्रजी सैन्यातील एका मराठी हवालदाराला आणि दोन शिपायांना त्याने मराठी पेहराव घालून खंदकाकडे घोड्यावरून दौडत धाडले. या तिघांनी अशी बतावणी केली, की इंग्रजांच्या छळाला कंटाळून ते होळकरांच्या सैन्याला मिळायला आले आहेत. मागून त्यांचा खोटा खोटा पाठलागही होत होता. तटाखालच्या होळकरांच्या वीरांना वाटले, की हे खरोखरीच त्यांना मिळायला येत आहेत. म्हणून ते त्या तिघा देशद्रोह्यांशी बोलायला लागले. खंदक ओलांडायला कुठून सोपा आहे हेही त्यांनी त्या तिघांना दाखवले. हे तीन घोडेस्वार त्या जागी आले. तेथील खंदकाची रुंदी आणि आतील पाण्याची खोली यांचा अंदाज घेऊन त्यांनी आपली घोडी वळवली आणि ते मागे पळत सुटले.

आता मात्र होळकरांच्या वीरांना त्या तिघांचे ते नाटक होते हे लक्षात आले. आपल्या खंदकाचा ओलांडायला सोपा भाग शत्रूचे लोक पाहून गेल्याचे यशवंतरावाला कळताच त्याने पुढील योजना आखली. त्याने त्याच रात्री खंदकाच्या त्या भागाच्या पुढे थोड्या अंतरावर दगड-मातीचा एक बांध खंदकात बांधून काढला आणि इंग्रजांच्या पुढील कारवाईची तो वाट पाहत बसला. दिवस उजाडताच सकाळपासून तटावर इंग्रजी तोफा आग ओकू लागल्या. यशवंतरावाने ओळखले, की आज इंग्रज तयारीनिशी हल्ला चढवतील. त्या अंदाजाप्रमाणे त्याने तटाच्या आतील वीरांना पुढे काय कारवाई करायची ते सांगून ठेवले. तो दिवस होता. २१ जानेवारी १८०५ चा.

दुपारनंतर ले. कर्नल मॅकराय, कॅप्टन लिंडसे वगैरे अनेक इंग्रज अधिकाऱ्यांच्या

देखरेखीखाली इंग्रज आणि त्यांचे भारतीय सैनिक खंदकाकडे येऊ लागले. हे लोक उघड्यावरून येत असल्याने वरून त्यांच्यावर मारा होऊ नये म्हणून इंग्रजी तोफांचा भडिमार चालूच होता. इंग्रजांच्या सैन्यासोबत खंदकाच्या अरुंद भागावर टाकता येतील अशा मापाच्या अनेक लाकडी शिड्या होत्या. त्यावर लाकडाच्या आडव्या फळ्याही ठोकलेल्या होत्या. हे सर्व यशवंतरावाच्या अपेक्षेप्रमाणेच घडत होते. इंग्रजी सैन्य खंदकाच्या त्या अरुंद काठावर पोचले. त्यांनी खंदकावर शिड्या टाकल्या आणि त्यावरून खंदक ओलांडायला सुरुवात केली. एका वेळी दहा शिड्यांवरून दहा रांगा समोर सरकत होत्या. त्यांच्यातील पहिले शिपाई शिड्यांवरून तटाच्या टोकाला पोचताहेत तोच खंदकाच्या वरच्या बाजूने पाण्याचा प्रचंड लोंढा खंदकातून आला आणि त्या आडव्या शिड्या आणि त्यावरील इंग्रज सैनिकांना लोळवीत पुढे घुसला आणि समोर बांधलेल्या बंधाऱ्यावर आदळला. खंदक आता पूर्णपणे पाण्याने भरून गेला होता आणि पाणी पुढील बांधात अडकल्याने दोन्ही बाजूंना विशेषत: इंग्रजी सैन्याचा भाग सपाट असल्याने त्या बाजूला पाणी पसरून तेथे चिखलच चिखल झाला.

आपले लोक तटाजवळ पोचले असे पाहून इंग्रजी तोफखान्याने मारा थांबविला होता. त्याच वेळी खंदकात आणि चिखलात अडकलेल्या सैन्यावर तटातून बंदुकांचा, तर तटावरून तोफांचा मारा सुरू झाला. इंग्रज अधिकारी आणि त्यांचे सैन्य गोंधळले. आधीच त्यांचे बरेच साथीदार पाण्यात पडून गटांगळ्या खात बंदुकीच्या गोळ्यांनी मरत होते. बाकीचे चिखलातून पळ काढीत असताना तोफांच्या आणि बंदुकीच्या माऱ्याने होरपळून निघत होते. इंग्रजांचा हा दुसरा हल्लाही पार फसला होता. यशवंतरावाने अत्यंत चातुर्याने इंग्रजांनी खेळलेली खेळी ओळखून त्यांचे दात त्यांच्याच घशात घातले होते. या हल्ल्यात इंग्रजांचे ले. कर्नल मॅकराय, कॅप्टन लिंडसे असे अठरा इंग्रज अधिकारी आणि पाचशेच्यावर शिपाई ठार झाले होते. त्यांची पार फजिती झाली होती.

या हल्ल्यानंतर इंग्रजांनी पुन्हा दोनदा प्रयत्न केले; पण त्यांना भयंकर नुकसान सोसून माघार घ्यावी लागली. यशवंतराव होळकर या इंदूरच्या होळकरांच्या वारसदाराने इंग्रजांवर चांगलाच सूड उगवला होता. सप्टेंबर १८०३ मध्ये असईला मराठ्यांचा पराभव करणाऱ्या जनरल ऑर्थर वेलस्ली याने या वेळी असे लिहून ठेवले आहे, की भरतपूरवर केलेल्या चारही हल्ल्यांतील आपला पराभव भयानक आहे, याचे परिणाम भयंकर होण्याची शक्यता आहे.

***

इंग्रजांना धूळ चारणारा कुशल सेनानी यशवंतराव होळकर / १३१

## अठरा

इ.स. १८५७ चा भारतीय स्वातंत्र्यसंग्राम वणव्यासारख्या भडकला होता. त्याचे चटके इंग्रजांना असह्य होत होते. साम-दाम-दंड-भेद आदी सर्व मार्गांसहित आपली शक्ती पणाला लावून त्या संग्रामातील स्वातंत्र्यसेनानींवर मात करण्याचा ते प्रयत्न करीत होते. त्यात १८५७ च्या अखेरीस त्यांना थोडे यशही मिळत होते; पण आता त्यांना खरी भीती वाटत होती, ती रणझुंजार राणी लक्ष्मीबाईची. कारण झाशी ताब्यात येताच त्या शूर राणीने इंग्रजांनी नादुरुस्त करून इतस्तत: फेकलेल्या तोफा पुन्हा दुरुस्त करून घेतल्या, तर दारूगोळा तयार करण्याचे कारखाने सुरू केले. सैन्यउभारणीला सुरुवात करतानाच वीर महिलांचीही खास पलटण तयार केली आणि भविष्यात झाशीवर कोणतेही संकट कोसळले, तर त्याला समर्थपणे तोंड देता यावे याची भक्कम तयारी केली आणि संकटे यायला सुरुवात झाली.

त्याच वेळी राणीच्या दिवंगत पतीचा एक भाऊ सदाशिवराव याने सैन्याची जमवाजमव करून झाशी संस्थानातील करेरचा किल्ला ताब्यात घेतला आणि स्वत:ला झाशीचा राजा म्हणून घोषणाही करून टाकली. राणीच्या युद्धनेतृत्वाला हे आव्हानच होते. राणीने एका फटक्यातच त्याचा बंदोबस्त केला. दिराचा पक्का बंदोबस्त ती करीत नाही तोच दातिया आणि पिहारीच्या राजांनी राणीकडून झाशी हिसकावून घेण्याचा प्रयत्न केला. राणीने त्या दोघांनाही असा मार दिला, की ते रडतओरडत झाशी संस्थानातून पळून गेले. त्याच सुमारास राणीला आव्हान देणारा सागरसिंग नावाचा भयंकर वृत्तीचा दरोडेखोर, संस्थानच्या बरुआ सागरच्या आसपासच्या घनदाट अरण्यात धुमाकूळ घालतो आहे, हे तिला समजले.

त्याचाही राणीने ताबडतोब बंदोबस्त केला. राणीच्या पराक्रमाने तो इतका भारावून गेला होता की, त्याने शरणागती पत्करून राणीच्याच सैन्यात नोकरी धरली. त्यानंतर उभी राहिली ती ओरछा संस्थानची राणी लडइबाई, जिने झाशी जिंकून घेण्यासाठी आपला बलाढ्य असा सेनानी नत्थेखान याला तोफा, बंदुकांसह वीस हजारांची फौज घेऊन झाशीवर धाडले आणि झाशीच्या वीरांगनेने नत्थेखानचा दणदणीत पराभव करून त्याला पळता भुई थोडी केली.

तिच्या या पराक्रमाच्या कथा इंग्रज डोळे किलकिले करून ऐकत होते. त्यांनी त्या पराक्रमी राणीचा बंदोबस्त करण्यासाठी इंग्लंडहून एक गाजलेला वीर मुद्दाम मागवून घेतला. त्याचे नाव होते सर ह्यू रोज. या रोजसाहेबाला त्याच्या पराक्रमामुळे आणि कुशल युद्धनेतृत्वामुळे इंग्लंडचा असामान्य शौर्यासाठी असलेला व्हिक्टोरिया क्रॉस हा पुरस्कार देण्यात यावा, अशी शिफारस करण्यात आली होती. तो इंग्लंडहून मुंबईमार्गे इंदोरजवळील महू या लष्करी छावणीत दाखल झाला. तेथे त्याच्यासाठी फौज जमविण्यात आली होती. या फौजेतील हजारो सैनिक, मोठा तोफखाना घेऊन सर ह्यू रोजने ६ जानेवारी १८५८ ला महू सोडले. झाशीकडे जात असतानाच त्या पठ्ठ्याने मार्गातील स्वातंत्र्यसैनिकांनी ताब्यात घेतलेली ठाणी परत जिंकून आपला मार्ग निर्धोक करून घेतला. २० मार्च १८५८ ला सर ह्यू रोज झाशीपासून केवळ चौदा मैलांवर येऊन धडकला होता. त्याने झाशीच्या किल्ल्याभोवतालचा फास आवळत आणला.

याच वेळी झाशीच्या स्वातंत्र्यासाठी प्राणार्पण करण्यास तयार असलेले अनेक बुंदेले सरदार झाशीत जमले होते. झाशीच्या संरक्षणासाठी ते तयार होते. झाशीच्या राणीचे नेतृत्व त्यांना उत्साहित करीत होते. सर ह्यू रोजच्या हालचालींवर बारकाईने नजर ठेवून असलेल्या राणीने आपली प्रतिकाराची व्यूहरचना प्रत्यक्षात आणली. किल्ल्याच्या बुरुजांवरील तोफा आक्रमकांच्या दिशेने रोखताना ती स्वत: परिसराचे निरीक्षण करीत होती. संबंधितांना सूचना देत होती. सैनिक स्त्रिया दारूगोळ्यांची ने-आण करीत असताना त्यांना प्रोत्साहित करीत होती.

२३ मार्च १८५८ रोजी सर ह्यू रोजने आक्रमण सुरू केले ते तोफांच्या गडगडाटाने. झाशीची घनगर्ज तोफ इतर तोफांच्या साथीने त्यांना उत्तर देऊ लागली. सतत दहा दिवस झाशीच्या कोटावर, शहरावर, किल्ल्यावर तोफांचा भडिमार केल्यावर इंग्रजांना दारूगोळा कमी पडू लागला. नेमक्या याच वेळी स्वातंत्र्यसमरातील सेनापती तात्या टोपे बावीस हजारांची फौज घेऊन सर ह्यू रोजला पकडीत पकडण्यासाठी बेतवा नदीच्या तीरावर उभा राहिला. राणीनेच निरोप धाडून त्याला बोलावून घेतले

होते; पण सर ह्यू रोजने तात्याचे सैन्य स्थिरावण्याच्या आधीच त्याच्यावर अकस्मात हल्ला केला आणि तात्याचे सैन्य उधळले, गोंधळले आणि पळून गेले. कोण्या एका फितुराने राणीची फसगत केली होती.

आता सर ह्यू रोजने ३ एप्रिल १८५८ रोजी पहाटे झाशीवर हल्ला चढवला. तिसरी ब्रिटिश रेजिमेंट, इंग्रजी तोफांच्या पांघरुणाखाली हल्ल्यासाठी झाशीच्या दक्षिण तटाकडे धावली. झाशीच्याच एका फितूर तोफखानाप्रमुखाने त्यांच्यावर तोफा डागल्या नाहीत. इंग्रज अधिकारी आठ शिड्या घेऊन भिंतीलगत आले, तोच झाशीचा पायदळप्रमुख खुदाबक्ष याने आपल्या बंदूकधाऱ्यांना आक्रमकांचा समाचार घेण्याची आज्ञा केली. तटाच्या भिंतीत असलेल्या अनेक भोकांमधून झाशीच्या वीरांच्या बंदुकी आग ओकू लागल्या. तटाजवळचे इंग्रज अधिकारी, त्यांच्या पलटणीतील सैनिक पटापट मरून पडू लागले. इंग्रज पलटण थबकली, मागे हटली.

सर ह्यू रोज याने फंदफितुरी वगैरे करूनही त्याची सेना मागे हटत होती. झाशीचे वीर तटाच्या मागून, भिंतीतील भोकांतून त्यांना भाजून काढीत होते. सर ह्यू रोज यावर उपाय शोधीत होता आणि तो त्याला सापडला. त्याने तीन-चार हजार कामगारांच्या डोक्यांवर गवताचे भले थोरले भारे दिले. त्या गवतावर पाणी टाकून ते गवत त्याने ओले केले होते. त्यांना आता तीन रांगांनी त्याने तटाकडे धाडले. तटाच्या आतून पुन्हा बंदुका कडाडल्या; पण आता बंदुकीच्या वरून येणाऱ्या गोळ्या ओल्या गवताच्या घट्ट भाऱ्यात घुसत होत्या. गवत ओले असल्याने पेटत नव्हते. काही गोळ्या कामगारांनाही टिपत होत्या; पण बहुसंख्य कामगार तटाजवळ पोचत होते. तटाजवळ आले, की ते आपल्या डोक्यावरचा भारा तटाजवळ टाकीत होते. या कामगारांच्या रांगांच्या मागे इंग्रज पलटण येत होती. तोपर्यंत समोरच्या कामगारांनी तटाखाली रचलेल्या गवताच्या भाऱ्यांनी त्यांच्यासाठी पायऱ्याच तयार केल्या होत्या. त्यावर चढून अनेक इंग्रज अधिकारी तटावर चढले. त्यांनी आत उड्या टाकल्या; पण त्यांतील अनेक मारले गेले. तरीही इंग्रज सैनिक आता तटावर चढून आत उड्या घेत होते. त्यांच्यासोबतच बॉंबे इंजिनियर्स तसेच मद्रास सॅपर्सचे सैनिकही होते.

झाशीच्या तटाच्या आतील वीरांनी अनेक इंग्रज कापून काढले; पण इंग्रजांचा पांढरा पाय पुन्हा झाशीत उतरला होता. क्षणाक्षणाला झाशी शत्रूच्या ताब्यात चालली होती. सर ह्यू रोज या कुशल सेनानीने वापरलेली युक्ती सफल झाली होती. त्याला झाशी मिळाली; पण वीरांगना राणी मात्र मिळाली नाही. ती केव्हाच सुखरूप काल्पीला स्वातंत्र्यसैनिकांना जाऊन मिळाली होती.

\*\*\*

## एकोणीस

पहिले महायुद्ध १९१४ साली सुरू झाले. त्याच्या केवळ दोनच वर्षे आधी इंग्लंडमध्ये रॉयल फ्लाईंग कोअर या नावाने हवाई दलाची निर्मिती झाली होती. पण हवाईदलाची निर्मिती होऊनसुद्धा त्या युद्धाच्या सुरुवातीला शत्रूच्या भागात विमानातून बॉम्ब फेकणे वगैरे व लढाऊ विमानांच्या आकाशातील लढाया सुरू झाल्या नव्हत्या. इंग्लंडच्या रॉयल फ्लाईंग कोअरकडे त्या वेळी ताशी १०० मैल (१६० कि.मी.) जाणारी व दोन हजार पौंड वजनाचे बॉम्ब्ज् नेण्याची क्षमता असलेली बॉम्बर्स होती, तर लढाऊ विमाने ताशी १५० मैल (२५० कि.मी.) वेगाने जात असत. या विमानांना २५०० ते ३००० फुटांपेक्षा वर जाता येत नसे. यात हळूहळू प्रगती होत गेली. सुरुवातीच्या लढाऊ विमानात पायलट एका हाताने विमान चालवीत असे आणि दुसऱ्या हाताने मशीनगनचा वापर करीत असे. त्यानंतर मात्र ब्रिस्टॉल फायटर हे दोघांना बसण्याची सोय असलेले लढाऊ विमान आले. एक पायलट आणि मागे मशीनगन चालवणारा गनर असे दोघे त्यात बसत असत. 'ब्रिस फिट' या टोपणनावाने ते ओळखले जात असे.

सोपविथ स्नाईप या नावाच्या दुसऱ्या विमानानेही चांगलेच नाव कमावले होते. इंग्लंडच्या ले. कर्नल बिली बार्कर (त्या वेळी हवाईदल तसे अस्तित्वात नसल्याने त्यांना पायदळातील रँक्सच दिल्या जात असत.) या बहाद्दर पायलटने जर्मनीच्या अनेक 'फॉकर' जातीच्या विमानांना धूळ चारली होती. भारताच्या दृष्टीने अभिमान वाटावा अशीही एक घटना त्या वेळी घडली होती. शाळेत शिकत नाही म्हणून घरातून हाकलून दिलेला रत्नागिरीचा दत्तात्रय लक्ष्मण पटवर्धन या धाडसी

तरुणाने डी. लॅकमन पॅट हे ख्रिश्चन नाव धारण करून आधी इंग्लंडच्या पायदळात भरती होऊन मशीनगन चालविण्यात चमक दाखवून मग रॉयल फ्लाईंग कोअरमध्ये प्रवेश मिळवला. त्यानंतर वरिष्ठांच्या परवानगीने आपले बॉम्बर विमान घेऊन हा पठ्ठ्या खुद्द बर्लिनपर्यंत घुसून तेथे बॉम्बफेक करून आला. युद्धानंतरच्या गौरव परेडमध्ये तेव्हाचे इंग्लंडचे राजे पाचवे एडवर्ड यांनी स्वहस्ते या तथाकथित डी. लॅकमन पॅट याच्या पूर्ण इंग्रजी पद्धतीच्या गणवेशावर किंग्ज कमिशनचे पदक लावले. त्या वेळी त्याने बेडरपणे राजांना सांगितले की मी ख्रिश्चन नाही. मी कोकणातील एक मर्द मराठा तरुण आहे. हे ऐकूनही राजे म्हणाले होते की, आमच्या हवाईदलात एक मर्द मराठा तरुण आहे हे पाहून आम्हांला अभिमानच वाटतो. 'किंग्ज कमिशन' मिळविणारा ब्रिटिश वसाहती असलेल्या देशांतील तो पहिलाच तरुण ठरला.

त्या पहिल्या महायुद्धात १९१६ पासून हवाई लढाया आणि बॉम्बफेकींना सुरुवात झाली होती. त्याच सुमारास जर्मनीने आपले हालबर स्टॅंड डी-३ हे लढाऊ विमान आकाशात धाडले. २४० हॉर्सपॉवरच्या इंजिनामुळे या विमानाने ब्रिटिश विमानाच्या वर जाऊन आत्यंतिक वेगाने खाली ब्रिटिश किंवा फ्रेंच विमानांवर झेप घेता येत असे. ब्रिटिश किंवा फ्रेंच विमाने त्या काळात १२००० ते १५००० फुटांच्या वर जाऊ शकत नसत, तर जर्मनीचे हे हालबर स्टॅंड विमान १७००० ते २०००० फुटांची उंची गाठू शकत असे व खालील ब्रिटिश-फ्रेंच विमानांवर झेप घेऊन त्यांना उद्ध्वस्त करीत असे. त्यातून या लढाऊ विमानांचा त्या काळचा गाजलेला जर्मन पायलट लेफ्टनंट रूडॉल्फ व्हॉन एश्चवेग याने तर या 'हालबर स्टॅंड' विमानाचा कौशल्याने उपयोग करून घेऊन इंग्लंड आणि फ्रान्सच्या वैमानिकांच्या उरात धडकी भरेल असे कर्तव्य बजावले होते. इंग्लंड-फ्रान्सच्या वैमानिकांनी म्हणूनच या रूडॉल्फ एश्चवेग आणि त्याच्या 'हालबर स्टॅंड' ची धास्तीच घेतली होती.

एकदा इंग्लंडच्या कॅप्टन ग्रीन या पायलटने आपल्या विमानातून एश्चवेगचे 'हालबर स्टॅंड' विमान पाहिले आणि मोठ्या हिमतीने कॅप्टन ग्रीन हालबर स्टॅंडकडे झेपावला. अर्थात एश्चवेग सावध होताच. त्याने कॅप्टन ग्रीनला जवळ येऊ दिले आणि कॅप्टन ग्रीन त्याच्यावर गोळ्या झाडण्याआधीच वेगाने गिरकी घेऊन कसाबसा पळ काढून तो आपल्या विमानतळावर उतरला. त्यानंतर या एश्चवेगने एकापाठोपाठ एक अशी यशोमालिकाच निर्माण केली आणि इंग्लंडचे अधिकारी एश्चवेगचा बंदोबस्त कसा करायचा याचा खल करू लागले. अखेरीस त्यांनी उपाय शोधला.

२१ नोव्हेंबर १९१७ रोजी रूडॉल्फ व्हॅन एश्चवेग आपले आवडते हालबर स्टॅंड घेऊन आकाशात टेहळणीसाठी फिरत होता आणि या टेहळणीत शत्रूचे म्हणजे इंग्लंड-फ्रान्सचे एखादे नवे भक्ष्य मिळते का ते पाहत होता. त्याच वेळी त्याला त्याच्यापेक्षा बऱ्याच खाली, एक राखाडी रंगाचे प्रचंड आकाराचे बलून हवेत डुलत डुलत तरंगताना दिसले. ते शत्रुदेशात टेहळणीसाठी इंग्लंडने धाडलेले आहे हे त्याने ओळखले. त्या बलूनच्या खाली एक पिंजरा लॅबकळत होता. या पिंजऱ्यात होता एक अधिकारी. अर्थात, लांबून एश्चवेगला पिंजऱ्यातील जी मानवी आकृती दिसली ती समोर खाली न्याहाळते आहे हे त्याने ओळखले.

क्षणाचाही विलंब न लावता एश्चवेगने त्या बलूनकडे झेप घेतली. तो बलूनच्या जवळ आला होता. त्या पिंजऱ्यातील अधिकाऱ्याचे एश्चवेगला आश्चर्य वाटत होते. आपण त्याच्या इतक्या जवळ जाऊनसुद्धा तो आपल्या पॅराशूटसह खाली उडी का घेत नाही हे त्याला समजेना. पण मरेना का? मला काय करायचे, असे म्हणून बलूनच्या बऱ्याच जवळ येताच त्याने त्या प्रचंड बलूनवर गोळ्यांचा मारा केला. बलूनवर गोळ्यांचा मारा होताच बलूनमध्ये भयानक स्फोट झाला आणि त्यातून आगीचा लोळ बाहेर पडला. त्या आगीच्या ज्वाळांनी रूडॉल्फ एश्चवेगच्या हालबरस्टॅंड विमानालाच घेरले. पेट घेत घेत एश्चवेगचे विमान सरळ खाली आदळले आणि त्याचा स्फोट झाला. रूडॉल्फ व्हॅन एश्चवेग या जर्मनीच्या धडाडीच्या पायलटचा अंत झाला.

अत्यंत चातुर्याने रॉयल फ्लाईंग कोअरच्या सेनानींनी रूडॉल्फ व्हॅन एश्चवेगसारख्या गाजलेल्या पायलटवर मात केली होती. बलूनच्या खाली टांगलेल्या पिंजऱ्यात केवळ गवताने भरलेला मानवी देह होता आणि त्या फसव्या बलूनमध्ये स्फोटके भरलेली होती, हे अर्थातच एश्चवेगला अखेरपर्यंत कळलेच नाही.

***

## वीस

१ सप्टेंबर १९३९ ला दुसरे महायुद्ध सुरू करणाऱ्या हिटलरने पहिल्यावहिल्या आठ महिन्यांतच युरोपातील देश जिंकून घेत आपला मोर्चा जर्मनीच्या पश्चिमेला असलेल्या फ्रान्सकडे वळवला. त्याच्या पायदळाच्या अनेक डिव्हिजन्स आणि असंख्य रणगाडे, शेकडो तोफा, आपली तोंडे फ्रान्सकडे करून दौड करू लागल्या होत्या; पण हा प्रचंड फौजफाटा थबकला तो बेल्जियमच्या सरहद्दीजवळ. फ्रान्सकडे जाण्यासाठी बेल्जियममधूनच जाणे आवश्यक होते, असे नाही. पण पहिल्या महायुद्धातील अनुभव लक्षात घेऊन जर्मनीने आपल्यावर हल्ला केला, तर तो कसा व कोठून होईल, याचा विचार करून फ्रान्सने आपल्या पूर्व सीमेवर 'मॅजिनॉट लाईन' या नावाची एक प्रचंड अभेद्य अशी तटबंदी उभी केली होती. तिचा भेद करून फ्रान्समध्ये घुसायचा प्रयत्न केला, तर जर्मनीला आपले असंख्य सैन्य, रणगाडे, तोफा गमवाव्या लागल्या असत्या. कारण फ्रान्सने त्या भक्कम तटबंदीत आपली बहुतेक प्रहारशक्ती आक्रमकाला रक्तबंबाळ करण्यासाठी तयार ठेवली होती.

हे लक्षात घेऊनच हिटलरने त्या तटबंदीच्या दिशेने न जाता त्या तटबंदीला बगल देऊन फ्रान्समध्ये घुसण्याचा निर्णय घेतला. यासाठीच जर्मनीचे सैन्य बेल्जियमच्या दिशेने आगेकूच करीत होते. बेल्जियमच्या सेनानींना याची थोडी कुणकुण लागली होतीच. म्हणून त्यांनीही जर्मन सैन्याने बेल्जियमध्ये घुसण्याचा प्रयत्न केला, तर त्याला कोठे व कसे रोखायचे याचा विचार केला. जर्मन सैन्याला बेल्जियममध्ये घुसायचे झाल्यास सरहद्दीवरील मेसू नदी व कालवा यांवरील पुलावरूनच सर्व सैन्य न्यावे लागणार होते. सुदैवाने त्याच मोक्याच्या जागांवर नजर ठेवून

असणारा एबेन एमेलचा प्रचंड किल्ला बेल्जियमच्याच हद्दीत होता. म्हणून बेल्जियम सेनानींनी त्या किल्ल्याच्या मेसू नदीच्या बाजूस असणाऱ्या उतरंडीवर माथ्यापासून थोडे खाली असलेल्या दरडीमधून भक्कम काँक्रीटचे बंकर्स बांधून घेतले होते. त्यात लहान-मोठ्या तोफा, मशीनगन्स, अशी विध्वंसक प्रहारसाधने दडवून ठेवली होती. त्या सर्वांची तोंडे मेसू नदीवरील पुलाकडे रोखलेली होती.

'एबेन एमेल' नावाच्या नैसर्गिक पहारेकऱ्याची जाणीव जर्मन सेनानींनाही होती. त्यासाठी आधी त्या किल्ल्यातील तोफा, मशीनगन्स उद्ध्वस्त करणे आवश्यक होते. हे विमानहल्ले करून होणारे काम नव्हते; कारण सर्व तोफा आदी किल्ल्याच्या माथ्यावर नसून उतरंडीवर भक्कम बंकर्समध्ये दडवून ठेवलेल्या होत्या. मग ती प्रहारशक्ती उद्ध्वस्त करण्यासाठी किल्ला जिंकून घेणेच आवश्यक होते. पण किल्ल्यावर भयंकर मारा करणाऱ्या शस्त्रास्त्रांनिशी सज्ज असलेल्या शत्रूवर खालून किल्ला चढून जाऊन मारा करणे म्हणजे आपले अनेक सैनिक मृत्यूच्या तोंडात ढकलण्यासारखे होते. कारण उतरंडीवर सर्वच बाजूंनी चौक्या-पहारे होतेच. अशा परिस्थितीत एकच उपाय होता. तो म्हणजे कोणत्या तरी युक्तीने शत्रूच्या लक्षात न येता किल्ल्याच्या माथ्यावर पोचणे. म्हणजे एकूण शिवरायांच्या साथीदारांनी शत्रूच्या लक्षात येणार नाही, अशा पद्धतीने जसे कोंढाणा, पन्हाळगड काबीज केले त्याचप्रमाणे करणे आवश्यक होते.

या बाबतीत विचारविनिमय होऊन जर्मन सेनानींनी एक अत्यंत कौशल्यपूर्ण योजना आखली. त्यांनी किल्ल्यावरील संरक्षणव्यवस्था कशी आहे याची माहिती मिळवली. तेव्हा त्यांना कळले की, किल्ल्याच्या उतरंडीवर सर्व बाजूंनी चौक्या-पहारे आहेत. ते जागरूकही आहेत; पण किल्ल्याच्या माथ्यावर मात्र फारसे कोणाचे लक्ष नसते. ही महत्त्वाची बाब लक्षात घेऊनच त्यांनी योजना आखली. १० मे १९४० च्या मध्यरात्री जर्मनीच्या एका विमानतळावरून जर्मन वायुसेनेची बारा विमाने आकाशात झेपावली. त्यांनी तोंडे बेल्जियमच्या दिशेने वळवली. या प्रत्येक विमानाच्या मागे एकेक ग्लायडर अडकविलेले होते. ती बारा ग्लायडर्सही अर्थातच हवेत झेपावली. आधी ठरल्याप्रमाणे योग्य वेळी ती सर्व ग्लायडर्स विमानांपासून वेगळी झाली आणि कोणताही आवाज न करता ती बेल्जियमधील 'एबेन एमेल' या किल्ल्याच्या दिशेने निघाली. या प्रत्येक ग्लायडरमध्ये पाच-पाच लष्करी इंजिनिअर्स होते. त्यांच्याजवळ स्फोटके होती, सुरुंग होते. रात्रीच्या अंधाराच्या पांघरुणाखाली त्या ग्लायडर्सनी शांतपणे जर्मन सहरद्द ओलांडली होती. त्याच वेळी एक ग्लायडर काही कारणाने कोसळले. इतर अकरा ग्लायडर्स मात्र पंच्चावन्न इंजिनिअर्सना घेऊन

एकापाठोपाठ एक अशी 'एबेन एमेल' किल्ल्याच्या माथ्यावर उतरली.

ग्लायडर्स माथ्यावर उतरताच आतील लष्करी इंजिनियर्सनी पटापट बाहेर उड्या घेतल्या. शिवरायांचा कोंडाजी फर्जंद असाच आपल्या साठ साथीदारांना घेऊन रात्रीच्या अंधारात पन्हाळगडाच्या माथ्यावर पोचला होता. योजना तशीच, फक्त पद्धत वेगळी होती. सर्व जर्मन इंजिनिअर्स ताबडतोब आपल्या साहित्यानिशी उतरंडीवर निरनिराळ्या बंकर्सकडे उतरले आणि पाहता-पाहता त्यांनी सर्व बंकर्स आणि त्यातील प्रचंड तोफा, मशीनगन्स आदी उद्‌ध्वस्त करून टाकल्या. मध्यरात्र केव्हाच उलटून गेली हाती. तो किल्ला आता जर्मनांच्या ताब्यात आला होता. बेल्जियमचे बेसावध सैनिक बंकर्समध्ये आणि बाहेर इंजिनियर्सकडून मारले गेले होते. मेसू नदीजवळ थबकलेल्या जर्मन सैन्याला आगेकूच करण्याचे आदेश केव्हाच मिळाले होते. त्यांचे रणगाडे, तोफा आणि पायदळ नदीवरील मोठा पूल सावकाश ओलांडत होते. ते 'एबेन एमेल' किल्ल्याकडे हसतमुखाने पाहत होते आणि किल्ला आगेकूच करणाऱ्या जर्मन सैन्याकडे असाहाय्यपणे पाहत होता.

***

# सुदानमधील 'दो-लोगो-रोडाक' किल्ला मराठ्यांनी कुशलतेने जिंकला

## एकवीस

छत्रपती शिवरायांनी आणि त्यांच्याच मार्गदर्शनाखाली त्यांच्या शूरवीर साथीदारांनी विकसित केलेले युद्धयंत्र हे जसे सदैव कौतुकास्पद राहिले, तसेच ते अभ्यासनीयही आहे यात शंकाच नाही. नरवीर तानाजी, कोंडाजी फर्जंद या वीरांनी शक्तिशाली शत्रूच्या ताब्यात असलेले किल्ले काबीज करण्यात जे कौशल्य, जे शौर्य दाखविले त्याचा उपयोग आजही प्रहारशक्ती साधनांत प्रचंड वाढ झालेली असतानाही कसे उपयुक्त ठरते, याचे एक उदाहरण आपण पाहिले आहेच. आज त्या तंत्राचा दुसऱ्या महायुद्धातच कसा वापर करण्यात आला, त्याचे एक उदाहरण देत आहे.

सप्टेंबर १९३९ मध्ये दुसरे महायुद्ध सुरू करणाऱ्या नाझी जर्मनीच्या हिटलरची सर्वदूर सरशी होत होती. १९४० साल संपून १९४१ साल उजाडले होते. त्या वेळी सुदानमधील केरेनच्या लढाईत ब्रिटिशांतर्फे लढणाऱ्या मराठा पायदळाने केलेल्या अतुलनीय पराक्रमाचे कौतुक करावे तेवढे थोडेच आहे. त्याचे वर्णन ॲन्थॉनी ब्रेट जेम्स या लेखकाने केले आहे.

त्या भागातील दो-लोगोरोडॉक या नावाने ओळखला जाणारा प्रचंड भक्कम किल्ला जर्मनीच्या हिटलरला साथ देणाऱ्या इटॅलियन लष्कराच्या ताब्यात होता. किल्ल्यावर इटॅलियन लष्कराने भक्कम संरक्षणव्यवस्था केलेली होती. पक्क्या काँक्रीटच्या बंकर्समध्ये मोठमोठ्या तोफा तर होत्याच; शिवाय मशीनगन्स, उखळी तोफाही होत्या. किल्ल्यावर आणि उतरंडीवर डोळ्यांत तेल घालून किल्ल्याचे रक्षण करण्यासाठी उभारलेल्या संरक्षक चौक्याही होत्या. इंग्रजांना पुढे चाल करण्यासाठी हा

किल्ला जिंकून घेणे आवश्यक होते. म्हणून इंग्रज पलटणी त्या किल्ल्यावर एकामागोमाग एक धडका मारीत होत्या आणि मार खाऊन आपल्या सैनिकांचे प्राण गमावून माघार घेत होत्या. हे पाहिल्यावर तेथील डिव्हिजनल कमांडर जनरल हिंथ आणि ब्रिगेडियर मेरार्व्हे हे विचारात पडले होते. या किल्ल्यामुळे आपल्याला इंचभरही पुढे सरकता येत नाही, याची त्यांना जाणीव झाली होती. पण किल्ला ताब्यात घेण्याचे त्यांचे सर्व प्रयत्न पार फसले होते. त्या वेळी त्यांना आठवण झाली ती मराठा पलटणीची. तो दो-लोगोरोडॉकचा प्रचंड आणि भक्कम संरक्षणव्यवस्था असलेला किल्ला जिंकून घेण्याची जबाबदारी मराठा पलटणीवर सोपविण्यात आली.

मराठा पलटणीने ते आव्हान स्वीकारले. तीनशे वर्षांपूर्वी शिवरायांच्या युद्धतंत्राचा आणि कोंढाणा-पन्हाळा किल्ला काबीज करणाऱ्या मराठी वीरांचा विसर त्यांना पडणे शक्यच नव्हते. पलटणीचे सुभेदार लावंड यांनी आधी किल्ल्याचे सर्व बाजूंनी निरीक्षण केले आणि संध्याकाळी आपल्या हालचालींना प्रारंभ केला. किल्ल्याला एक लांबचा वळसा घालून ते आधीच पाहून लक्षात ठेवलेल्या किल्ल्याच्या कड्याखाली आले. किल्ल्याचा हा भाग अत्यंत अवघड होता. या बाजूने शत्रू येऊ शकणार नाही ही वर ठाण मांडून बसलेल्या इटॅलियन सेनानींची कल्पना होती. म्हणूनच त्या दिशेला फारशी संरक्षणव्यवस्थाही नव्हती. सुभेदार लावंड यांची निवड योग्यच होती.

अंगावर शस्त्रास्त्रे व सामान नसतानाही केवळ हातापायांनी तो सरळसोट कडा चढून जाणे अवघड होते. असे असूनही आपापली शस्त्रास्त्रे आणि सामान घेऊन मराठा वीर अंधारातच त्या तटाला भिडले. त्यांचा उत्साह आणि आत्मविश्वास दांडगा होता. चिवट मराठे जणू तीनशे वर्षांपूर्वीच्या काळात पोचले होते. सुभेदार श्रीरंग लावंड त्यांचे नेतृत्व करीत होते. ते आघाडीवर होते. मराठे अर्धाअधिक कडा चढून गेले होते, तेव्हा कोठे वरील इटॅलियन लष्कराला त्यांची चाहूल लागली. वरून हातबॉम्ब, मशीनगन्सचा भयानक मारा सुरू झाला. वरून मारा सुरू झाला की मराठे सापडतील त्या दरडीमागे व इतरत्र आडोसा शोधीत लपून बसत होते. मारा थांबला की पुन्हा चिवटपणे ते किल्ल्यावर चढू लागत. वरून होणाऱ्या भीषण माऱ्यामुळे त्यांना एकदोनदा परत खालच्या भागात येऊन आडोसा शोधावा लागत होता. मारा थांबला की पुन्हा चिवटपणे ते वर चढू लागत.

अशा चिवटपणे ते किल्ल्याच्या माथ्यावर पोचले. सुभेदार श्रीरंग लावंड यांनी आपली बरीच मंडळी वर आल्याची खात्री करून घेतली आणि सर्वांना तयार राहण्याचा आदेश दिला. त्यानंतर क्षणार्धात तेथे 'रणगर्जना' दुमदुमली. किल्ल्याचा

सारा माथा 'छत्रपती शिवाजी महाराज की ज्य' या रणगर्जनेने दुमदुमला. मराठे इटॅलियन सैनिकांवर तुटून पडले. शत्रूची कत्तल करीत, पाहता पाहता मराठे वीरांनी किल्ला काबीज केला.

किल्ल्याखालच्या दरीत वर सरकणारे मराठे काय करीत आहेत याची आतुरतेने वाट पाहणाऱ्या जनरल हिंथ आणि ब्रिगेडियर मेरार्व्हे यांनी 'छत्रपती शिवाजी महाराज की जय' ही त्या परिसरात भारून गेलेली रणगर्जना ऐकली. तेव्हाच त्यांच्या लक्षात आले की मराठे वीर किल्ल्यावर पोचलेले आहेत. त्यानंतर काही क्षणांतच सुभेदार लावंड यांनी आकाशात आपल्या पिस्तुलातून झाडलेला यशोदीप (सक्सेस सिग्नल) दिसला आणि ते दोघेही आनंदाने उद्गारले. 'ब्रेव्ह मराठाज!'

या प्रसंगाचे वर्णन आपल्या 'बॉल ऑफ फायर' या पुस्तकात करताना लेखक ॲन्थॉनी ब्रेट जेम्स मराठ्यांविषयी म्हणतो...

''पहिल्या भेटीत मनावर छाप न पाडणारे हे भारताच्या दक्षिण भागातील मराठे सरळ आणि साधे वाटतात. पण कठीण प्रसंग समोर येताच ते धैर्याने सामोरे जातात आणि ज्या वेळी डिवचले जाऊन ते हल्ल्याला प्रवृत्त होतात त्या वेळी त्यांचे डोळे एक विशिष्ट झाक येऊन चमकू लागतात. हे जेव्हा होते तेव्हा समजावे की, आता समोरच्याचे काही खरे नाही.''

छत्रपती शिवरायांनी मर्द मराठ्यांमधील हेच वैशिष्ट्य तीनशे वर्षांपूर्वीच ओळखले होते आणि त्यांच्याच साथीने असामान्य असे कुशल युद्धतंत्र निर्माण केले होते; जे सदैव अभ्यसनीय राहील.

***

# इंग्लंडच्या वैज्ञानिक 'बार्नेस वॅलिस'ने जर्मनीची धरणे उद्ध्वस्त केली

## बावीस

जर्मनीच्या हिटलरने १९३९ मध्ये जगावर लादलेल्या महायुद्धाला सुरुवात होऊन तीन वर्षे होऊन गेली होती. जर्मन युद्धचक्र वेगाने फिरत होते. त्या वेळी इंग्लंड, अमेरिकेतही जर्मनीच्या युद्धचक्राला कसे रोखता येईल, यावर सतत विचार चालू होते. इंग्लंडच्या विमाननिर्मिती विभागातील एक वैज्ञानिक बार्नेस वॅब्स याच्या डोक्यात तर असले विचार सारखे थैमान घालीत होते. खरेतर १९४० मध्येच त्याने इंग्लंडचे विमाननिर्मितिप्रमुख लॉर्ड बेव्हर ब्रुक यांना सांगून टाकले होते की, जर्मनीचे युद्धसाहित्य, रणगाडे, तोफा, विमाने, बॉंब आदी निर्माण करणारे मोठमोठाले कारखाने हे मोने, एडर सोर्पे आदी प्रचंड धरणांवरच अवलंबून आहेत. ही धरणे आपण फोडली तर जर्मनीची युद्धसाहित्यनिर्मिती बंद पडून त्यांच्या युद्धयंत्रणेला जबर धक्का बसेल, कारण या कारखान्यांना लागणारी विद्युत्‌शक्ती आणि पाणी बंद होईल.

अर्थात मोने, एडरसारखी १३० फूट उंच, पायाशी ११२ फूट रुंद आणि माथ्यावर २२ फूट रुंदी असलेली, कॉंक्रीटची प्रचंड धरणे फोडणे हे तितकेसे सोपे नव्हते. दुसऱ्या महायुद्धात वापरल्या गेलेल्या सगळ्यांत मोठ्या म्हणजे हजार पौंडी बॉंबने या धरणांच्या कॉंक्रीटच्या फक्त वरच्यावर खपल्या उडत असत. शिवाय जर्मनीने या धरणांच्या संरक्षणासाठी खूपच चांगली व्यवस्था करून ठेवली होती. अर्थात वॅलिसजवळ याला उत्तर होते. त्याच्या योजनेप्रमाणे दहा टनी बॉंब जर धरणाच्या भिंतीजवळ पाण्याखाली

फोडता आला तर त्यामुळे पाण्याच्या प्रचंड लाटा निर्माण होतील आणि त्यांच्या तडाख्याने त्या धरणांच्या भिंतीना भगदाडे पडल्याशिवाय राहणार नाहीत.

दहा टनी बाँब विमानातून धरणावरील सुरक्षा व्यवस्थेतून धरणाजवळ न्यावयाचा आणि नेमका धरणाच्या भिंतीजवळ पाण्याखाली सोडायचा व तेथे त्याचा स्फोट होईल अशी व्यवस्था करणे ही कल्पनाच सगळ्यांना वेडगळपणाची वाटत होती. पण वॅलिसजवळ याचे उत्तर होते. दहा टनी बाँब वाहून नेणारी विमाने इंग्लंडकडे नव्हती; पण वॅलिसने ठामपणे सांगितले, की सहा टनी बाॅम्ब वाहून नेणाऱ्या चार इंजीनवाल्या लॅंकेस्टर विमानात थोडे बदल करून आपण हे करू शकू. आधीतर त्याला वेडाच ठरविण्यात आले; पण नंतर त्याला परवानगी देण्यात आली. वापरात नसलेल्या एक-दोन धरणांवर प्रात्यक्षिके करण्यात आली; पण नेमका धरणाच्या भिंतीजवळ बाँब कसा टाकणार? तो पाण्याखाली कसा जाणार? बरे, धरणापासून लांब टाकला तर तो धरणाच्या भिंतीजवळ जाणे अशक्य होते, कारण जर्मनीने धरणांच्या भिंतीस्मोर बाँब किंवा टॉर्पिडोना उडवतील असे एकापाठोपाठ एक असे दोन पोलादी जाळ्यांचे पडदे मोठाल्या लाकडी ओंडक्यांच्या आधारे उभे खालपर्यंत सोडले होते.

वॅलिसने खूप विचाराअंती यावर तोडगा काढला होता, तो आपण पाण्यात जी ठिकरी फेकतो ती पाहून. बाँब जर धरणापासून लांब टाकायचा; पण त्या बाँबला गोलाकार गती द्यायची म्हणजे पाण्यावर पडताच तो ठिकरीप्रमाणे उसळ्या मारीत लाकडी ओंडक्याचे अडथळे पार करून धरणाजवळ आपल्या फिरकीच्या गतीने पाण्यात जाईल आणि तेथे तीस फूट खोलीवर त्याचा स्फोट होईल. प्रयोगाअंती त्याने जाहीर केले, की आता केवळ पाच टनी बाँबही हे काम करू शकेल. अर्थात, तो बाँब लांबुडका असावा. म्हणजे त्याला गोल गती देण्यासाठी लॅंकेस्टर विमानात मोटर बसवावी लागेल.

वॅलिसच्या या योजनेला मंजुरी मिळताच, लॅंकेस्टर विमानात योग्य ते बदल करण्यात आले व पाच टनी लांबुडके बाँब बनविण्याची प्रक्रिया सुरू झाली. या वेळी एका मॉस्किटो विमानातून सर्व धरणांची छायाचित्रे काढण्यात आली व मग धरणांची रुंदी, त्यांच्या समोरील दोन्ही पोलादी पडद्यांचे अंतर आदींची मोजणी त्यावरून करण्यात आली आणि मग वॅलिसने गणित मांडून जाहीर केले की, नळाकांड्याच्या आकाराच्या पाच टनी बाँबला, मिनिटाला स्वत:भोवती पाचशे गिरक्या घेण्याची गती दिली गेली आणि धरणाच्या पाण्याच्या पातळीवर केवळ ६० फूट उंचीवरून आगि धरणाच्या भिंतीपासून ४२५

यार्डांवर तो टाकण्यात आला, तर तो बाँब पोलादी पडद्यांवरून उसळ्या मारून धरणाच्या भिंतीखाली ३० फूट जाऊन त्याचा स्फोट होईल व धरण उद्ध्वस्त होईल.

हे करण्यासाठी विंग कमांडर गिब्सन या धाडसी वैमानिकाची त्याच्या स्क्वॉड्रनसह निवड केली गेली. गिब्सनने योजनेच्या सर्व तपशिलांचा अभ्यास करून दोनच प्रश्न विचारले. पहिला, पाण्याच्या पातळीपासून केवळ साठ फुटांची उंची कुणी ठरवायची; त्यासाठी विमानात जायची सोय नव्हती. पण वॅलिसजवळ उत्तर होते. त्याने विमानाच्या समोरच्या नाकाखाली आणि मागे शेपटीखाली असे दोन दिवे असे बसवले, की विमान उडत असताना ज्या वेळी त्याची उंची बरोबर ६० फूट असेल तेव्हा या दोन्ही दिव्यांचे झोत पाण्यावर एकमेकांत मिसळतील. गिब्सनला हे पटले. त्याचा दुसरा प्रश्न होता, की ताशी २४० मैल वेगाने जाणाऱ्या विमानातून आम्ही बरोबर ४२५ यार्डांवर आहोत हे आम्ही कसे ओळखणार? त्यावरही वॅलिसने तोडगा काढला. त्याने प्लायवूडचा एक त्रिकोण कापला, त्याच्या एका टोकाला लहान भोक असलेली पट्टी बसविली आणि उरलेल्या दोन टोकांवर दोन उभे खिळे ठोकले मग तो गिब्सन आणि त्याच्या नेव्हीगेटरला म्हणाला, "हे बघा, धरणावर दोन्ही टोकांना जे मिनार आहेत, त्यांच्यातले अंतर ६०० फूट आहे हे लक्षात घेऊनच हे साधे उपकरण तयार केले आहे. विमान धरणाकडे जात असताना नेव्हीगेटरने या पट्टीतील भोकातून त्या मिनारांकडे पाहत राहायचे. ज्या वेळी ते मिनार या खिळ्यांच्या ओळीत येतील, त्या वेळी तुमचे विमान धरणापासून बरोबर ४२५ यार्ड अंतरावर असेल. त्याच वेळी आधीच गोल गती मिळालेला बाँब पाण्यात सोडायचा. खालचे दिवे तुमची उंची दाखवणार आहेतच."

गिब्सन खूश झाला. त्याने गुप्तपणे खूप खूप तालमी केल्या. कारवाईची तारीख १६ मे ठरली होती. रात्री बरोबर नऊ वाजून पंचवीस मिनिटांनी आपल्या नऊ विमानांचा ताफा घेऊन विंगकमांडर गिब्सन आकाशात झेपावला तो धरणाच्या दिशेनेच. ते पहिले प्रचंड धरण राक्षसासारखे समोर येत होते. खालच्या दिव्यांमुळे जर्मन विमानवेधी तोफा कडाडल्या; पण गिब्सन आणि त्याचे साथीदार घाबरणारे नव्हते. बाँबला गती मिळाली होती. विमान पाण्यापासून केवळ साठ फूट उंचीवर होते. नेव्हीगेटर त्रिकोणी पट्टीच्या भोकातून मिनारांकडे पाहत होता. योग्य क्षणी बाँब सुटला. धरणाची भिंत ओलांडून गिब्सन आकाशात झेपावला. मागच्यांनी "धरण कोसळले" हा संदेश इअर फोन्सवर दिला. पाठोपाठ एडर, सोर्पे ही

धरणेही कोसळली. गिब्सनने मोने धरण उडवले होते.

पाचव्या ग्रुपच्या ऑपरेशन रूममध्ये धरण कोसळल्याचा संदेश वॅलिसला मिळताच तो आनंदातिशयाने वेडावला. सगळ्यांनी त्याचे अभिनंदन केले.

जर्मनीतील युद्धसाहित्यनिर्मितीचे कारखाने थंडावले. जर्मनीच्या हायकमांडने आपल्या तपशिलात 'विध्वंसांचे काळेकुट्ट चित्र' अशी नोंद केली. जर्मनीच्या युद्धचक्राची गती मंदावली. जर्मनीच्या पराभवाची ती सुरुवात होती. वॅलिसने साध्या भूमितीची मदत घेतली होती, तर विंग कमांडर गिब्सन आणि त्याच्या साथीदारांनी कौशल्याची कमाल केली होती.

***

# दोस्त राष्ट्रांच्या सेनानींनी जर्मन सेनानींना असे फसविले

## तेवीस

'युद्धात शत्रूची फसवणूक करण्यात जो सेनानी यशस्वी होतो, त्याला युद्धात सहजपणे विजय मिळविता येतो,' असे युद्धशास्त्र सांगते. हिटलरने धुमाकूळ घातला होता; पण दोस्त राष्ट्रांनी जर्मनीची विजयी घोडदौड रोखण्यात यश मिळविले आणि मग हळूहळू जर्मनीने गिळंकृत केलेले देश ते त्यांच्या मगरमिठीतून सोडवून घेऊ लागले.

या धामधुमीत १९४४ हे वर्ष अर्धे संपत आले होते. त्या वेळी दोस्त राष्ट्रांनी जर्मनांच्या तावडीतून फ्रान्सला सोडविण्यासाठी एक मोठी मोहीम आखली. या योजनेद्वारे दोस्त राष्ट्रांच्या फौजा फ्रान्सच्या किनाऱ्यावर उतरणार होत्या. त्यासाठी, सर्वांत जवळचा आणि सरळ मार्ग होता, तो म्हणजे फ्रान्सच्या उत्तर किनाऱ्यावर पोचणे. अर्थात, जर्मन सेनानींचाही तोच अंदाज होता. त्यामुळे त्यांनी फ्रान्सच्या उत्तर किनाऱ्याची संरक्षणव्यवस्था खूपच कडक केली होती. असंख्य तोफा, रणगाडे, सिमेंट कॉंक्रीटचे भक्कम आडोसे बांधून त्यामागे ठेवलेले होते. अशी जय्यत तयारी त्यांनी करून ठेवली होती.

जर्मन सेनानी अशी तयारी करून ठेवतील, याची दोस्त राष्ट्रांच्या सेनानींना कल्पना होतीच. म्हणूनच आपल्या फौजा खाडीत लोटण्याच्या आधी शत्रूची दिशाभूल करण्यासाठी एक अफलातून योजना त्यांनी आखली. एका धाडसी अभिनेत्याच्या मदतीने ती पूर्णत्वालाही नेली. योजना अशी होती, की शत्रू आपली फ्रान्सच्या उत्तर किनाऱ्याला वाट पाहतो आहे आणि आपल्याला मारून काढण्यासाठी भक्कम तयारी करून बसला आहे, हे समजल्याने दोस्त राष्ट्रांच्या फौजा आता फ्रान्स आणि स्पेनच्या पश्चिम किनाऱ्याला वळसा घालून जिब्राल्टरच्या खाडीतून

प्रवेश करून फ्रान्सच्या दक्षिण किनाऱ्यावर उतरतील अशी जर्मन सेनानींची खात्री पटवून द्यायची. त्यासाठी दोस्त राष्ट्रांचे सेनादलप्रमुख जनरल बर्नार्ड लॉ माँटगोमेरी हे स्वत: जिब्राल्टर आणि अल्जीअर्सला भेट देणार असल्याची वार्ता शत्रूपर्यंत पोचेल अशी व्यवस्था करायची. नंतर जनरल माँटगोमेरी यांनी खरोखरीच जिब्राल्टर अल्जीअर्सला भेट देऊन पाहणी करावयाची, म्हणजे शत्रुसेनानींची खात्री पटेल. या युद्धयोजनेला त्यांनी 'प्लॅन ३०३' असे नावही दिले होते.

ठरल्याप्रमाणे जनरल माँटगोमेरींनी जिब्राल्टर आणि अल्जीअर्सला प्रत्यक्ष भेट दिली. जर्मन गुप्तहेरांनी ही बाब टिपली आणि जर्मन हायकमांडला कळविली. परिणामस्वरूप फील्ड मार्शल रोमेलच्या रणगाडा डिव्हिजन्स ताबडतोब दक्षिण किनाऱ्यावर हलविण्यात आल्या. उत्तर किनाऱ्यावरची संरक्षणव्यवस्था थोडी कमकुवत झाली. एकूण या जनरल माँटगोमेरीच्या भेटीची नोंद केली, ते खरोखरीच माँटगोमेरी होते का? मग कोण होते ते?

तो होता इंग्लंडमधील एक प्रसिद्ध अभिनेता क्लिफ्टन जेम्स. दुसऱ्या महायुद्धात तोही लष्करी सेवेत दाखल झाला होता. लेफ्टनंट होता. तो बराचसा जनरल माँटगोमेरी यांच्यासारख्या दिसत असे. त्यामुळे माँटगोमेरी म्हणून जेम्सला पाठवण्याचे ठरले. त्यानंतर त्याला माँटगोमेरीच्या जवळपास वावरण्याची संधी देण्यात आली. ते चालतात कसे, बोलतात कसे, या त्यांच्या बारीकसारीक लकबींचा त्याला अभ्यास करावा लागला. ते परेडची तपासणी कशी करतात, गार्ड ऑफ ऑनर कसे स्वीकारतात, सॅल्यूट कसा करतात वगैरे बारीकसारीक तपशील जेम्सने आत्मसात केला. याशिवाय त्यांचा रात्रीचा पोशाख, बेडरूममधील वावर, डिनर या सर्व गोष्टींचाही त्याने अभ्यास करून सराव केला. त्याला पूर्ण आत्मविश्वास वाटायला लागल्यावरच तो जनरल माँटगोमेरी म्हणून एका विशेष विमानाने जिब्राल्टरच्या विमानतळावर उतरला.

तेथील गार्ड ऑफ ऑनरनंतर राज्यपालांसमवेत तो राजभवनात आला. विमानतळापासून जर्मन गुप्तहेरांची त्याच्य हालचालींवर बारीक नजर होती. राजभवनातही काही स्थानिक लोक राज्यपालांना भेटायला आले होते. त्यात जर्मन गुप्तहेरही होते. ले. जेम्स आपल्या खोलीत असताना त्याच्या हालचाली टिपण्यासाठी दूरवरच्या एका इमारतीवरून दुर्बिणीतून दोन डोळे त्याचे निरीक्षण करीत होते. स्पेनची भेट आटोपून ले. जेम्स विमानानेच अल्जीअर्सला आला. तेथेही माँटगोमेरी म्हणून पूर्ण लष्करी इतमामाने त्याचे स्वागत झाले. जर्मन गुप्तहेरांच्या नजरा त्याचा पाठलाग करीत होत्याच; पण ले. जेम्सने त्यांची पूर्ण फसगत केली

होती.

ले. जेम्सला जनरल मॉंटगोमेरी बनवून धाडण्याच्या योजनेला दोस्त राष्ट्रांच्या तिन्ही दलांचे प्रमुख जनरल आयझेन हॉवर यांनी मान्यता दिलेली होती. जनरल मॉंटगोमेरी यांच्या विमानाला पाडण्याचा जर्मन सेनानींचा विचार होता; पण खुद्द हिटलरनेच त्याचे काम पूर्ण होईतो त्याच्यावर लक्ष ठेवा; मारू नका, असे आदेश दिल्याने ले. जेम्स वाचला. हिटलरला बहुधा ती व्यक्ती जनरल मॉंटगोमेरी आहे, याची पूर्ण खात्री करून घ्यावयाची होती. कसलेला अभिनेता जेम्स जर्मन निरीक्षकांना पुरून उरला आणि फ्रान्सच्या उत्तर किनाऱ्यावर फौजा उतरविण्याची दोस्तांची योजना यशस्वी झाली.

***

## चोवीस

दुसरे महायुद्ध सुरू करणाऱ्या, इतके दिवस वेगात दौड करून युरोप, आफ्रिका आदी आघाड्यांवर दहशत निर्माण करणाऱ्या जर्मनीच्या रणगाड्यांचा वेग १९४३ साल उजाडले तेव्हा नुसता मंदावलाच नव्हता, तर इंग्लंड-अमेरिका आदी दोस्त राष्ट्रांच्या सेनांनी त्यांना रोखून मागे रेटण्यास सुरुवात केली होती. खरे म्हणजे, १९४२ च्या वसंतातच दोस्त राष्ट्रांच्या लष्कराला उत्तर आफ्रिकेच्या रणमैदानावर सूर गवसला होता. याच सुमारास जर्मनीच्या ताब्यात असलेल्या, भूमध्य सागरातील सिसिली या बेटावर हल्ला करण्याचा दोस्त राष्ट्रांच्या सेनानींनी निर्णय घेतला होता.

दोस्त राष्ट्रांच्या सेनानींना मिळालेल्या माहितीनुसार, जर्मन सैन्याने सिसिली बेटाची पूर्ण तयारीनिशी नाकेबंदी केली होती. त्यांनी तेथे प्रचंड फौजफाटा तयार ठेवला होता. दोस्त राष्ट्रांच्या सैन्याने हल्ला केलाच तर हल्लेखोर सैन्याचे जास्तीत जास्त नुकसान करून हल्ला परतवून लावण्याची क्षमता जर्मन सैन्यात होती; तर आपल्या कमीत कमी सैनिकांची प्राणहानी होऊन, सिसिली बेट कसे जिंकता येईल, यावर ब्रिटिश नौदलाच्या केंद्रकार्यालयात चर्चा चालली होती. त्यातूनच ती अप्रतिम योजना समोर आली.

स्पेनच्या किनाऱ्याला वळसा घालून दोस्त राष्ट्रांचे सैन्य उत्तर आफ्रिकेकडे जात असते, हे जर्मनांना माहीत होते. जर्मनांची गुप्तहेर यंत्रणा स्पेनच्या दक्षिण किनाऱ्यालगत कार्यरत असते, तेव्हा दोस्त सेनाधिकाऱ्याचा मृतदेह जर स्पेनच्या किनाऱ्यावर सोडला आणि त्या मृतदेहाच्या गणवेषातून जर्मनांची दिशाभूल करणारी कागदपत्रे त्यांना

उपलब्ध करून दिली तर...? तर, अपेक्षेप्रमाणे उपयोग होईल, असे सर्वांना वाटले; पण जिवंत सेनाधिकारी मारण्याइतके इंग्रज मूर्ख नव्हते. मग विमान अपघात होऊन पाण्यात बुडून मृत्यू पावल्याचा पुरावा देणारा मृतदेह आणायचा कोठून? प्रयत्नांती एका लष्करी हॉस्पिटलमध्ये न्यूमोनियाने मरण पावलेली एक व्यक्ती सापडली. मृत्यूचे कारण अर्थातच पाण्यात बुडून मेलेल्या माणसासारखेच. मग काय, तो मृतदेह ताब्यात घेतल्यापासून, तो तिशीच्या वयाचा देह, रॉयल मरीन्सचा मेजर विल्यम मार्टिन म्हणून ओळखला जाऊ लागला आणि बाकी तयारी होईपर्यंत मेजर विल्यम मार्टिनचा देह शीतगृहात ठेवला गेला.

मग त्याच्याद्वारे जर्मनांच्या चाणाक्ष नजरांची दिशाभूल करू शकतील, अशी कागदपत्रे तयार करण्यात आली. पहिले होते ते इंपीरियल स्टाफचे उपप्रमुख लेफ्टनंट जनरल आर्किबाल्ड यांनी आफ्रिकेतील अठरावे लष्कर विभागप्रमुख जनरल अलेक्झांडर यांना लिहिलेले पत्र, जे खरेच होते; पण फसवणुकीसाठी लिहिले गेले होते. त्यात त्यांनी भूमध्य सागरात आपण ज्या ठिकाणी हल्ला करणार आहोत, ते सिसिली नसून ग्रीसमधील एखादे ठिकाण असल्याचे सूचित केले होते.

आणखी एक पत्र दोस्तसैन्याच्या हालचालींचे प्रमुख लॉर्ड माऊंट बॅटन यांनी भूमध्य सागरातील नौदलप्रमुख ॲडमिरल सर अँड्र्यू कनिंगहॅम यांना लिहिलेले होते. त्या पत्रातील मजुकरावरून जर्मनांची अशी खात्री होणार होती, की दोस्त राष्ट्रांच्या सैन्याचा हल्ला सिसिलीवर न होता सार्डिनियावर होणार आहे. सगळीच मुळी फसवेगिरी...

मग मेजर मार्टिनचे लष्करी ओळखपत्र तयार झाले. मग बऱ्याच मैत्रिणी असलेला एक रंगेल लष्करी अधिकारी अशी त्याची प्रतिमा उभी राहावी म्हणून लॉईड बँकेचे एक पत्र तयार झाले. त्यात मेजर मार्टिनला सूचित केले गेले होते, की तुम्ही तुमच्या खात्यातून जास्त रकमेची उचल केलेली आहे, ती रक्कम ताबडतोब भरावी. पत्रावर तारीख होती १४ एप्रिल १९४३. याशिवाय अनेक मैत्रिणी असलेल्या तथाकथित मेजर मार्टिनची अगदी जवळची मैत्रीणही हवीच, म्हणून 'पाम' हे काल्पनिक नाव देऊन एका गोड तरुणीचा फोटो आणि तिचे एक पत्रही त्याच्या पाकिटात ठेवण्यात आले. त्याचा साखरपुडा झाला तेव्हा तिच्यासाठी मेजर मार्टिनने खरेदी केलेल्या त्रेपन्न पौंड किमतीच्या अंगठीची पावतीही पाकिटात ठेवली गेली. याशिवाय त्याचे आयडेंटिटी लॉकेट, घड्याळ, सिगारेट शिवाय त्या पामला तो चित्रपटाला घेऊन गेला होता, हे दाखविण्यासाठी २२ एप्रिल तारीख असलेली दोन अर्धी तिकिटेही त्याच्या खिशात होती.

इतकी जय्यत तयारी झाल्यावर मेजर मार्टिनचा तो गणवेश शीतगृहातील मृतदेहावर चढविण्यात आला आणि हा मेजर मार्टिन एका पाणबुडीतून निघाला. ३० एप्रिलच्या पहाटे 'सेराफ' या पाणबुडीतील लेफ्टनंट ज्युएल याने त्या मेजर मार्टिनच्या मृतदेहाला सलामी दिली आणि स्पेनमधील हुलेवाच्या किनाऱ्यावर त्याला सागरार्पण केले. ज्युएला पाणबुडीतून आणलेले विमानाचे काही भाग सागरात फेकण्यात तो विसरला नाही. मेजर मार्टिनच्या विमानाला अपघात झाला, हे त्यावरून सिद्ध होणार होते.

तीस एप्रिलचा दिवस उजाडल्यावर, त्या किनाऱ्यावर मच्छिमारीसाठी आलेल्या एका कोळ्याला मेजर मार्टिनचा मृतदेह दिसला. त्याने लष्करी ठाण्यावर कळविताच पुढे ब्रिटिश हायकमांडला हवे होते तसे घडले. स्पेनच्या अधिकाऱ्यांनी तो देह स्पेनमधील ब्रिटिश अधिकाऱ्यांना दिला; पण मेजर मार्टिनच्या गणवेशातील कागदपत्रे नाहीशी झाली होती. ब्रिटिश अधिकाऱ्यांनी मुद्दामच त्या महत्त्वाच्या कागदपत्रांची मागणी केली. स्पेनच्या अधिकाऱ्यांनी काही दिवसांनी ती परतही केली; पण ब्रिटिश अधिकाऱ्यांना खात्री होती, की त्या कागदपत्रांतील महत्त्वाचे संदेश जर्मन अधिकाऱ्यांपर्यंत पोचलेच असतील.

मेजर मार्टिनचा मृत्यू पाण्यात बुडाल्याने झाला, हे स्पेनच्या डॉक्टरांनी जाहीर केले. स्पेनच्या अधिकाऱ्यांना सागरात विमानाचे अवशेषही सापडले. त्यामुळे मेजर मार्टिनच्या विमानाला अपघात झाल्याचे निश्चित झाले. संशयाला जागाच नव्हती. नाटक पूर्णपणे यशस्वी ठरले होते. याचा प्रत्यय लगेच आला.

सिसिली बेटावरील नाकेबंदी जर्मनांनी कमी करायला सुरुवात केली. याच वेळी ब्रिटिश अधिकाऱ्यांनी हुलेवाच्या किनाऱ्यावर मेजर मार्टिनची समाधी बांधण्याची विनंती स्पेनच्या अधिकाऱ्यांना करतानाच, मेजर मार्टिनच्या 'पाम' या प्रेयसीतर्फे पुष्पचक्रही धाडण्यात आले. इंग्लंडच्या 'टाइम्स'ने जाहीर केलेल्या त्यांच्या यादीत देशरक्षणार्थ ज्यांनी प्राण अर्पण केले, त्यात मेजर मार्टिन याचेही नाव होतेच. या नाटकाला जर्मन अधिकारीच नव्हे, तर सदा सावध असणारा जर्मनीचा हुकूमशहा हिटलरही फसला.

त्यानंतर जुलै १९४३ मध्ये ब्रिटिश आणि दोस्त सैन्याने सिसिलीवर हल्ला केला, तेव्हा फारशी प्राणहानी न होताच सिसिली त्यांच्या ताब्यात आले. कोण कुठल्या ब्रिटन नागरिकाच्या मृतदेहाने केवढे देशकार्य केले होते! अर्थात, या कारवाईच्या यशस्वितेला कारण होते ते ब्रिटिश सेनानींचे चातुर्य!

***

## पंचवीस

पंधरा ऑगस्टला भारताला स्वातंत्र्य मिळाले. काश्मीरचे महाराजा हरिसिंग आनंदात होते. त्याच वेळी त्यांना बातमी समजली, की पाच हजार टोळीवाल्यांना पुढे करून पाकिस्तानी सैनिक काश्मीरमध्ये घुसले आहेत.

महाराजा हरिसिंग यांनी संबंधितांशी चर्चा करून भारताकडे धाव घेतली. त्या वेळी भारतीय लष्कर आणि अधिकारी पाकिस्तानातून येणाऱ्या असंख्य निर्वासितांची सोय करण्यात गुंतले होते. तरी होते तेवढे सैनिक श्रीनगरला धाडण्याचे ठरले. दिल्लीजवळ १६१ ब्रिगेडची १-शीख ही बटालियन होती. तीही अपुरीच होती. वायुसेनेची पुरेशी विमाने नसल्याने, खासगी विमानाने १-शीख बटालियन श्रीनगर विमानतळावर उतरली. श्रीनगर विमानतळ सुरक्षित केल्यावर सैनिक बारामुल्ल्याच्या दिशेने निघाले. तोपर्यंत श्रीनगर विमानतळावर एकापाठोपाठ एक विमाने उतरत होती. त्यातून कुमाऊँ रेजिमेंट पोचली. ५० पॅराब्रिगेडही जम्मूकडे निघाली. श्रीनगर वाचवायचे असेल, तर खूप मोठ्या संख्येने भारतीय लष्कर येणे आवश्यक होते.

ब्रिगेडियर एल. पी. सेन या कुशल सेनानीने श्रीनगरमधील भारतीय सेनेचा ताबा घेतला. त्यांच्या दृष्टीने अजून सैनिक येणे आवश्यक होते. तेवढ्यात भारताचे तत्कालीन गृहमंत्री सरदार वल्लभभाई पटेल यांनी श्रीनगरला भेट दिली. त्यांनी सैन्य धाडण्याची ताबडतोब व्यवस्था केली. ब्रिगेडियर सेन आपल्या छावणीतील मोठ्या नकाशात शत्रू कोठे कोठे पसरला आहे, याची माहिती तपासत होते. त्यांच्या लक्षात आले, की श्रीनगर-बारामुल्ला मार्गावर आपली शीख बटालियन ठामपणे उभी

असल्याने, टोळीवाले रस्त्याच्या दोन्ही बाजूंनं घुसून गावागावांत धुमाकूळ घालीत आहेत. इतक्या सगळ्या ठिकाणी आपण लष्करी तुकड्या धाडू शकत नाही. पण या सगळ्या घुसखोरांना एकत्र आणता आले तर? ते या विचारात असतानाच त्यांना उपाय सापडला.

आपण आपली शीख बटालियन श्रीनगरकडे मागे घेतली तर घुसखोर टोळ्यांचे मार्गदर्शक असलेल्या पाकिस्तानी अधिकाऱ्यांना वाटेल, की आता आपण श्रीनगरला सरळ जाऊन ते ताब्यात घेऊ शकू. आणि या कल्पनेने ते सगळ्यांना श्रीनगर रस्त्यावर एकत्र गोळा करतील आणि मग ते काही कारवाई करण्यापूर्वीच...

ब्रिगेडियर सेन यांचा निर्णय होताच, त्यांनी आपली शीख बटालियन मागे घेतली. श्रीनगरमधले लोक घाबरले. त्यांना वाटले, आता शत्रू श्रीनगरला येऊन भिडणार. दुसऱ्या महायुद्धात तावून-सुलाखून निघालेल्या ब्रिगेडियर सेन यांचे कौशल्य यांना माहीत असणे शक्यच नव्हते. ब्रि. सेन आपल्या योजनेप्रमाणे पावले टाकीत होते. शत्रूच्या हालचालींवर त्यांची बारीक नजर होती, क्षणोक्षणी त्यांना खबर मिळत होती. त्याच वेळी सरदार पटेलांनी धाडलेल्या जास्तीच्या मदतीपैकी काही चिलखतधारी गाड्या तेथे येऊन पोचल्या. सेन यांचा आत्मविश्वास दुणावला.

त्यांनी दोन चिलखतधारी गाड्या लेफ्टनंट डेव्हिड यांच्याबरोबर शत्रूचा शोध घेण्यासाठी श्रीनगरच्या उत्तरेला कंदरबालकडे धाडल्या. श्रीनगर-बारामुल्ला मार्गाच्या दक्षिणेला कुमाऊँ बटालियनला तयार राहण्यास सांगितले. त्याच वेळी आपल्या एका टेहळणी करणाऱ्या विमानाला आदेश दिले की, बारामुल्लाच्या अलीकडील शालाटेंगच्या परिसरावर चकरा मारून त्या भागात शत्रू किती संख्येने जमला आहे, बारामुल्लाकडून त्याला आणखी मदत येत आहे का, शिवाय रस्त्यावर काही गाड्या वगैरे आहेत का, हे मला सांगा.

पंधरा मिनिटांतच त्या वैमानिकाने सेन यांना माहिती दिली, की शालाटेंगजवळ हजारोंच्या संख्येने शत्रू जमला आहे. आणखी कुमक येत असल्याची चिन्हे नाहीत आणि जवळजवळ दीडशे ट्रक्स एकाला एक खेटून रस्त्यावर उभे आहेत. सेन यांनी ओळखले की, मासा गळाला लागला आहे. श्रीनगर ताब्यात घेतल्यावर तेथील लूट पाकिस्तानात न्यायलाच ते ट्रक आणले आहेत. पाकिस्तानने 'ऑपरेशन गुलमर्ग' या नावाने सुरू केलेल्या कारवाईचा महत्त्वाचा टप्पा सुरू होणार होता.

सेन यांनी भराभरा आदेश दिले. चिलखतधारी गाड्या घेऊन गेलेल्या लेफ्टनंट डेव्हिडना त्यांनी पश्चिमेला वळून शालाटेंगच्या उत्तर भागात येऊन थांबायला सांगितले, तर कुमाऊँ रेजिमेंटच्या कंपन्यांना शालाटेंगच्या दक्षिणेला मोर्चे द्यायला सांगितले. शीख रेजिमेंट श्रीनगरच्या बाजूने तयार होतीच. शत्रू हजारांच्या संख्येने एकत्र येऊन श्रीनगरची लूट करण्याची स्वप्ने पाहत असतानाच उत्तर-दक्षिण आणि पूर्व (श्रीनगर) भाग भारतीय वीरांकडून घेरला गेला होता. लेफ्टनंट डेव्हिड यांच्या चिलखती गाड्यांमधील मशीनगन्सची तोंडे त्यांच्या दिशेने रोखलेली होती. त्या गाड्या शत्रूच्या इतक्या जवळ होत्या की, काही टोळीवाले त्या आपल्याच गाड्या आहेत, असे समजून त्यावर थाप मारून पुढे सरकत होते.

दुपारच्या वेळेला ब्रिगेडियन सेन यांना वायरलेसवरून तिन्ही दिशांचे संदेश मिळाले. 'आम्ही तयार आहोत.' आणि त्यांनीही वायरलेसवरच आदेश दिला, 'गो!' या आदेशाबरोबर उत्तरेकडून चिलखतधारी गाड्यांमधून मशीनगन्स कडाडल्या, तर पूर्वेच्या शीख बटालियनने शत्रूवर आग ओकायला सुरुवात केली. दक्षिणेकडील कुमाऊँच्या वीरांनी शत्रूवर बेसुमार गोळीबार केला. काय होते आहे हे शत्रूला कळेचना. तो गोंधळला. एकमेकांना ढकलत पळापळ करायला लागला. त्याच वेळी ब्रि. सेन यांनी आधी दिलेल्या आदेशाप्रमाणे पॅराकुमाऊँच्या जवानांनी संगिनी चढवून घुसखोरांवर हल्ला चढवला. आता तर आकाशातून भारतीय विमानांनी शत्रूवर मशिनगन्सचा मारा सुरू केला. आपले वैमानिक पळणारे घुसखोर बरोबर टिपत होते. दोन तास तुंबळ युद्ध चालले. ब्रिगेडियर सेन यांनी चातुर्याने विखुरलेल्या घुसखोरांना आणि पाकिस्तानी अधिकारी आदींना एकत्र आणण्यात यश मिळवून आपल्या तुटपुंज्या सैनिकांच्या मदतीने त्यांचा पार धुव्वा उडवला होता. खुद्द शालाटेंगमध्ये ४७२ घुसखोर मारले गेले होते. त्यानंतर श्रीनगरवासी कितीतरी दिवस अवघ्या तीन मैलांवर असलेली ती शालाटेंगची रणभूमी पाहायला येत होते.

*\*\**

## सव्वीस

एक सप्टेंबर १९६५ रोजी पाकिस्तानने भारतावर उघड आक्रमण केले. त्याला प्रत्युत्तर देण्यासाठी ५-६ सप्टेंबर १९६५ रोजी भारतीय फौजांनी पाकिस्तानच्या लाहोर शहराच्या, तर ६-७ सप्टेंबरला सियालकोटच्या दिशेने आक्रमण केले. आपल्या फौजा लाहोर आणि सियालकोटच्या सीमांवर जाऊन धडकल्या आणि पाकिस्तानचे धाबे दणाणले. पाकिस्तानने अमेरिकेकडून मिळवलेल्या त्या वेळच्या अत्याधुनिक अशा 'पॅटन' रणगाड्यांनी भारतीय पायदळावर बालनवाला या त्यांच्या रणगाडा तळावरून जोरदार हल्ला केला. रणगाड्यांच्या हल्ल्यापुढे पायदळाचा निभाव लागत नाही म्हणून आपले फारसे नुकसान होऊ नये याकरिता आपल्या पायदळाने भारतीय हद्दीतील खेमकरण या गावापर्यंत माघार घेतली आणि तेथे मोर्चेबांधणी केली.

खेमकरणपासून एक रस्ता आपल्याच हद्दीतील भिकविंड, असल उत्तरहून अमृतसरला पोचतो. या असल उत्तर मार्गाच्या एका बाजूला निकासू नदी वाहते तर दुसऱ्या बाजूला रोही नावाचा मोठा कालवा आहे. या भागात भारतीय पायदळाच्या चौथ्या डिव्हिजनने बेमालूमपणे लपविलेले असे मोर्चे बांधले होते. हा सर्व भाग सपाट आणि सुपीक असून तेथे उसाची शेते आहेत. आपल्या रणगाड्यांचा हल्ला यशस्वी झालेला पाहून ८ सप्टेंबरला सकाळी पाकिस्तानी रणगाड्यांनी भारतीय सेनेवर या भागात जोरदार हल्ला केला. भारतीय सेनेकडे दुसऱ्या महायुद्धात वापरले गेलेले शेरमन जातीचे रणगाडे होते. तरीही आपल्या रणगाड्यांवरील तोफांनी आणि तोफखाना दलातील तोफांनी आक्रमक पाकिस्तानी रणगाड्यांवर जोरदार गोळीबार सुरू केला आणि त्यांच्या ४२ रणगाड्यांपैकी पंधरा

रणगाडे नष्ट केले. शत्रूच्या बाकीच्या रणगाड्यांनी सरळ लाहोरकडे माघार घेतली.

त्याच दिवशी संध्याकाळी भारताच्या ब्रिगेडियर त्यागराज यांच्या नेतृत्वाखाली एक रणगाडा ब्रिगेड आपल्या पायदळाच्या मदतीला आली. त्यामुळे आपल्या वीरांना स्फुरण चढले आणि त्यांनी पाकिस्तानी रणगाड्यांचे सगळे हल्ले परतवून लावले. अखेर पाकिस्तानी सेनानींनी दहा सप्टेंबरला आपल्या सेनादलावर पहाटेपासून जोरदार गोळीबार सुरू केला आणि असल उत्तरचा परिसर भाजून काढला. यामुळे आपल्या सेनानींना कल्पना आली की, गोळीबार थांबल्यावर पाकिस्तानी रणगाड्यांचा पुन्हा जोरदार हल्ला होणार आहे. रणगाड्यांच्या मुख्य हल्ल्याच्या आधी आपले जास्तीत जास्त नुकसान करण्यासाठीच पाकिस्तान्यांनी पहाटेपासून तोफांचा भडिमार सुरू केला होता. त्यामुळे आपल्या जागरूक सेनानींना आता पाकिस्तानी रणगाड्यांचा मुख्य आणि जोरदार हल्ला होणार याची खात्री पटूनच आपल्या सेनानींनी, आपले रणगाडे त्या भागातच मागे घेण्यास सुरुवात केली आणि आपल्या इंजिनियर्सनी रोही कालव्याच्या सर्व मोऱ्या सताड उघडल्या. त्यामुळे ऊस आणि मका यांनी तरारलेली त्या भागातील सर्व शेतजमीन जलमय झाली आणि तेथे भरपूर चिखल झाला.

सकाळी ९ च्या सुमारास आपल्या सेनानींच्या अपेक्षेप्रमाणे जवळजवळ दीडशे पाकिस्तानी पॅटन रणगाडे रोंरावत त्या भागात उतरले. भारतीय संरक्षक फळीला कोठे भगदाड पाडता येईल याचा अंदाज घेत, रणगाड्यातील तोफांचा मारा करीत ते समोर घुसत होते. त्यांचा रोख असल उत्तर मार्ग आणि रोहा कालवा यांच्या मधल्या भागावर अधिक होता. भारतीय रणगाडे आणि पायदळ आधीच मागे घेतले गेल्याने, पाकिस्तानी रणगाड्यांना मैदान मोकळे होते. त्यामुळे पाकिस्तानी पॅटन रणगाडे तोऱ्यात समोर घुसत होते; पण पुढे काय वाढून ठेवले आहे, याची त्यांना कल्पनाच नव्हती.

मोठ्या दिमाखात पुढे पुढे घुसण्याच्या प्रयत्नात पाकिस्तानी महाकाय पॅटन रणगाडे तेथील चिखलमय झालेल्या शेतजमिनीत घुसले. ते जसजसे पुढे घुसण्याचा प्रयत्न करीत होते, तसतसे ते तेथील चिखलात जास्त-जास्त रुतत जात होते. थोड्याच वेळात पाकिस्तानी रणगाडे जागच्या जागी गोल गोल गिरक्या घेऊ लागले. आणखी खोल रुतू लागले. पाकिस्तानी सैनिकांत एकच गोंधळ उडाला. ते आता एकमेकांवरच ओरडू लागले. याच वेळी भारतीय तोफखान्याने जीपवर बसविलेल्या रणगाडाविरोधी रिकॉइललेस तोफांनी आणि आपल्या रणगाड्यांवरील तोफांनी, चिखलात रुतून बसलेल्या पाकिस्तानी रणगाड्यांवर आग

ओकण्यास सुरुवात केली. समोर काय गोंधळ चालला आहे हे कळत नसल्याने पाकिस्तानी रणगाडा डिव्हिजनचे कमांडर मेजर जनरल नझीर अहमद समोर यायला निघाले. त्यांनी बिनतारी यंत्रणेवर दिलेला संदेश भारतीय तोफखाना दलाने पकडला आणि जनरल नझीर अहमद समोर येताच त्यांचा रणगाडा उद्ध्वस्त केला. ते ठार झाल्याचा संदेशही आपल्या लोकांनी पकडला.

त्यानंतर पाकिस्तानी तोफखाना दलाचे प्रमुख ब्रिगेडियर शमीम यांनाही आपली करामत दाखविण्याची इच्छा झाली आणि ''मैं देखता हूँ'' असे म्हणत तेही पुढे सरसावले. भारतीय सेनानींना त्याचा अंदाज येताच एकाच तोफेच्या गोळ्याने, ब्रिगेडियर शमीम यांना त्यांच्या जीपसह आपल्या तोफखाना दलाने उडवून दिले. पाकिस्तानी सेनानींचे दिल्लीला पोचण्याचे स्वप्न आपल्या वीरांनी अत्यंत कौशल्याने अस्सल उत्तर देऊन चिखलात तुडवून टाकले. पाकिस्तानची जवळजवळ सगळी रणगाडा डिव्हिजन्स उद्ध्वस्त झाली. असल उत्तरचे ते मैदान पाकिस्तानी 'पॅटन' रणगाड्यांचे कबरस्तान ठरले.

याच भीषण रणसंग्रामात आपल्या जीपवर बसवलेल्या रणगाडाविरोधी रिकॉइललेस तोफेने एकापाठोपाठ एक असे वीर हवालदार मेजर अब्दुल हमीद, भराभर जागा बदलून वार करीत होते. अखेर एका पाकिस्तानी रणगाड्याने केलेल्या गोळीबारात ते स्वत: शहीद झाले. त्यांच्या असामान्य शौर्याबद्दल त्यांना मरणोत्तर परमवीर चक्र बहाल करून भारत सरकारने त्यांचा उचित गौरव केला.

***

## सत्तावीस

तो दिवस मी कधीही विसरणार नाही!

१५ जानेवारी १९७३ ची सुरेख, प्रसन्न सकाळ. थायलंडची राजधानी बँकॉकच्या आंतरराष्ट्रीय विमानतळावरून आमच्या बेल्जियन एअर लाइन्सच्या बोइंग विमानानं नुकतीच आकाशात झेप घेतली होती. त्या वेळी मी फिलिपीन्झच्या राजधानीकडे म्हणजे मनिलाकडे निघालो होतो. त्याच वेळी विमानाच्या आतील स्पीकर्सवरून विमानाच्या कॅप्टनचा धीरगंभीर आवाज पुन्हा एकदा ऐकू आला.

"प्रवासी मित्रांनो, आता आपण व्हिएतनामच्या हद्दीत शिरणार आहोत. अमेरिकन शासनाने आंतरराष्ट्रीय वाहतूक विभागाला अशी विनंती केलेली आहे, की व्हिएतनामाच्या हद्दीवरून उडणारी सर्व प्रवासी विमाने तीस हजार फुटांपेक्षा जास्त उंचीवरून घेऊन जावीत. कारण दक्षिण व्हिएतनामवर सतत बॉम्बवर्षाव करणारी त्यांची बी-५२ जातीची प्रचंड विमाने त्या भागात तीस हजार फूट उंचीपेक्षा कमी उंचीवर वावरत असतील. त्यांच्या विनंतीला मान देऊन आणि आपल्या प्रिय प्रवाशांच्या हितासाठी म्हणून आपण आता तीस हजार फुटांवरून प्रवास करणार आहोत!"

विमानातील आम्ही प्रवासी विमानाच्या कॅप्टनच्या त्या संदेशावर विचार करीत असतानाच कॅप्टनचा आवाज पुन्हा एकदा ऐकू आला. तो सांगत होता,

"प्रवासी मित्रांनो, तुम्ही जर उजव्या बाजूच्या खिडक्यांतून पाहाल तर अमेरिकन बी-५२ जातीच्या प्रचंड बॉम्बर्सचा ताफा आपल्या खालून दक्षिणेकडे निघालेला तुम्हाला दिसेल!"

सुदैवाने माझी सीट उजव्या हाताच्या खिडकीजवळच असल्याने मला सहजपणे बी-५२ जातीच्या अमेरिकन बॉम्बर्सचा तो ताफा पाहता आला. तोपर्यंत डाव्या बाजूच्या प्रवाशांनीही आमच्या बाजूला डोकावून बघायला सुरुवात केली होती. त्याच वेळी मधल्या भागात कपाळावर आठ्या घालून उभ्या असलेल्या विमानातील हवाईसुंदरीला कोणीतरी विचारल्याचे मी ऐकले,

"का? तुला नाही का तो बॉम्बर्सचा ताफा पाहायचा?"

तिने जे उत्तर दिले ते आयुष्यात मी कधीही विसरणार नाही. ती शांतपणे म्हणाली,

"ह्या क्रूर हरामखोरांची नि:शस्त्र, निरपराध, गरीब व्हिएतनामी जनतेवर बॉम्बफेक करण्याकरता जाणारी विमाने पाहण्यात तुम्हाला काय कौतुक वाटते कोण जाणे! मी त्यांचा द्वेष करते. त्यांना कधीही यश मिळणार नाही!"

मी त्या हवाईसुंदरीकडे पाहतच राहिलो. कुणीतरी तिला विचारले, "तुमचा देश कोणता?"

त्यावर ती ताडकन म्हणाली, "मी जपानची आहे!"

त्यानंतर पुढील स्पष्टीकरणाची आवश्यकता नव्हतीच. त्या जपानी हवाईसुंदरीने समुद्रसपाटीपासून पस्तीस हजार फुटांवरून उच्चारलेली शापवाणी 'त्यांना कधीही यश मिळणार नाही.' ही दोन-सव्वादोन वर्षांतच खरी ठरेल, हे स्वप्नातही वाटले नव्हते.

पण ते घडले मात्र खरे आणि अमेरिकेसारख्या जगातील एका अत्यंत शक्तिशाली देशाला आपली प्रचंड शक्ती पणाला लावूनदेखील व्हिएतनामधे अक्षरश: पराभव स्वीकारावा लागला आणि त्यांना पळता भुई थोडी झाली. कारण अखेर त्यांना आपली माणसे सायगाव येथील पिटमॅन अपार्टमेन्ट्सच्या छतावरून हेलिकॉप्टरच्या साहाय्याने व्हिएतनामच्या बाहेर न्यावी लागली.

वॉशिंग्टनच्या इंडोचायना रिसोअर्स सेंटरच्या माहितीनुसार जानेवारी १९६१ ते जानेवारी १९७५ च्या काळात एकूण सत्तावन्न लाख त्र्याहत्तर हजार एकशे नव्वद सैनिक ठार झाले, बेपत्ता झाले किंवा जखमी होऊन जीवनातून उठले. त्यातील एकूण ठार झालेल्या सैनिकांची संख्याच एकवीस लाखांच्यावर होती. त्यापैकी साडेपाच लाख अमेरिकन सैनिकांनी आपले प्राण गमावले होते.

हे युद्ध जिंकण्याकरिता अमेरिकन विमानांनी व्हिएतनामवर एकोणीस लाख फेरे मारले आणि त्यांपैकी आठ हजार विमाने नष्ट झाली. या पंधरा वर्षांच्या काळात अमेरिकेने व्हिएतनाम युद्धावर पंधरा हजार कोटी डॉलर्स खर्च

**व्हिएतनामी जनरल 'न्यूऑन गियाप'ने अमेरिकन सैन्याला... / १६१**

केले आणि शेवटी दुसऱ्या महायुद्धात ब्रिटिश आणि अमेरिकन विमानांनी जर्मनीवर फेकलेल्या बॉम्बच्या मानाने कितीतरी जास्त टन बॉम्ब व्हिएतनामवर फेकूनही शक्तिशाली अमेरिकेला तेथून पळ काढावा लागला.

त्या जपानी हवाईसुंदरीची शापवाणी खरी ठरल्यानंतर अमेरिकेसारख्या शक्तिशाली राष्ट्राच्या प्रचंड शक्तीचा पराभव करणाऱ्या व्हिएतनामी गनिमांच्या अंत:करणात लढण्याची जिद्द शेवटपर्यंत कायम ठेवणारी शक्ती कोणती होती, याचा शोध घेण्याचा मोह माझ्यासारख्याला झाला नाही तरच नवल होते. त्या अस्मानी शक्तीचा उगम उत्तर व्हिएतनामचा संरक्षणमंत्री आणि लष्करप्रमुख जनरल व्हो-न्यू-एन गियाप या ठेंगण्या-ठुसक्या व्यक्तिमत्त्वापासून आहे, हे अर्थातच संपूर्ण जगाला ज्ञात होते. या जनरल व्हो-न्यू-एन गियापची युद्धपद्धती, त्याचे विचार, त्याचे व्यक्तिमत्त्व या सर्वांचा परिचय करून देणाऱ्या त्याच्या पहिल्यावहिल्या यशस्वी लढाईची ही कथा सांगण्याच्या आधी व्हो-न्यू-एन गियापची ओळख करून घेणेही आवश्यक आहे.

उत्तर व्हिएतनामच्या व्हिन शहराजवळील एका खेड्यात एका मध्यम प्रतीच्या जमीनदाराच्या घरी व्हो-गियापचा जन्म झाला. केवळ चौदा वर्षांचा असतानाच तो त्या काळातील राज्यकर्ते फ्रेंच यांच्या विरोधी कार्य करणाऱ्या व्हिएतनामी गुप्त संघटनेचा सभासद झाला आणि या चळवळीत काम करीत असतानाच वयाच्या अठराव्या वर्षी फ्रेंचांनी त्याला तुरुंगात डांबले. तुरुंगात असतानाच त्याची लढाऊ वृत्तीच्या मिन्द याई नावाच्या एका मुलीशी ओळख झाली आणि तिच्याशी त्याचे पुढे लग्न झाले.

याच सुमारास व्हिन प्रांताच्या फ्रेंच पोलीस अधिकाऱ्यांना या ठेंगण्या, हुशार आणि लढाऊ पण तितक्याच चिडखोर व्हो-गियापविषयी एक कुतूहल निर्माण झाले. त्यांनी लगेच व्होला तुरुंगातून काढून इंडोचीनमधील एका अत्यंत उत्कृष्ट शिक्षणसंस्थेत घातले. व्हो तेथे खूपच चमकला आणि पुढे शिक्षण पूर्ण केल्यावर तो चार वर्षे इनोईला इतिहासविषयाचा शिक्षक म्हणून राहिला.

योगायोग कसा असतो पाहा. व्हो हा इतिहासाचा शिक्षक झाल्यावर त्या वेळच्या राज्यकर्त्या फ्रेंचांच्या इतिहासाचा अभ्यास करणे त्याला क्रमप्राप्तच झाले. त्याने फ्रेंच युद्धपद्धतीच्या अभ्यासाबरोबरच नेपोलियनच्या युद्धनीतीचाही सखोल अभ्यास केला. त्याने नेपोलियनची कारकीर्द इतकी अभ्यासली होती, की कोणत्याही क्षणी हातात खडू घेऊन तो नेपोलियनच्या प्रत्येक युद्धयोजनेचा संपूर्ण तपशील बोर्डावर काढून दाखवू शकत असे. नेपोलियनचे वर्णन करताना

तो पूर्णपणे भारावून जात असे. त्याच्या भावना उचंबळून येत; पण क्षणार्धात तो शांत होत असे. तो नेपोलियनमय होत असे. ज्यांचे राज्यशासन उलथून पाडायचे आहे, त्यांच्याच युद्धनीतीचा अभ्यास करणे म्हणजे त्याच्या स्वत:च्या भावी योजनांची पूर्वतयारीच होती, असे म्हणायला हरकत नाही.

१९३९ साली फ्रेंचांनी व्हिएतनामची कम्युनिस्ट पार्टी बेकायदेशीर म्हणून जाहीर करताच व्हो-गियाप भूमिगत झाला आणि चीनमध्ये पळून गेला. दुर्दैवाने व्हिएतनामध्येच राहिलेल्या त्याच्या प्रिय पत्नीला मात्र फ्रेंचांनी अटक केली आणि ती तुरुंगात असतानाच मरण पावली.

चिनी कम्युनिस्टांच्या मार्गदर्शनाखाली १९४१ मध्ये हो-चि-मिन्ह आणि व्हो-गियाप यांनी व्हि-एन-मिन्ह संघटना उभारली; ती व्हिएतनाम फ्रेंचांच्या जोखडातून स्वतंत्र करण्यासाठी. गिरवायला हो-चि-मिन्ह यांच्याच सांगण्यावरून. व्हो-गियापने लष्करी शिक्षणाचे धडे सुरुवात केली. त्यात त्याने गनिमी युद्धपद्धतीवर विशेष भर दिला होता. त्या वेळी जपान दुसऱ्या महायुद्धात उतरला होता आणि त्याने फ्रेंचांकडून इंडोचीन जिंकून घेतले होते. व्हो-गियापने आपल्या गनिमी युद्धतंत्राची प्रात्यक्षिके आक्रमक जपानी लष्कराविरुद्ध लढाया करून तपासून पाहिली. यासाठी त्याला अमेरिकन शस्त्रास्त्रांचा भरपूर पुरवठा होत होता. दूरदृष्टी असलेल्या गियापने ती सर्व शस्त्रास्त्रे भविष्यासाठी जपून ठेवली. याच शस्त्रास्त्रांचा उपयोग पुढे फ्रेंचांच्या विरुद्ध करावा लागणार आहे, याची त्याला जणू जाणीवच होती.

१५ ऑगस्ट १९४५ रोजी जपानने शरणागती पत्करली. व्हो-गियापने ही संधी सोडली नाही. आपले गनिमी सैनिक घेऊन तो सरळ हनोईत घुसला आणि हो-चि-मिन्हसाठी त्याने हनोईचा ताबा घेतला आणि याच क्षणी व्हिएतनामच्या लोकशाही गणतंत्राचा जन्म झाला.

जपान्यांनी व्हिएतनाम सोडताच फ्रेंचांनी व्हिएतनामचा ताबा घेण्यास सुरुवात केली. फ्रेंच जनरल ले क्लार्क हा हनोई विमानतळावर उतरणार होता. त्या वेळी हो-चि-मिन्ह यांनी व्हो-गियाप याला व्हिएतनामचा लष्करीप्रमुख म्हणून जनरल क्लार्क याचे स्वागत करण्यासाठी जाण्याची आज्ञा केली. पण व्हो-गियाप यांनी हो-चि-मिन्ह यांना स्पष्ट शब्दांत सांगितले की आपल्याला पारतंत्र्यात डांबून ठेवण्याकरिता येणाऱ्या या किंवा कोणत्याही फ्रेंच अधिकाऱ्याचे मी स्वागत करणार नाही, त्यांच्याशी हातही मिळविणार नाही.

नंतर थोड्याच दिवसांनी हो-ची-मिन्ह हे फ्रान्सला व्हिएतनाबद्दल बोलणी

करण्यासाठी गेले, त्या वेळी तर व्हो-गियाप हा हनोईत जणू सर्वेसर्वाच होता. फ्रेंचांबद्दल आपुलकी असलेल्या व्हिएतनामींची त्याने अक्षरश: कत्तल केली आणि स्वातंत्र्यप्राप्तीचा आपला मार्ग मोकळा करून घेतला. स्वातंत्र्याच्या बाबतीत फ्रेंचांशी कुठल्याही प्रकारची बोलणी करायची नाहीत, हे त्याचे तत्त्व होते. व्हिएतनाम जपान्यांच्या ताब्यात देऊन पळून गेलेल्या फ्रेंचांना व्हिएतनाममध्ये पुन्हा राज्यकर्ते म्हणून येऊ देण्याची त्याची मुळीच तयारी नव्हती. दैवाने या वेळी त्याला साथ दिली आणि हो-ची मिन्ह आणि फ्रेंचांची बोलणी फिसकटली. व्हो-गियापने व्हिएतनामच्या स्वातंत्र्यासाठी फ्रेंचांविरुद्ध युद्ध पुकारले.

व्हो-गियापने आपले गनिमी लष्कर आधीच तयार करून ठेवले होते. त्या काळी यशस्वी ठरलेल्या चीनच्या माओच्या युद्धतंत्राच्या चौकटीत बसतील अशी त्यांची मने तयार करण्यासाठी जवानांना संगीन आणि बंदुकीच्या शिक्षणाबरोबरच त्यांच्यात राष्ट्रप्रेम जागृत व्हावे म्हणून आपल्या सैन्यामध्येच राजकीय शिक्षक त्याने पेरून ठेवले होते. जंगलातील युद्धतंत्राचे खास शिक्षण देण्यासाठी त्याने जंगल-युद्धतंत्रात प्रवीण असलेल्या काही निवडक जपानी युद्धतंत्रज्ञांना त्यांच्या शरणागतीनंतर आपल्या सैन्यात शिक्षक म्हणून दाखल करून घेतले होते. इतकेच नव्हे, तर शरणागतीनंतर जपान्यांनी मागे सोडलेले प्रत्येक शस्त्र त्याने सावधपणे जपून ठेवले होते.

आता फ्रेंचांविरुद्ध युद्ध पुकारल्यानंतर व्हो-गियापला माओच्या गनिमी युद्धतंत्राचा आसरा घेण्याशिवाय गत्यंतरच नव्हते. माओच्या गनिमी युद्धतंत्राच्या पहिल्या आणि दुसऱ्या अवस्थेची तयारी करण्यातच व्हो-गियापची काही वर्षे गेली. पहिल्या अवस्थेत साम, दाम, भेद हे सगळे प्रकार वापरून ग्रामीण जनतेची मने आपल्याकडे वळवून घ्यावयाची आणि मग खेडोपाडी राजकीय केंद्रे उघडून त्यांच्या सोबतीला मोजके लष्करी सैन्य आणि ऐन वेळी शस्त्रास्त्रे घेऊन उभे राहतील असे गनिमी सैनिक जोडायचे. अशा खेड्यांची एक मालिका निर्माण झाली की या युद्धतंत्राच्या दुसऱ्या अवस्थेत गनिमी युद्धतंत्राने शत्रूवर छुपे हल्ले करून त्याला हैराण करीत राहायचे. या अवस्थेत शत्रूला खेड्यापाड्यांपासून गावकरी मंडळींची कुठलीही सहानुभूती मिळणार नाही, याची खबरदारी घ्यावयाची. यात यश मिळेपर्यंत गियापची चार वर्षे निघून गेली.

माओच्या गनिमी युद्धतंत्राची तिसरी अवस्था मोठ्या लढायांच्या रूपाने सुरू होत असे. त्या अवस्थेत सर्व मोठाली शहरे, गनिमांनी भारून टाकलेल्या खेड्यांच्या मालिकेने घेरलेली असतात. अशा वेळी गनिमी सैनिक आपले छुपे

हल्ले सोडून शत्रूवर उघड मोठे हल्ले करून त्यांना रेटीत त्यांचा धुव्वा उडवितात. फ्रेंचांशी १९४७ मध्ये स्वातंत्र्ययुद्ध पुकारल्य नंतर व्हो-गियापने १९५१ मध्येच मोठ्या लढायांना सुरुवात करून गनिमी युद्धतंत्राची तिसरी अवस्था गाठली.

इथे मात्र व्हो-गियापचा अंदाज चुकला. गनिमी युद्धाच्या पहिल्या आणि दुसऱ्या अवस्थेला फ्रेंच सैन्य तोंड देऊ शकले नव्हते. कारण या युद्धतंत्राचा त्यांना फारसा सराव नव्हता. पण गनिमी युद्धाच्या तिसऱ्या अवस्थेत उडी घेऊन व्हो-गियापने मोठाल्या लढायांना सुरुवात करताच फ्रेंचांनी व्होच्या सैनिकांना चोपून काढले. त्याला कारणही तसेच होते. व्हो-गियापच्या सैन्याजवळ फ्रेंच सैन्याला खुल्या मोठ्या लढाईत तोंड देता येईल असा तोफखाना नव्हता. इतक्या दिवसांच्या छुप्या गनिमी युद्धामुळे तोफखान्याची त्यांना आवश्यकताही वाटली नव्हती.

आता मात्र तोफखानाच्या अभावी आपल्याला मार खाण्याची पाळी आली आहे, हे ध्यानात घेऊन व्होने आपले सैन्य डोंगरामध्ये घुसवले आणि तेथे आपल्या सैन्याची त्याने नवीन धर्तीवर मोठ्या प्रमाणावर रचना करण्यास सुरुवात केली, ती अगदी वेगळ्या पद्धतीने.

सतराव्या शतकात महाराष्ट्रामध्ये छत्रपती शिवाजीमहाराजांनी ज्या आगळ्यावेगळ्या युद्धतंत्राने मोगल आणि आदिलशाही फौजांचा धुव्वा उडविला होता, त्याचीच पुनरावृत्ती होते आहे की काय, असे वाटण्याइतपत साम्य व्होच्या यापुढील युद्धतंत्रात होते.

शत्रूवर लहानसहान टोळ्यांनी छुपे हल्ले करून त्याला सळो की पळो करून सोडायचे आणि मग आपल्याला सोइच्या आणि अनुकूल अशा क्षेत्रात त्याला खेचून आणून ठेचून काढायचे, हे शिवरायांचे तंत्र आता व्हो-गियापने अवलंबण्यास सुरुवात केली. लहानलहान छुप्या हल्ल्यांनी फ्रेंच सैन्याला छळत राहणे हे त्याने आपले तात्पुरते ध्येय ठेवले होते. त्याच वेळी फ्रेंच सैन्य कोंडीत सापडल्यानंतर त्या सैन्याचा धुव्वा उडविण्यासाठी जी जी शस्त्रास्त्रे लागतील, ती जमविण्याचा सपाटा त्याने सुरू केला. आधी त्याला आवश्यकता भासत होती ती तोफांची. त्याने चीनकडून २०५ मिलीमीटरच्या शंभराच्या वर अमेरिकन बनावटीच्या तोफा मिळविल्या.

चीनमधून व्हिएतनाममध्ये त्या अवजड तोफा आणणे म्हणजे काही सोपे काम नव्हते. पण व्होने अत्यंत चिकाटीने त्या तोफा रात्रीच्या अंधाराच्या पांघरुणाखाली जंगलांतून, डोंगरदऱ्यांतून खेचीत आणल्या आणि पूर्वनियोजित अशा डोंगरमाथ्यावर

दडवून ठेवल्या. या तोफांची तोंडे त्या डोंगरमाथ्यावरून खालच्या दिएन-बिएन -फूच्या दरीकडे वळविलेली होती.

आता फ्रेंचांना व्हो-गियापच्या सैन्याला गाठून त्याला नेस्तनाबूत करण्याची घाई झाली होती. व्होने या संधीचा फायदा घेतला नसता तरच नवल होते. त्याच्या सैन्याच्या छोट्याछोट्या तुकड्या फ्रेंच सैन्यावर हल्ले करून दिएन-बिएन-फू-या प्रचंड दरीच्या दिशेने नाहीशा होत असत. याच सुमारास स्वत: व्हो आपल्या मुख्य सैन्यभागासह दिएन-बिएन-फूच्या दरीत लपून बसल्याच्या बातम्या फ्रेंच सेनाधिकाऱ्यांपर्यंत जातील, अशी त्याने व्यवस्था केली.

व्होच्या लहानलहान तुकड्यांचे दिएन-बिएन-फूच्या दरीकडे नाहीसे होणे आणि कानावर येणाऱ्या बातम्या यामुळे फ्रेंच लष्करी अधिकाऱ्यांचा व्हो-गियाप हा दिएन-बिएन-फूच्या दरीत लपून बसला असावा, या शक्यतेवर विश्वास बसला आणि याचा परिणाम व्हायचा तोच झाला. फ्रेंचांनी आपले छत्रीधारी सैनिक दिएन-बिएन-फूच्या दरीत उतरविले. फ्रेंच सेनानी त्या वेळीही अशा समजुतीत होते, की व्हो-गियापचे सैन्य अजूनही १९५१ साली मार खाऊन पळालेले सैन्य आहे आणि त्याच मानसिक अवस्थेत आहे. दिएन-बिएन-फूच्या दरीत फ्रेंच सैन्याची चाललेली जमवाजमव दरीच्या तिन्ही बाजूंच्या डोंगरकपारीत दडून बसलेला व्हो आणि त्याचे वीर सैनिक शांतपणे पाहत होते. डोंगरमाथ्यावर दडवलेल्या त्याच्या तोफांची तोंडे सावकाश खाली दरीत आपआपल्या लक्ष्याकडे वळत होती.

या प्रसंगी जवळजवळ तीनशे वर्षांपूर्वी म्हणजे १६६१ मध्ये शिवाजी महाराजांना कोकणात गाठून ठेचण्याच्या इराद्याने निघालेल्या कारतलबखानाच्या मोहिमेची आठवण झाल्याशिवाय राहत नाही. त्या वेळी औरंगजेब बादशहाचा मामा शाहिस्तेखान पुण्यात ठाण मांडून बसला होता. शिवाजी आता कोकणात असून केव्हाही पुण्याकडे झेप घेण्याची शक्यता आहे, अशी बातमी त्याला लागली होती. म्हणून त्याला मार्गातच ठेचून काढण्याकरिता शाहिस्तेखानाने आपल्या गाजलेल्या सेनापतीला, म्हणजेच कारतलबखानाला बराच मोठा फौजफाटा आणि अनुभवी अशा रायबागनला सोबतीला देऊन कोकणात धाडले.

कारतलबखान इंद्रायणीच्या काठाकाठाने वडगाव मावळवरून लोहगड-विसापूर किल्ल्यांच्या दिशेने घुसला. तो आणि त्याचे सैन्य आपण आता शिवाजीला ठेचून काढल्याशिवाय परतणार नाही, या कल्पनेत दंग होते. लोहगड-विसापूरच्या किल्ल्यांवरून शिवाजीचे गुप्तहेर त्यांची आगेकूच शांतपणे पाहत होते.

कारतलबखानाच्या पावलागणिक होणाऱ्या प्रगतीची खबर शिवरायांना मिळत होती. जानेवारी १६६१ च्या अखेरच्या दिवशी कुरबंडा पठारावर छावणी टाकून फेब्रुवारीच्या पहिल्या आठवड्यात तो आपली प्रचंड फौज घेऊन उंबरखिंडीत घुसला आणि शिवरायांच्या वीर मावळ्यांनी आजूबाजूच्या डोंगरकपारीतून त्याला घेरला.

'हर हर महादेव' या गर्जनेने खिंड दुमदुमली आणि चारही बाजूंनी मराठे वीरांनी कारतलबखानाची फौज कापून काढायला सुरुवात केली. कारतलबखान आणि रायबागन असहायपणे ही कापाकापी पाहत होते. अखेर आपल्या फौजेचा पार धुव्वा उडाला आहे हे पाहताच रायबागनच्या सल्ल्यावरून कारतलबखानाने शिवरायांसमोर चक्क शरणागती पत्करली. तरीही तोपर्यंत त्याच्या फौजेचे प्रचंड नुकसान झाले होते. शिवाजीराजे शांतपणे डोंगरमाथ्यावरून हा प्रकार पाहत होते.

अगदी अशीच अवस्था १९५४ साली व्हिएतनामच्या दिएन-बिएन-फूच्या दरीत फ्रेंच सैन्याची होत होती. अत्यंत आत्मविश्वासाने त्या दरीत व्होला केव्हा गाठतो आणि ठेचून काढतो असे त्यांना झाले होते. तर फ्रेंच सैन्य दरीत केव्हा एकदा स्थिरावते आणि आम्ही त्यांचा केव्हा धुव्वा उडवतो, याची व्हो-गियाप आणि त्याचे वीर सैनिक वाट पाहत होते.

याच्या अगदी उलट अवस्था फ्रेंच सैन्याची होती. व्होच्या सैन्याजवळ तोफा असतील ही शक्यता त्यांना कधीच वाटली नाही. ते तयारीने वाट पाहत होते, ते नीतिधैर्य गमावून बसलेल्या व्होच्या सैनिकी तुकड्यांची. आता त्याला समोर यावेच लागेल आणि तो समोर येताच आपण त्याचा फडशा पाडू, याची जणू त्यांना खात्री होती. पण झाले ते उलटेच!

डोंगरकपारीतून आणि डोंगरमाथ्यावरून या नव्या उमेदीच्या शस्त्रास्त्रांनी पूर्णपणे सज्ज असलेल्या फ्रेंच सैनिकांवर तोफांचा प्रचंड भडिमार सुरू झाला. त्या अनपेक्षित भडिमारानेच अर्धेअधिक फ्रेंच सैन्य गारद झाले. उरलेल्यांचा व्हो-गियापच्या सैनिकांनी तुफानी हल्ला करून समाचार घेतला. व्हिएतनाममधील फ्रेंच सैन्याचा मुख्य भाग या लढाईत गुंतला होता आणि आता तो पूर्णपणे नष्ट झाला होता. त्या दिवशी बारा हजारांच्या वर फ्रेंच सैनिक आणि अधिकारी दिएन-बिएन-फू च्या दरीत कापले गेले आणि व्हिएतनाममधील फ्रेंच सैन्याचा कणाच मोडला.

सतत आठ वर्षे व्हिएतनाममध्ये व्होच्या सैन्याशी लढता लढता केव्हा एकदा व्होला सैन्यासकट गारद करतो, या आशेवर तग धरून बसलेल्या फ्रेंच सेनाधिकाऱ्यांच्या

सर्वच आशा मावळल्या. त्यांचे अवसान पूर्णपणे गळाले. आतापर्यंत पावणेदोन लाखांच्या आसपास फ्रेंच सैनिक आणि अधिकारी मारले गेले होते किंवा नाहीसे झाले होते. दिएन-बिएन-फूच्या लढाईत त्याचा कळस झाला होता. फ्रेंच सैन्य शरण आले आणि फ्रान्सने व्हिएतनाममधून निघून जाण्याचा निर्णय घेतला.

त्या दिवसापासून जनरल व्हो-गियाप एकदम जगासमोर आला. स्वत:चे नाव 'व्हो' म्हणजे शक्ती आणि गियाप म्हणजे पोलाद म्हणजेच पोलादी शक्तीचा सेनापती या नावाचे सार्थक करणारा व्हो-गियाप आशिया खंडातील एका राष्ट्रातून एका गोऱ्या युरोपियन राष्ट्राला हाकलून लावणारा कमांडर म्हणून गाजला.

याच व्हो-गियापमध्ये दडलेल्या प्रचंड शक्तीकडे दुर्लक्ष करून फ्रेंचांनी व्हिएतनाममधून काढता पाय घेताच आपल्या असामान्य लष्करी शक्तीच्या घमेंडीवर अमेरिकनांनी व्हिएतनाममध्ये पाय ठेवला आणि याच पोलादी शक्तीच्या व्हो- गियापच्या नेतृत्वाखाली व्हिएतनामी जनतेने आणि सैन्याने अमेरिकेच्या प्रचंड शक्तीच्या ठिकऱ्या उडवल्या आणि त्यांना अक्षरश: पळता भुई थोडी केली. हे सर्व त्याने करून दाखविले ते आपल्या वैशिष्ट्यपूर्ण युद्धतंत्राने, ज्यात रणराज श्री शिवरायांच्या युद्धतंत्राचे प्रतिबिंब असल्याचा भास झाल्याशिवाय राहत नाही.

***

## अठ्ठावीस

१९९९ वर्षं गाजले ते कारगिलच्या रणसंग्रामाने. कारगिलच्या उत्तरेला असलेल्या जगातील बहुधा सगळ्यात उंचीवर असलेली भारतीय हद्दीतील अनेक हिमशिखरे घुसखोरांना पुढे करून पाकिस्तानी लष्कराने ताब्यात घेतली होती. हिवाळ्याच्या दिवसांत शून्यापेक्षाही खाली जाणाऱ्या तेथील तापमानाला तोंड देता येईल असे कपडेलत्ते, जोडे आदी आपल्या भारतीय सैनिकांकडे नसल्याने प्रत्येक हिवाळ्यात आपले सैनिक त्या शिखरांवरील आपले मोर्चे सोडून खाली द्रास, कारगिल, बटालिककडे परत येत असत. बऱ्याच वर्षांपासून ही पद्धत चालत आलेली होती. त्याचा फायदा घेऊनच पाकिस्तानने घुसखोरांना पुढे करुन त्यांच्या मागून आपले सैनिक धाडून ती रिकामीच असलेली शिखरे ताब्यात घेतली होती ती १९९९ च्या हिवाळ्यात.

ही बाब आपल्या लष्कराच्या लक्षात येताच मे १९९९ पासून भारतीय लष्करातील वीरांनी शिखरे परत जिंकून घेण्याची कारवाई सुरू केली. चौदा ते सोळा हजार फूट उंचीवर बसलेला शत्रू सर्व प्रकारच्या शस्त्रास्त्रांनी तर सज्ज होताच; पण वर भक्कम असे सिमेंट कॉंक्रीटचे खंदक, बंकर्स बांधून त्याने स्वत:ची संरक्षणव्यवस्था मजबूत केली होती. म्हणूनच खालून त्या शिखरांचे प्रचंड अवघड कडे चढून वर येणाऱ्या भारतीय सैनिकांवर मशीनगन्स, हातबॉंब, उखळी तोफा, बंदुका आदींमधून आगीचा गोळ्यांचा वर्षाव करून त्यांना लोळवणे आणि खाली ढकलून देणे शत्रूला सोपे जात होते. इतके असूनही आपल्या वीरांनी ती शिखरे एकापाठोपाठ एक काबीज केली व शत्रूचा पराभव केला. या रणसंग्रामात आपल्या वीरांनी अनेक प्रसंगी अत्यंत

चातुर्याने शत्रूवर मात केली. त्यातीलच या काही घटना आपल्या वीरांच्या युद्धचातुर्याची साक्ष पटवून देण्यास पुरेशा आहेत.

४ जुलै १९९९च्या पहाटे तीन वाजता आपल्या वीरांनी त्या भागातील सगळ्यांत अवघड आणि मोक्याचे असे 'टायगर हिल' हे शिखर जिंकून घेतले. या वेळी केवळ १९ वर्षे वयाच्या योगेंद्रसिंग यादव या वीराने शौर्याची कमाल करून ते शिखर जिंकून घेण्यात मोलाचा वाटा उचलला. हा वीर टायगर हिलच्या पूर्व बाजूचा उभा कडा शत्रूला चाहूल न लागू देता, केवळ दोरखंडाच्या साहाय्याने आपल्या साथीदारांसह चढून गेला. हा कडा अवघड असल्याने इकडून कोणी वर चढून येणार नाही या कल्पनेने शत्रूचे या बाजूकडे दुर्लक्ष होते. शिखरावर पोचताच हा वीर शत्रूवर तुटून पडला आणि पाहता पाहता त्याने ते शिखर जिंकून घेतले. योगेंद्रसिंग 'परमवीर' ठरला.

त्यानंतर आपल्या वीरांनी एकापाठोपाठ एक हिमशिखरे जिंकून घेण्याचा सपाटाच सुरू केला. जुबार हिल, पॉइंट ५२८, ४९२६, ४८१३, ४१०० अशा नावांनी ओळखली गेलेली ही हिमशिखरे आपल्या वीरांनी एकापाठोपाठ एक अशी ताब्यात घेतली. याशिवाय बटालिक भागातील कुंकरयांग, पॉइंट ४८१३ ही शिखरेही होतीच. याच धुमश्चक्रीत ८ जुलै १९९९ ला पॉइंट ५२५० या नावाने ओळखल्या जाणाऱ्या अत्यंत अवघड अशा शिखरावर जी लढाई झाली, त्या वेळी भारतीय लष्कराच्या २२ ग्रेनेडीयर्स या तुकडीतील एका कंपनीने आपल्या शौर्य आणि चातुर्याचा असाच परिचय करून दिला.

२२ ग्रेनेडीयर्स 'सी' (चार्ली) कंपनीचे कंपनी कमांडर होते मेजर अजितसिंग. या कंपनीतील सर्व सैनिक हे मुस्लिम तरुण होते. या कंपनीवर पॉइंट ५२५० हे अवघड शिखर जिंकून घेण्याची जबाबदारी सोपवण्यात आली होती. त्यांना अकरावी गोरखा तुकडी दुसऱ्या बाजूने वर येऊन मदत करणार होती. रात्रीच्या काळोखात मेजर अजितसिंग यांनी चढाई सुरू केली. अत्यंत अवघड उभा कडा ते सावधपणे, सावकाश एकेक फूट वर चढत होते. शिखराजवळ येताच अंदाजे ३०-३५ जवानांना घेऊन ते शिखरावर चढले आणि शत्रूवर तुटून पडले. कसा कोण जाणे, शत्रू सावध झाला होता आणि त्यातच शत्रूला भूगोलाची आणि निसर्गाची साथ मिळाली. मेजर अजितसिंग यांचा हल्ला फसला. त्यांचे दहा-अकरा जवान मारले गेले. स्वत: मेजर अजितसिंग आणि इतर काही जवान जबर जखमी झाले. मेजर अजितसिंग यांनी तात्पुरती माघार घेतली. आपल्या उरलेल्या वीरांना घेऊन ते शिखराच्या थोडे खाली गेले आणि एका टोकदार कड्याखाली त्यांनी

आश्रय घेतला. जखमी जवानांची मलमपट्टी चालू केली. त्यांची स्वतःची जखमही ठणकत होतीच.

त्याच वेळी २७ वर्षांचा तरणाबांड नाईक झाकीर हुसेन सरपटत त्यांच्याजवळ आला आणि म्हणाला, "साब, आप कहें तो एक बार फिर हमला करेंगे." झाकीर हुसेनच्या नजरेत आत्मविश्वासाची चमक त्यांना जाणवली. तेवढ्यात इतर जवानही त्यांच्याभोवती आले आणि म्हणाले, "साब, अब वापस नहीं जायेंगे; करेंगे, जीतेंगे या मरेंगे!"

रात्रीचे दोन वाजले होते. विचार करायला वेळ नव्हता. पहाट होऊन शत्रूला याचा सुगावा लागता असता, तर त्याने यांना भाजून काढले असते. म्हणून मेजर अजितसिंग यांनी तडकाफडकी निर्णय घेतला– "चलो, हमला..." शत्रूला याची कल्पनाच नव्हती; भारतीय सैनिक मार खाऊन पळाले याची त्यांना खात्री होती. शिवाय अशा रात्री त्यांना तोफांचीही मदत मिळणार नाही ही त्याला खात्री होती. म्हणूनच शत्रू गाफील होता. बेसावध इतका, की आपल्या वीरांची त्यांना हालचाल जाणवली, तेव्हा शत्रूला वाटले की हे आपलेच लोक आहेत. एक-दोन भारतीय वीरांना तर त्यांनी हात देऊन वर खेचून घेतले. आपले वीर शिखरावर पोचले. मेजर अजितसिंगांनी पहिली गर्जना केली– 'अल्ला हो अकबर...'

आणि शिखरावरचा परिसर त्या रणगर्जनेने दणाणून उठला. मेजर अजितसिंगांच्या कंपनीतील वीर शत्रूवर तुटून पडले. त्यांची पळापळ सुरू असतानाच पलीकडच्या कड्यावरून गोरखा पलटण आली. पाहता पाहता शत्रूचा फज्जा उडाला. शिखर काबीज झाले.

***

प्राचीन भारतीय शस्त्रास्त्रे आणि वर्तमान 'अण्वस्त्र' युगातील धोका

## एकोणतीस

आतापर्यंत आपण अनेक सेनानींनी वेगवेगळ्या पद्धतींनी आक्रमक शत्रूवर कशी मात केली, याची माहिती करून घेतली. अर्थात, त्या काळात म्हणजे अगदी १९९९ च्या कारगीलपर्यंत अण्वस्त्रांचा प्रयोग दुसऱ्या महायुद्धाच्या अखेरीस म्हणजेच ऑगस्ट १९४५ पर्यंत जपानच्या हिरोशिमा आणि नागासाकी या शहरांवर टाकलेल्या अणुबाँबव्यतिरिक्त जगात कोठेही त्याचा उपयोग केला नाही. अर्थात, त्या वेळी जगाने त्या अणुबाँबने केलेला प्रचंड विध्वंस अनुभवला आहे. त्या काळी अणुबॉम्ब केवळ अमेरिकेकडे होते. ते तंत्रज्ञानही त्यांनी जर्मनीतून नेऊन बॉम्ब तयार केले होते. पण त्यानंतर रशियानेही अणुबॉम्ब बनविण्याचे तंत्रज्ञान आत्मसात केले. याबाबत असे सांगण्यात येते की रशियाने ते तंत्रज्ञान अमेरिकेतूनच पळवून ते आत्मसात केले आणि त्या काळी अमेरिका आणि रशिया या दोन प्रभावी, प्रबल आणि एकमेकांचे शत्रू असलेल्या राष्ट्रांजवळच अस्त्रे होती. पण त्यांच्या विनाशकारी शक्तीचा अनुभव आल्यानेच त्यांनीही त्याचा प्रयोग मात्र केला नाही... दोघेही सज्ज होते. म्हणूनच शांतता टिकली.

आज मात्र अमेरिका, रशियाव्यक्तिरिक्त फ्रान्स, चीन, ब्रिटन, पाकिस्तान, भारत आदि देशांजवळ मोठ्या प्रमाणावर अण्वस्त्रे आहेत. अर्थात त्यांचा उपयोग करण्याची मात्र कोणीही हिंमत करीत नाही. तरीही आज अण्वस्त्रांच्या युगात जग हे एखाद्या सुप्त ज्वालामुखीवर स्थिरावले आहे, असे म्हणण्याजोगी परिस्थिती आहे. तसे असले तरी कोणताही देश अण्वस्त्रांचा वापर करण्याची शक्यता जवळजवळ ९५ टक्के नाही. कारण प्रत्येक देशाला माहीत आहे की, त्याने अण्वस्त्राच्या

वापराला सुरुवात केली, तर त्याच्यावरही लगेच अण्वस्त्रांनीच पलटवार होऊ शकतो. आणि यात दोन्ही देशांचे, प्रचंड-अतिप्रचंड प्रमाणावर नुकसान होऊ शकते. वर लिहिल्याप्रमाणे अण्वस्त्रांची संहारकता किती असते, हे दुसऱ्या महायुद्धाच्या अखेरीस जगाने अनुभवले आहेच. त्यामुळेच अनेक देशांजवळ अण्वस्त्रे असली तरी त्यांचा वापर होण्याची शक्यता कमीच वाटते. दुसरे असे की आज बऱ्याच देशांजवळ अण्वस्त्रांचा वापर होण्यापूर्वीच ते अस्त्र वापर करणाऱ्या देशाच्या जागीच किंवा वर हवेतल्या हवेत उद्‌ध्वस्त करण्याची शक्ती असलेली क्षेपणास्त्रे तयार आहेत. उदाहरणच द्यायचे झाल्यास भारताजवळ पृथ्वी, अग्नी-१ अग्नी-२, ब्रम्हॉस अशी अत्यंत प्रभावशाली क्षेपणास्त्रे आहेत, जी शत्रूची अण्वस्त्रे क्षेपणास्त्राद्वारे आकाशात झेपावताच त्यांचा नाश करू शकतील आणि लगेचच त्या देशावर अण्वस्त्रांनीच पलटवार करून त्या देशाचे प्रचंड प्रमाणावर नुकसान करतील. या भीतीनेच अण्वस्त्रांचा वापर होण्याची शक्यता अगदी कमी आहे. इतकेच नव्हे तर या अण्वस्त्रांच्या उपस्थितीच्या भीतीने प्रत्यक्ष मोठ्या प्रमाणावर आक्रमण-युद्ध होण्याची शक्यताही खूपच कमी झालेली आहे. तरीही आज जगातील कोणत्या देशाजवळ किती अण्वस्त्रे आहेत याची, माहिती करून घेणे आवश्यक आहे.

अर्थात जगातील किती देशांकडे किती प्रमाणात अण्वस्त्रे आहेत याची माहिती करून घेण्याआधी, भारताचा अशा प्रकारच्या संहारक अस्त्रांशी पुराणकालापासून कसा संबंध आला होता, याची माहिती करून घेणे उपयुक्त ठरेल. राम-रावण युद्ध आणि महाभारताचे महान विध्वंसक युद्ध यांची माहिती याआधी आपण वाचलेली आहेच. त्या दोन्ही युद्धांमध्ये अशा प्रकारची वेगवेगळी अस्त्रे, वेगवेगळ्या प्रकारचे परिणाम साधणारी अस्त्रे तत्कालीन ऋषी-मुनींनी अथक संशोधनांनंतर निर्माण केली होती. महर्षी विश्वामित्रांनी अशी विविध प्रकारची अस्त्रे धनुर्धारी रामाला दिली होती. त्यातील काही अशी होती–

महर्षी विश्वामित्रांनी श्रीरामाला आधी शब्दवेधी बाण मारण्याचे तंत्र शिकविले होते. अशा शब्दवेधी बाणांचे तंत्रज्ञान दिल्लीचा राजा पृथ्वीराज चौहान यानेही प्राप्त करून घेतले होते, हे इतिहासाच्या अभ्यासकांना माहीत आहेच. धनुर्धारी रामाने या शब्दभेदी बाणांचा वापर करूनच त्याच्यावर लपूनछपून प्रहार करण्याचा प्रयत्न करणाऱ्या रावणाने धाडलेल्या त्राटिका नावाच्या राक्षसिणीचा वध केला. होता. अर्थात, हे अगदी साधारण उदाहरण झाले. पण याशिवाय विश्वामित्रांनी रामचंद्राला अनेकानेक उपयुक्त आणि प्रभावी अस्त्रे दिली होती, याची माहिती बनारस हिंदू युनिव्हर्सिटीच्या गणित विभागाचे श्री. एस. ए. परमहंस यांनी लिहिलेल्या

“रामायण आणि महाभारतातील लष्करी तंत्रज्ञान” या पत्रकात दिलेली आहे. त्याच्या आधारेच त्यांचे हार्दिक आभार मानून त्या अस्त्रांविषयी थोडक्यात माहिती येथे जिज्ञासू मराठी वाचकांसाठी देत आहे.

ते म्हणतात की, आपल्या पूर्वजांना आश्चर्यकारक अशा प्रभावी लष्करी तंत्रज्ञानाची खूप माहिती होती. हे तंत्रज्ञान आता लुप्त झालेले जाणवते. खरे म्हणजे शेकडो वर्षांच्या पारतंत्र्याच्या काळात आपल्या विद्वान आणि अभ्यासक अशा लष्करी आणि नागरी वैज्ञानिकांना त्या तंत्रज्ञानाकडे लक्ष देता आले नाही. उलट, इंग्रजांना आपल्या विद्वानांचे तिकडे लक्ष जावे, भारतवासीयांची क्षात्रवृत्ती पुन्हा जागृत व्हावी, असे मुळीच वाटत नव्हते. त्यामुळेच पारतंत्र्याच्या त्या काळ्याकुट्ट कालखंडात भारतीय संस्कृतीला जाण असलेल्या त्या मौलिक लष्करी तंत्रज्ञानाकडे संबंधितांचे दुर्लक्ष झाले. सुदैवाने बनारस हिंदू युनिव्हर्सिटीमध्ये त्याचा अभ्यास होऊन ती माहिती आपल्याला उपलब्ध होते आहे, हे आपले भाग्यच म्हणायचे.

त्या अस्त्रांची वर्णने वाचून त्यांच्या मारक शक्तीबद्दल माहिती करून घेतल्यानंतर त्या अस्त्रांनी राम-रावण युद्धात आणि त्यानंतर महाभारताच्या युद्धातही केवढा भयंकर विनाश घडविला असला पाहिजे, हे लक्षात आल्याशिवाय राहत नाही. श्रीरामाला दिलेल्या अस्त्रांत होते दैवी शक्तीचे ब्रह्मास्त्र. तिन्ही जगांत दहशत निर्माण करणारे अस्त्र अशी त्याची ख्याती होती. दुसरे होते दंडास्त्र जे सर्व प्राणिमात्रांना नष्ट करू शकण्याची क्षमता असलेले होते. धर्मास्त्र होते, काळास्त्र होते, वज्र होते. श्री शिवाच्या चतुर्मुखी ब्रह्मशीर अस्त्राला तर चार तोंडे होती, नंतर ‘मादेकी’ आणि ‘शिखरी’ या नावाने ओळखल्या जाणाऱ्या मोठाल्या प्रभावशाली गदा होत्या. ‘धर्मपाश’ या नावाने ओळखल्या जाणाऱ्या अस्त्राने शत्रूला जागच्या जागी बंधनात अडकवून ठेवता येत असे. याशिवाय होती वरुणपाश, नारायणास्त्र, अग्नेयास्त्र, शिखाशस्त्र ज्यांच्याद्वारे ज्वालांनी शत्रूला पोळून काढणे शक्य होत असे. त्यांच्याच जोडीला होती कंकाळ, मुसळ, कपाल किंकिणी. ही खास राक्षसांना मारण्यासाठी होती. ‘वर्षणा’ नावाच्या अस्त्राने शत्रूच्या डोक्यावर स्फोट होऊन त्याच्यातील भेदक शस्त्रांचा वर्षाव शत्रूच्या डोक्यावर होऊन शत्रू लपून बसलेल्या जागीच ठार होत असे. १९६२ च्या चिनी आक्रमणाचे वेळी चिन्यांना भारतीय वीरांचा लडाखमधील प्रतिकार मोडून काढता येत नव्हता तेव्हा त्यांनी अशा आकाशात स्फोट होऊन त्यातील प्राणघातक शस्त्रे खाली खंदकात असलेल्या भारतीय वीरांवर कोसळतील अशा रॉकेटचा

## रामायणकालीन मानचित्र

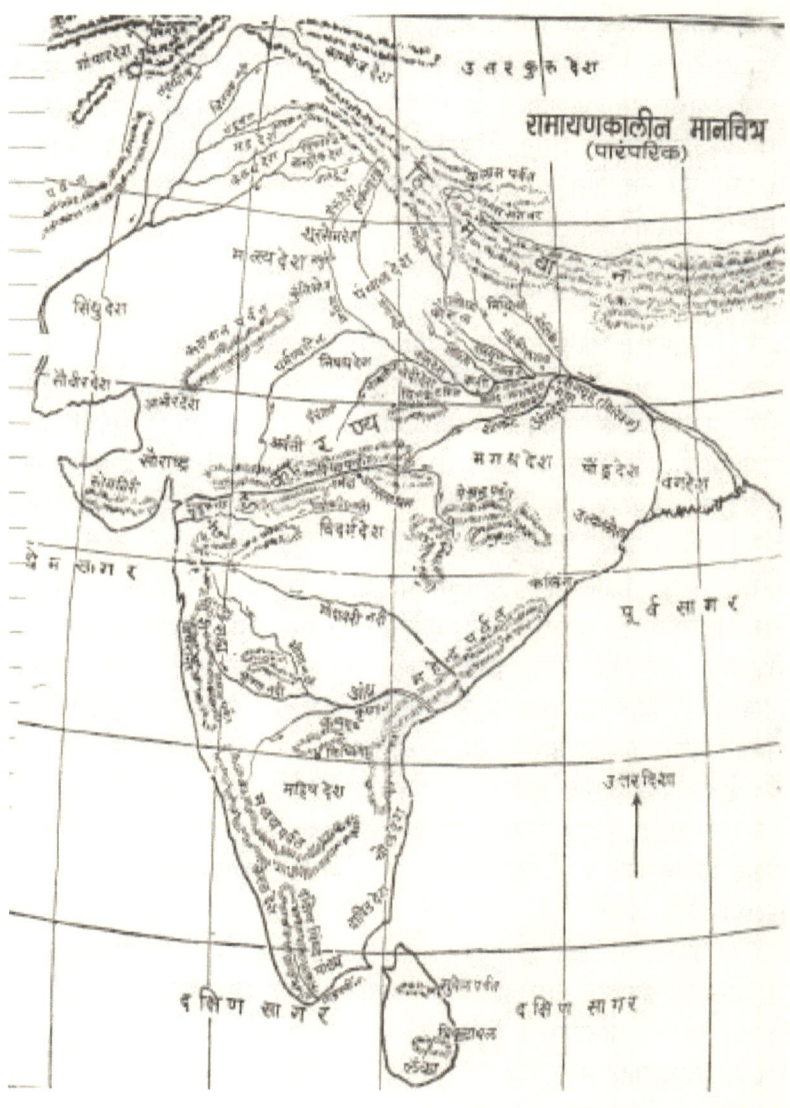

रामायणकालीन मानचित्र
(पारंपरिक)

वापर केला होता. अर्थात भारतीय वीरांनी त्यांनाही दाद दिली नव्हती, हा ताजा इतिहास आहे.

श्रीरामाला शिकविलेल्या वैशिष्ट्यपूर्ण अस्त्रांमध्ये शोषणास्त्रही होते. ज्यात पाणी शोषून घेण्याची क्षमता होती. त्याच्याच जोडीला तेजप्रभा अस्त्र होते ज्याच्यात शत्रूची मारक शक्ती शोषून घेण्याची क्षमता होती. अशी अनेकानेक अस्त्रे ज्यांची आज कल्पनाही येणार नाही, अशी श्रीरामाला प्राप्त झाली होती. त्या अस्त्रांच्या बाबतीत एक वैशिष्ट्य असे होते, की त्याचे प्रक्षेपण झाल्यानंतर ते मागेसुद्धा घेता येत असे. श्रीरामाने मारिचाचा नाश करण्यासाठी वापरलेल्य 'सितेशु' अस्त्राने मारीच शंभर योजने (९०० नऊशे मैल) लांब असलेल्या सागरात फेकला गेला; पण तो ठार झाला नव्हता. बेशुद्धावस्थेत होता. तो शुद्धीवर येत असल्याचे पाहून रामाने त्याच्यावर 'मानवास्त्रा'चा प्रयोग केला आणि लक्ष्मणाला त्याच्यावर लक्ष ठेवायला सांगितले होते.

एका प्रसंगी रामाला जवळजवळ चौदा हजार राक्षसांनी घेरले होते. श्रीरामाने त्यांच्यावर गांधर्व अस्त्राचा प्रयोग केला. त्या अस्त्रामुळे शत्रुसैनिकांना आपल्या शेजारी असलेला राक्षस हा राम आहे, असा भास व्हायला लागला. त्या मुळेच ते आपआपसांत लढू लागले. अखेर रामाने त्या सर्व चौदा हजार राक्षसांचा वध केला. ही घटना रावणाने जे असंख्य दहशतवादी सागरी मार्गाने भारताच्या पूर्व किनाऱ्यावर उतरवून भारतात घुसविले होते आणि जे घनदाट अरण्यातील ऋषी, मुनींचे आश्रम, होमकुंड उद्ध्वस्त करून त्यांना छळीत, त्या राक्षसांचा नाश करण्याच्या वेळी घडली होती. याच अस्त्राचा प्रयोग श्रीरामाने अखेरीस श्रीलंकेत रामरावण युद्धाच्या वेळीही केला होता. या अस्त्रामुळे रावणाच्या सैन्यात प्रचंड गोंधळ उडाला आणि श्रीरामाने जवळजवळ दीड-दोन तासांच्या अवधीत रथांवर आरुढ असलेले दहा हजार सेनानी, मोठमोठ्या हत्तींवर आरूढ असणारे अठरा हजार सैनिक, घोडदळाचे चौदा हजार; तर पायदळाचे वीस हजार सैनिक ठार केले. यावरूनच ते गांधर्वास्त्र किती प्रभावी असावे, याची कल्पना येऊ शकते.

श्रीरामाला दिलेले दुसरे अत्यंत प्रभावशाली अस्त्र होते ते म्हणजे 'ब्रह्मास्त्र.' या अस्त्राचे वैशिष्ट्य असे होते, की एकदा ते कोणत्याही लक्ष्यावर सोडले तर ते त्या लक्ष्याचा पाठलाग करून ते कोठेही दडले असले तरीही त्याला उद्ध्वस्त केल्याशिवाय राहत नाही. मेघनादाने हे अस्त्र हनुमानाने आरंभिलेला रावणसैन्याचा विध्वंस थांबविण्यासाठी त्याच्याविरुद्ध वापरले होते आणि या अस्त्राने त्याने

हनुमंताला बांधून टाकले होते. पण हनुमानाने आपल्या शक्तीने स्वत:ला मुक्त करून घेतले ते ब्रह्मदेवाच्या आशीर्वादामुळेच. त्यानंतर मेघनादाने याच अस्त्राचा वापर करून लक्षावधी वानरसैनिकांना बेशुद्ध गेले. श्रीरामाने आणि लक्ष्मणाने ब्रह्मास्त्राचा सत्कार केला आणि ते स्वत: त्याला शरण गेले आणि बेशुद्ध झाले. अखेर हनुमंताने आणलेल्या वैद्यकीय वनस्पतींच्या साहाय्याने राम आणि लक्ष्मणासहित सर्व वानर शुद्धीवर आले आणि पुन्हा युद्धाला सज्ज झाले.

श्रीकृष्णाचे सुदर्शन चक्र हे विष्णूचे प्रसिद्ध क्षेपणास्त्र आहे, जे त्याचे उद्दिष्ट पूर्ण झाल्यानंतर त्याच्या स्वामीकडे परतत असे. त्याच्याच क्षमतेचे 'नारायणास्त्र', ज्याचा उल्लेख रामायणात आणि महाभारतातही सापडतो. ते सुदर्शन चक्राइतकेच प्रभावी होते. ब्रह्मास्त्राचा उपयोग रामायण आणि महाभारतानंतर बंद झाला. एकूण द्वापारयुगानंतर त्याचे अस्तित्व संपुष्टात आल्याचे दिसते.

महाभारताच्या काळातही अशी अस्त्रे वापरली गेली होती. श्रीरामाने आणि रावणानेही ज्या गांधर्वास्त्राचा प्रयोग केला होता, त्याच गांधर्वास्त्राचा प्रयोग अर्जुनाचा पुत्र अभिमन्यू यानेही कौरवांच्या विरुद्ध केला होता. महाभारताच्या भयंकर युद्धात अर्जुनाने आपला दिव्य शक्तीचा शंख फुंकून कौरवांवर अत्यंत प्रभावशाली असे संमोहनास्त्र सोडले. अर्जुनाचा शंखनाद म्हणजे प्रचंड आवाज निर्माण करणारे अस्त्रच होते. त्याच्याच जोडील संमोहनास्त्र कौरवांवर आदळल्याने त्याचा परिणाम होऊन कौरव सैनिकांचे भान हरपले. त्या अवस्थेत त्यांनी आपली शस्त्रे खाली ठेवली. इतकेच नव्हे तर त्यांनी आपले कपडेही उतरवून रणांगणावर फेकून दिले. ते सर्व कपडे राजपुत्र उत्तराने गोळा केले. त्या अस्त्राचा प्रयोग अर्जुनानंतर कोणी केला नाही, असे जाणकारांचे म्हणणे आहे.

राम-रावण युद्ध आणि महाभारताच्या युद्धातही वर वर्णन केल्याप्रमाणे शत्रूच्या मनावर प्रभाव करणाऱ्या अस्त्रांचा प्रयोग करण्यात आला होता. त्यामुळे मानसशास्त्रीय प्रभाव निर्माण होऊन शत्रूवर मात करणे सहज शक्य होत असे.

महाभारत युद्धाच्या तेराव्या दिवशी अर्जुन दूर मोहिमेवर गेलेला असल्याने कौरव सेनानींनी रचलेल्या चक्रव्यूहाचा भेद करून आत शिरलेल्या अर्जुनपुत्र अभिमन्यूला कौरव सेनानींनी घेरून त्याचा वध केला. दुसऱ्या दिवशी युद्ध सुरू होताच अर्जुनाने एक हातगोळा आपल्या बाणावर बसवून तो कौरवसैनेकडे भिरकावला, तो गोळा कौरवसेनेत आपटताच त्याचा स्फोट होऊन प्रचंड ज्वाला निर्माण झाल्या आणि त्यात कौरवांचे एक अक्षौहिणी सैन्य जळून मेले. (एक अक्षोहिणी बरोबर एक लाख, नऊ हजार तीनशे पन्नास) इतक्या कौरव सैनिकांना कंठस्नान घातले. त्याच

**प्राचीन भारतीय शस्त्रास्त्रे आणि वर्तमान 'अण्वस्त्र' युगातील धोका / १७७**

संध्याकाळी अर्जुनाने अभिमन्यूच्या मृतदेहाचा अपमान करणाऱ्या जयद्रथाचाही वध केला.

अर्जुनाने कौरवसेनेत भिरकावलेल्या त्या हातगोळ्याचा स्फोट आजच्या युगातील अण्वस्त्रांप्रमाणेच असावा याची शक्यता नाकारता येणार नाही. अर्थात रामायण आणि महाभारत किंवा त्या काळातील कथा म्हणजे पुराणांतील वांगी किंवा भाकडकथा म्हणून आम्ही त्यांच्याकडे दुर्लक्ष केले आणि आपल्या देशातील महत्त्वपूर्ण तंत्रज्ञानाला मुकलो यात शंकाच नाही, असे विधान मी ठामपणे करीत आहे ते त्याला आधार आहे म्हणूनच. आणि तो आधार म्हणजे बनारस हिंदू युनिव्हर्सिटीच्या गणित विभागातर्फे श्री. एस. ए. परमहंस यांनी प्रकाशित केलेल्या संशोधनात्मक लेखात त्यांनी स्पष्टपणे उल्लेख केलेला आहे की, जगप्रसिद्ध मानसशास्त्रज्ञ ओपनहायमर यांनी प्रिन्सटन येथे झालेल्या एका जाहीर सभेत १९५७ मध्ये स्पष्टपणे सांगितले होते की, जर्मन वैज्ञानिकांना अणू आणि त्यामध्ये असलेल्या अणुशक्ती (न्युक्लीअर एनर्जी) बद्दलची माहिती वेदांच्या अभ्यासातून मिळाली. योगायोगाने या सभेला वेद विज्ञान मंडळाचे रँगलर जी. एल. चंद्रात्रे हेही उपस्थित होते. यावरून हे स्पष्ट होते की, आपल्या वेदवाङ्मयात अणू आणि त्यात दडलेल्या सुप्त शक्तीबद्दल माहिती दिलेली असून त्यातील ज्ञानाचा उपयोग करूनच आपल्या ऋषी-मुनींनी रामायण आणि महाभारताच्या काळी वापरली गेलेली प्रलयंकारी अस्त्रे निर्माण केली असली पाहिजेत.

या विधानाला पुष्टी मिळते ती सन १९०० मध्ये मोहेंजोदरोमध्ये जे उत्खनन झाले, त्यातील माहितीवरून. त्या उत्खननात खूप खोलीवर एका मोठ्या प्रचंड शहराचे अवशेष मिळाले. अभ्यासकांनी आणि संशोधकांनी ते तपासल्यावर संशोधक दावेनपोर्ट आणि व्हिनसेंटी यांनी असा निष्कर्ष काढला की, त्या शहराचा विध्वंस हा 'अण्वस्त्रा'ने झालेला आहे, असे जाणवते. याचा अर्थ स्पष्ट आहे, तो म्हणजे रामायण आणि महाभारतकाळी वापरल्या गेलेली अस्त्रे ही अण्वस्त्रेच असली पाहिजेत.

याशिवाय लंकाधिपती रावणानेही वैज्ञानिक क्षेत्रात, विशेषत: संरक्षणाच्या क्षेत्रात बरीच प्रगती केली होती हे आधी दिलेल्या तपशिलावरून स्पष्टपणे जाणवतेच. त्याने केलेली लंकेची संरक्षणव्यवस्थाही अप्रतिम होती. त्याचप्रमाणे युद्धकलेचा आद्य गुरू श्रीकृष्ण याने जी द्वारका स्थापन केली, त्या नगराची सुरक्षा-व्यवस्थाही अप्रतिम आणि अद्वितीय अशी आहे.

वर मी जे लिहिले आहे की, जर्मनांनी आपल्या वेदांचा अभ्यास करून

अणू व त्याची रचना यांचा अभ्यास करून अण्वस्त्रांची निर्मिती केली होती. हीच माहिती अमेरिकेने जर्मनीतून पळविली अगि तिचा अभ्यास करून अणुबाँब बनविले आणि त्या अणुबॉम्बचा पहिला प्रयोग दुसऱ्या महायुद्धाच्या अखेरीस ६ ऑगस्ट १९४५ रोजी जपानच्या हिरोशिमावर विमानातून टाकून केला आणि जगाला हादरून टाकले. त्यानंतर लगेच ९ ऑगस्ट ४५ रोजी नागासाकीवर अणुबाँम्ब टाकून हिरोशिमाप्रमाणेच ते शहरही उद्ध्वस्त करून टाकले. लाखो लोकांचे प्राण गेले आणि अणुबॉम्बच्या प्रभावाने जग हादरले. त्यानंतर रशियाने अणुतंत्रज्ञान अमेरिकेतून पळवले, असे सांगितले जाते. आणि मग अण्वस्त्रांचा प्रसार सुरू झाला. युद्ध नको असेल तर सर्व दृष्टींनी युद्धासाठी सज्ज रहा, या तत्त्वाप्रमाणे सर्वच जग सज्ज राहण्याचा प्रयत्न करीत आहे. भारतही तेच करीत आहे.

आज इतर राष्ट्रांमध्ये होणारी लहानसहान युद्धे सोडली, तर तिसऱ्या महायुद्धाची शक्यता फारशी वाटत नाही. त्याला प्रमुख कारण आहे ते अणुबाँबने निर्माण केलेल्या दहशतीचे. तिसरे महायुद्ध म्हणजे सर्वनाश, प्रलय हेच चित्र आज जगाच्या नजरेसमोर आहे. म्हणूनच सारे जग वचकून आहे. या अणुबॉम्बविषयी काव्यातच सांगायचे झाले तर अणुबॉम्ब तयार करण्यात यशस्वी झालेल्या 'ओपनहायमर' या संस्कृत साहित्यप्रेमी प्रमुख वैज्ञानिकाच्या तोंडून, पहिल्याच अणुविस्फोटानंतर उत्स्फूर्तपणे बाहेर पडलेल्या काव्यपंक्तीतच सांगावे लागेल. या काव्यपंक्ती आहेत श्रीमदभगवद्गीतेच्या अकराव्या अध्यायातील बाराव्या श्लोकाच्या. पहिल्याच अणुस्फोटाचे ते विदारक दर्शन घडताच या वैज्ञानिकाच्या तोंडून बाहेर पडलेला तो श्लोक म्हणजे-

दिवि सूर्य सहस्रस्य, भवद्युग पदुस्थिता ।<br>
यदि या सदृशी या स्याद्भ्दासस्तस्य महात्मनः ॥

या श्लोकानंतर तो म्हणाला, ''अणुयुद्ध झालेच तर जग हे पूर्वीसारखे राहणार नाही. कारण या स्फोटाची आग कोटी कोटी सूर्य एकदम प्रकाशमान झाल्याप्रमाणे दिसते.'' म्हणजे शेवटी युद्ध नको ही प्रार्थनाही काव्याने होत असल्याची जाणीव आपणा सर्वांना झाल्याशिवाय राहत नाही. याशिवाय युद्ध आणि काव्याचा जास्त स्पष्ट संबंध तो काय असणार? हेही तत्त्वज्ञान भारतच जगाला देऊ शकेल. कारण वरील वर्णन श्रीकृष्णाच्या विश्वरूपी दर्शनाचेच आहे.

### अण्वस्त्रयुगाकडे वाटचाल

प्राचीन भारतातील अस्त्रांचा परिचय करून घेतला तो एवढ्याचसाठी, की त्या

काळी भारत हा जगात त्या क्षेत्रात प्रगत असा देश होता. त्यानंतर मात्र भारतीयांना त्याचा विसर पडला आणि राजेरजवाड्यांच्या काळात संरक्षण आणि सुरक्षेबाबतची प्रगती न होता परिस्थिती तेथेच स्थिरावली आणि विस्मरणात गेली. त्यानंतर बाबराने भारतावर आक्रमण करताना तोफा-बंदुका आणल्या आणि पाहता पाहता दिल्ली ताब्यात घेतली. इतकेच नव्हे, तर त्याला भारतात ये म्हणून निमंत्रण देणाऱ्या राजपूत वीर राणा संगाचा, ज्याने बाबराने आणलेल्या तोफा-बंदुकांकडे दुर्लक्ष केले होते, त्याचा फत्तेपूर शिक्रीजवळील कनवाच्या रणांगणावर पराभव केला.

त्यानंतर भारत सतत त्या आक्रमकांच्या घोड्याच्या टापांखाली तुडवला जात होता, तो १६३० साली पश्चिम क्षितिजावर शिवरायांच्या रूपाने उगवलेल्या तेजस्वी रविराजांच्या काळापर्यंत. त्यांच्यामुळे भारतीयांना स्वत:चे असे राज्य या भारताच्या भूमीवर मिळाले. शिवरायांनी घडून गेलेल्या इतिहासाचा अभ्यास करून नवा इतिहास घडविला. तोफांचा कारखाना काढला. त्यांच्या स्वराज्याचे साम्राज्यात रूपांतर केले, ते वेगवान युद्धतंत्राचा अवलंब करून. पराक्रमी बाजीरावाने तेच केले. त्यांच्या कालखंडानंतर मात्र इंग्रजांनी भारत ताब्यात घेतला. पहिल्या महायुद्धात विमाने आली. त्यांतून शत्रूवर बॉम्बवर्षाव करण्यात येऊ लागला. इंग्रजांतर्फे त्यांचा शत्रू असलेल्या जर्मनीच्या राजधानीवर म्हणजेच बर्लिनवर आपल्या (इंग्रजांच्या) विमानात बॉम्ब घेऊन बॉम्बचा प्रथमच वर्षाव करणारा एक धाडसी मराठी तरुण होता. त्याचे नाव होते दत्तात्रय लक्ष्मण पटवर्धन. या रत्नागिरीच्या तरुणाने 'डी. लॅकमन पॅट' हे नाव धारण करून रॉयल एअर फोर्समध्ये प्रवेश घेतला होता. या पठ्ठ्याचे इंग्लंडच्या राजाने स्वत: कौतुक केले होते. भारतात परत आल्यावर इंग्रजांच्या त्या राजवटीत तो इंग्रज राज्यपालाचा पाहुणा म्हणून राजभवनात राहिला होता. थोडेसे विषयांतर करून त्या मराठी वीराची माहिती दिली ती एवढ्याचसाठी की, नव्यानेच निर्माण झालेले इंग्रजांचे रॉयल एअर फोर्सचे विमान घेऊन जर्मनीवर बॉम्बफेक करायला कोणी धजावत नसताना या मराठी वीराने तो पराक्रम करून दाखवला होता, तोही १९१८ साली. म्हणूनच इंग्रज धास्तावले होते. भारतीयांमधील ती मूळची क्षात्रवृत्ती जागी झाली तर आपल्याला भारतातून काढता पाय घ्यावा लागेल, ही भीती त्यांना सतत सतावीत होती.

## वर्तमान अण्वस्त्रांच्या युगात

आधी लिहिल्याप्रमाणे अमेरिकेने १९४५ साठी अणुबॉम्ब तयार करून ६ आणि ८ ऑगस्ट १९४५ रोजी जपानच्या हिरोशिमा आणि नागासाकी या शहरांवर

ते विमानातून टाकून ती शहरे उद्ध्वस्त केली. त्यानंतर दुसरी महाशक्ती असलेल्या रशियाने अण्वस्त्र बनविण्याचे ते तंत्रज्ञान अमेरिकेतून पळविले आणि काही काळातच चीन, फ्रान्स आणि ब्रिटन या देशांनीही ते तंत्रज्ञान मिळविले आणि पाहता पाहता ते देशही अण्वस्त्रधारी देश झाले आणि मग इस्त्राईल, इराण, पाकिस्तान, कोरिया आणि भारत हे पाच देशही अण्वस्त्रधारी झालेत. अर्थात, अण्वस्त्रप्रसारबंदी कायद्यानुसार पहिले पाच म्हणजे अमेरिका, रशिया, इंग्लंड, फ्रान्स आणि चीन या पाच देशांनाच अण्वस्त्रे बाळगण्याची परवानगी आहे. हे पाचही देश संयुक्त राष्ट्रसंघाच्या सुरक्षा समितीचे सदस्य आहेत आणि 'कायम पाच' असा त्यांचा उल्लेख केला जातो. कारण ते सुरक्षा समितीचे कायम सदस्य आहेत.

त्यांच्यानंतर त्या पाचांमध्ये इस्त्राईल-इराण-पाकिस्तान-उत्तर कोरिया आणि भारत यांची भर पडली आहे. एन.पी.टी. म्हणजेच अण्वस्त्रप्रसारबंदी करारावर सह्या न करणाऱ्या देशात भारत, इस्त्राईल आणि पाकिस्तान हे देश आहेत. पण आंतरराष्ट्रीय राजकारणात त्या पहिल्या बड्या पाच राष्ट्रांचा वरचष्मा असल्याने भारतासह अन्य देशांकडे अण्वस्त्रे असूनही त्यांना अण्वस्त्रधारी देश म्हणून ओळखले जात नाही तरीही इस्त्राईल हा अमेरिकेच्या जवळचा आणि अघोषित साथीदार असल्याने त्याच्यावर दया दाखविली जात असते आणि अण्वस्त्रप्रसाराच्या बाबतीतील चर्चेत इस्त्राईलचा उल्लेख केला जात नाही. मग उरतात भारत आणि पाकिस्तान हे दोन देश आणि अण्वस्त्रप्रसारबंदीचे चाहते समर्थक या दोन देशांना लक्ष्य करीत असतात. त्यातल्या त्यात पाकिस्तानची जगात वेगळी प्रतिमा आणि ओळख असल्याने, टीकेचा सगळा भर भारतावरच असतो.

त्यातच नागरी अणुकराराबाबत अमेरिकेची भारताबरोबर चर्चा चालू असताना अमेरिकेतीलच काही गैरसरकारी संघटना आणि काही पाश्चात्त्य देशांनी त्या चर्चेत इतके अडथळे निर्माण केले होते, की हा करार म्हणजे भारताचे एक स्वप्न ठरण्याची शक्यता निर्माण झाली होती. त्यातल्या त्यात हा करार होऊच नये म्हणून चीनने जोरदार प्रयत्न केले होते. पण अमेरिकेचे त्या वेळचे अध्यक्ष जॉर्ज बुश यांनी सातत्याने केलेल्या पाठपुराव्यामुळे आणि त्यांच्या वैशिष्ट्यपूर्ण भारतवादी दृष्टिकोनामुळे हा करार मार्गी लागला. पाकिस्तानच्या बाबतीत वेगळा न्याय असतो. पाकवर थोडी टीका होते, पण ती विरून जाते. भारताच्या विरोधात मात्र बऱ्याच देशांनी आघाडीच उघडली होती. 'जी'-८ परिषदेतील सदस्य राष्ट्रांनी उत्तर कोरियाच्या अण्वस्त्र कार्यक्रमावर आणि इराणच्या धोरणांवर टीका केली. पण चीन पाकिस्तानच्या आण्विक क्षेत्रात करणार असलेल्या गुंतवणुकीच्या प्रश्नावर मात्र

**प्राचीन भारतीय शस्त्रास्त्रे आणि वर्तमान 'अण्वस्त्र' युगातील धोका / १८१**

कोणीही एका शब्दानेदेखील उल्लेख केला नाही. पाकिस्तानने चीनबरोबर केलेल्या करारानुसार पाकिस्तानात सध्या दोन नागरी अणुभट्ट्या आहेत आणि आणखी दोन अणुभट्ट्या त्याला चीनकडून मिळणार आहेत. दोन्ही देशांतील हा नागरी अणुकरार आंतरराष्ट्रीय मर्यादा पाळणारा आहे असा दावा चीनच्या परराष्ट्र मंत्रालयाने केला असून हा करार शांततेसाठी तर आहेच; शिवाय त्यावर आंतरराष्ट्रीय अणुउर्जा आयोगाची देखरेख राहणार आहे, असे दोन्ही देश सांगत आहेत. मात्र त्या क्षेत्रातील तज्ज्ञांचा त्यांच्या सांगण्यावर विश्वास नाही. अणुइंधनाचा पुरवठा करणाऱ्या (एन.एस.जी) गटात जगातील ४६ देशांचा समावेश आहे. नागरी उपयोगासाठी दिलेल्या अणुइंधनाचा वापर अण्वस्त्र निर्माण करण्यासाठी होणार नाही, याची दक्षता हा गट घेत असतो. चीनलाही या गटाचे सदस्यत्व मिळाले आहे. पण पाकिस्तानबरोबर करार केला तेव्हा चीन या गटाचा सदस्य नव्हता. आता चीनने आपल्या पद्धतीनुसार पवित्रा बदला असून, पाकिस्तानाला देण्यात येणाऱ्या दोन नव्या अणुभट्ट्या आधीच्या करारानुसार असल्यामुळे त्यासाठी आंतरराष्ट्रीय अणू उर्जा आयोगाच्या (एन.एस.जी.) मान्यतेची आवश्यकता नाही, असा त्याचा दावा आहे.

वास्तविक अण्वस्त्रांच्या युगाच्या संदर्भाने साऱ्या जगातील देशांचा विचार करीत असताना चीन व पाकिस्तान यांच्यासंबंधी विचार एवढ्याचसाठी मांडणे आवश्यक आहे, की हे दोन्ही देश भारताच्या दृष्टीने धोकादायक आहेत. आणि सारे जगही त्यांच्याकडे संशयात्मक दृष्टीने पाहत असते. यामुळेच भारताला वाटत असलेल्या भीतीला पुष्टीच मिळते. या संबंधात चीनने काहीही म्हटले असले, तरी त्याचा पाकिस्तानबरोबरचा करार हा आंतरराष्ट्रीय नियमांचा भंग करणारा आहे, यात शंकाच नाही. एन.पी.टी. वर सही न केलेल्या किंवा अणुभट्ट्यांवर आंतरराष्ट्रीय देखरेख नसलेल्या देशाबरोबर करार करणे हा नियमभंग आहे. भारतानेही या करारावर सही केली नसल्यामुळे सदर नियमातून आपल्याला सवलत मिळावी म्हणून भारताला कसून प्रयत्न करावे लागतील. अर्थात अण्वस्त्र प्रसारबंदीच्या मुद्द्यावर पाकिस्तान आणि भारत पूर्णपणे विरोधी टोकांना आहेत.

ऊर्जेसाठी पाकिस्तानने कोणते पर्याय वापरावेत, याबद्दल भारताला काही देणे-घेणे नाही. पण पाकिस्तान या अणुभट्ट्यांचा वापर अण्वस्त्रांची निर्मिती करण्यासाठी व त्यांची संख्या वाढविण्यासाठी करू शकेल, याची शक्यता वाटते आणि ही खरी भीती आहे. पाकिस्तान तेच करीत आहे याबद्दलचे भक्कम पुरावे अमेरिकेच्या गुप्तहेर यंत्रणेकडे आहेत आणि अर्थातच आपल्या अण्वस्त्रांची संख्या वाढविण्याचे उद्दिष्ट पूर्ण करण्यासाठी पाकिस्तानला चीनशिवाय दुसरा कोणता

खात्रीलायक मित्र मिळू शकतो? चीनच्या सक्रिय साहाय्यामुळेच पाकचा 'अणु' कार्यक्रम चालू आहे, हे साऱ्या जगाला माहीत आहे. त्याला अमेरिकेची मदत असली तरी पाकिस्तानच्या लष्कराचे सध्या सुरू असलेले आधुनिकीरण चीन करतो आहे. प्रस्तावित पाक-चीन करार– नागरी अणू करार भारत रोखणार का, हा फक्त प्रश्न आहे. याच महत्त्वाच्या मुद्द्यावरून भारताच्या परराष्ट्र धोरणाचा निकट भविष्यात कस लागणार आहे. चीनचा पवित्रा हा भारताच्या दृष्टीने आश्चर्यकारक नाही.

पाकिस्तानच्या अण्वस्त्रनिर्मितीच्या क्षमतेत लक्षणीय वाढ होत असल्यामुळे दक्षिण आशियातील परिस्थिती आणखी नाजूक होणार आहे, यात शंकाच नाही. त्याचे कारण म्हणजे पाकिस्तानमुळे दक्षिण आशियातील अण्वस्त्र-समतोल बिघडून त्याला धक्का पोचण्याची शक्यता आहे. आधीच कट्टरपंथीयांमुळे आणि दहशतवादी कारवायांमुळे अस्थिर झालेल्या पकिस्तानकडे आताच साठ अण्वस्त्रे असून अगदी कमी वेळात शंभर अण्वस्त्रांची निर्मिती पाकिस्तान करू शकेल. त्या मानाने भारताकडच्या ६० ते ७० अण्वस्त्रांची माहिती स्वीडनच्या 'स्टॉकहोम इंटरनॅशनल पीस रिसर्च इन्स्टिटयूट' (सिप्रीं)च्या वार्षिक अहवालात नमूद करण्यात आलेली आहे.

वरील अहवालात भारत आणि पाकिस्तानच्या अण्वस्त्रक्षमतेची तुलना करण्यात आली आहे. त्यात म्हटले आहे, की पाकिस्तानकडे साठ अण्वस्त्रे तयार असून खुशाबमधील त्यांच्या दोन प्लुटोनियम अणुभट्ट्या कार्यान्वित होण्याच्या मार्गावर आहेत. त्यामुळे पाकिस्तानच्या अण्वस्त्रनिर्मितिक्षमतेमध्ये लाक्षणिक म्हणजे जवळजवळ सात पटीने वाढ होणार असल्याचे वरील निरीक्षण अहवालात नोंदविण्यात आलेले आहे. हवेतून मारा करगारे क्षेपणास्त्र विकसित करण्याचा पाकिस्तानचा प्रयत्न असून जमिनीवरून मारा करणाऱ्या 'सबसॉनिक बाबर' क्षेपणास्त्राच्याही आधीच चार चाचण्या घेण्यात आल्या आहेत. अर्थात, या बाबर क्षेपणास्त्रातून अण्वस्त्राचा मारा करता येऊ शकेल किंवा कसे, हे स्पष्ट होऊ शकलेले नाही.

अण्वस्त्रयंत्रणेसाठी पाकिस्तानने एफ-१६ विमानांचा ताफा तयार ठेवला आहे. याशिवाय गझनवी-१ आणि शाहीन-१ या कमी पल्ल्याच्या क्षेपणास्त्रांद्वाराही अण्वस्त्रांचा मारा करणे पाकिस्तानला सहज शक्य होईल. त्यांच्या जोडीलाच मध्यम पल्ल्याची घौरी-१ आणि शाहीन-२ ही दोन क्षेपणास्त्रेही विकसित करण्याचे प्रयत्न सुरू आहेतच.

पाकिस्तानच्या तुलनेत भारताकडे ६० ते ७० क्षेपणास्त्रे असून अण्वस्त्र

प्राचीन भारतीय शस्त्रास्त्रे आणि वर्तमान 'अण्वस्त्र' युगातील धोका / १८३

यंत्रणेमध्ये ५०० किलोमीटर पल्ला असलेले पृथ्वी-१ तर मध्यम पल्ल्याचे म्हणजे ७०० किलोमीटरचा पल्ला असलेले अशा दोन क्षेपणास्त्रांचा समावेश आहे. अग्नी-२ ज्याचा पल्ला १२०० किलोमीटरचा आहे आणि ३०० किलोमीटरचा पल्ला असलेले अग्नी-३ या दोन प्रभावी क्षेपणास्त्रांचा विकास चालू आहे. अर्थात अग्नी-२ (५०० किमी हे प्रायोगिक वापरासाठी लष्कराकडे सोपविण्यात आलेले आहे.) याशिवाय सबसॉनिक क्षेपणास्त्र 'निर्भय'आणि सागरातून मारा करण्याची क्षमता असलेले 'शौर्य' ही दोन्ही विकसित करण्यात येत आहेत. याशिवाय युद्धनौकेतून मारा करता येणाऱ्या 'धनुष्य' क्षेपणास्त्राच्या तैनातीची प्रक्रिया सुरू असल्याचेही वरील अहवालात म्हटले आहे. ('सकाळ'च्या सौजन्याने)

सध्या जगातील कोणत्या देशाकडे किती अण्वस्त्रे आहेत, याचे आकडेही स्वीडनच्याच स्टॉकहोम इंटरनॅशनल पीस रिसर्च इन्स्टिटट्यूट (सिप्री) च्या वार्षिक अहवालात नमूद करण्यात आले आहेत. त्यांच्या अहवालानुसार निरनिराळ्या अण्वस्त्रधारी देशांकडे असलेल्या अण्वस्त्रांची संख्या खालीलप्रमाणे आहे-

| **अनु.क्र.** | **अण्वस्त्रांची संख्या** | **शेरा** |
|---|---|---|
| १. रशिया | १२००० | अमेरिकेच्या वॉशिंग्टन पोस्टने दिलेल्या |
| २. अमेरिका | ९६०० | ताज्या बातमीनुसार (दि.३१।१।११) |
| ३. फ्रान्स | ३०० | पाकिस्तानकडे ११० क्षेपणास्त्रे असून |
| ४. ब्रिटन | २२५ | त्याने नुकताच १५०० मैल अंतरावर |
| ५. चीन | २४० | मारा करू शकेल या शाहीन-२ |
| ६. पाकिस्तान | ६० ते ८० | क्षेपणास्त्राची चाचणी घेतली असून |
| ७. इस्त्राईल | ८० | भारताच्या सीमेनजीक त्याने कित्येक |
| ८. भारत | ६० ते ७० | अण्वस्त्रे तैनात केली आहेत. म्हणून |
| | | साऱ्या जगाचे त्याच्याकडे लक्ष आहे. |

(संदर्भ 'सिप्री' - सकाळ दि. ४-६-१०)

वर लिहिल्याप्रमाणे पाक लष्करच आपल्या अण्वस्त्रांचे शतक पूर्ण करेल. अर्थात, भारताचे त्यावर लक्ष आहेच. चीन हा पाकिस्तानच्या पाठीराखा आहे. ऑगस्ट २०१० च्या ताज्या बातमीनुसार चीनने भारताच्या सीमेलगत लांब पल्ल्याची शक्तिशाली अशी सी.एस.एस.–५ ही क्षेपणास्त्रे तैनात केलेली आहेत. ही खळबळजनक माहिती अमेरिकेच्या संरक्षण खात्याने (पेंटॅगॉन) दिलेली आहे. त्यांच्या सोबतीलाच

आपले हवाईदलही तैनात करण्याचा चीनचा विचार असल्याचा दावाही 'पेंटॅगॉन' (अमेरिका)ने केला आहे. चीनने भारताच्या अरुणाचल प्रदेशावर दावा केलेला आहे. त्या दृष्टिकोनातून चीनच्या वरील कारवाईला महत्त्व आहे. अमेरिकेचे त्यावर लक्ष आहे, हे महत्त्वाचे आहे. अर्थात भारताला डिवचण्याचे प्रयत्न स्वत: चीन करेलच असे नाही; कारण अर्थातच अमेरिका हे असणे शक्य आहे.

पण पाकिस्तानच्या बाबतीत तसे नाही. सध्या स्वत: पाकिस्तान एखाद्या धुमसत्या ज्वालामुखीवर असल्याप्रमाणे होरपळतो आहे, तो अंतर्गत जाती-जमातींच्या संघर्षामुळे. आणि त्यातच दहशतवादाला पोसण्याचा त्याचा छुपा कार्यक्रम चालू आहेच. त्याची स्वत:ची परिस्थिती अस्थिर झाली, की आपल्या जनतेचे लक्ष दुसरीकडे वळविण्यासाठी भारत वर आक्रमण करणे हा पाकिस्तानचा अलिखित कार्यक्रम असतो आणि त्या परिस्थितीत प्रत्येक वेळी भारतीय सेनादलाने त्याच्या आक्रमक सैन्याला चांगलाच मार दिलेला आहे. अशा परिस्थितीत १९९९ च्या कारगिल युद्धामध्ये जनरल मुशर्रफ यांच्या नेतृत्वाखाली पाकी सैन्याने केलेल्या आक्रमणाच्या वेळी भारतीय सेनादलाने जेव्हा आक्रमक सैन्याला बेदम मार देऊन रक्तबंबाळ केले होते, त्या वेळी "आम्ही एखादे वेळी अण्वस्त्रांचाही वापर करू" अशी वल्गनाही त्यांनी केली होती. त्या वेळी आपले तत्कालीन गृहमंत्री कै. प्रमोद महाजन यांनी लगेच जाहीर वक्तव्य केले होते की, पाकिस्तानने असे धाडस केले, तर नंतरच्या काही वेळातच पाकिस्तान उद्ध्वस्त होऊन जाईल.

अर्थात पाकिस्तानने तसले काहीही धाडस केले नाही. म्हणून परिस्थिती आटोक्याबाहेर गेली नाही. हे झाले आपल्या उपखंडातील परिस्थितीबाबत. जागतिक पातळीवर सध्या उत्तर कोरिया आणि दक्षिण कोरियातील परिस्थितीबाबत चीनच्या मदतीनेच अण्वस्त्रसज्ज झालेला उत्तर कोरिया दक्षिण कोरियाविरुद्ध आक्रमक हालचाली करीत आहे आणि राहून राहून धमकावीत आहे, की आम्ही अण्वस्त्रांचा उपयोग करायला मागेपुढे पाहणार नाही वगैरे. पण दक्षिण कोरियाला अमेरिकेचा पाठिंबा आहे हे जगजाहीर आहे. त्यामुळे अजूनतरी त्या क्षेत्रात फारसे काही घडत नाही. तिकडे इराणही अण्वस्त्रसज्ज होण्याचा प्रयत्न करीत आहे. आणि साऱ्या जगाचे त्याच्यावर लक्ष आहे. सुदैव इतकेच की जगातील दोन्ही महाशक्तींना अण्वस्त्रयुद्धाच्या भीषण परिणामांची जाणीव असल्यामुळे त्या दोघांनी म्हणजेच अमेरिका आणि रशिया यांनी सबुरीचे धोरण स्वीकारून आता अण्वस्त्रकपातीच्या दिशेने पाऊल उचलले आहे. हे जगाच्या दृष्टीने खरोखरीच स्वागतार्ह पाऊल आहे.

**प्राचीन भारतीय शस्त्रास्त्रे आणि वर्तमान 'अण्वस्त्र' युगातील धोका / १८५**

आता प्रश्न उरतो तो आपल्या भारतीय उपखंडातील सदैव स्फोटक असलेल्या परिस्थितीचा. त्यातल्या त्यात पाकिस्तानाने प्रत्यक्ष युद्धात सतत मार खाल्याने भारतात दहशतवादी कृत्ये करण्यासाठी पूर्णपणे प्रशिक्षित असे दहशतवादी धाडणे सुरू केले आहे. लंकाधिपती रावणाने त्याच्या पहिल्या आक्रमणात माळव्याचा कल्पक राजा कार्तवीर्य अर्जुन याने दणदणीत पराभव केल्यानंतर भारतात घुसखोर धाडण्यास सुरुवात केली होती, ती बंगालच्या उपसागरातून सागरी मार्गाने! आणि त्याने अगदी बिहार, ओरिसा येथे आपली शक्तिकेंद्रे प्रस्थापित केली होती ती हिमालयाच्या पायथ्यापर्यंत. अर्थात, ती सर्व शक्तिकेंद्रे, प्रभू रामचंद्राने उद्ध्वस्त केली होती. आता पराभूत पाकिस्तान त्याच मार्गाचा अवलंब करण्याचा प्रयत्न करीत आहे. त्याच्या घुसखोरांनी भारतातीलच काही कट्टरवाद्यांना आपलेसे करून शक्तिकेंद्रे स्थापन करण्याचा प्रयत्न सुरू केलेला असून त्यात त्याला थोडेफार यशही मिळते आहे.

पाकच्या या घुसखोरीचा बंदोबस्त करण्यासाठी आपली गुप्तहेर यंत्रणा प्रभावी करण्याची जशी आवश्यकता आहे: तशीच जनतेनेही सदैव जागरूक राहून सरकारी यंत्रणेला साथ देण्याची नितांत आवश्यकता आहे. अर्थात, गुप्तहेर यंत्रणेला पर्याय नाही आणि कोणत्याही प्रत्यक्ष किंवा अप्रत्यक्ष युद्धात या गुप्तहेर यंत्रणेच्या प्रभावी आणि कुशल कामगिरीमुळेच कोणत्याही देशाला परिस्थितीवर मात करणे सहज शक्य होते. म्हणूनच आता गुप्तहेर यंत्रणेच्या कार्याबद्दलही थोडा विचार करणे आवश्यक आहे.

### युद्धकौशल्य

युद्धकला ही प्रत्यक्ष रणांगणावर प्रत्यक्षात अवतरत असते, त्यात कौशल्य असते. कल्पक आणि कुशल सेनानी आपली आकलनशक्ती, प्रसंगावधान, पर्यावरण, शत्रूचे मनोबल आणि त्याचे सामर्थ्य, आपले सामर्थ्य आणि सैनिकांचे मनोबल आदींचा विचार करून आपले युद्धतंत्र ठरवीत असतो. अशा काही गाजलेल्या सेनानींच्या युद्धतंत्रांचा अभ्यास केल्यानंतर जिज्ञासूंना आणि अभ्यासकांना उपयुक्त ठरावीत अशी काही मार्गदर्शक तत्त्वे नमूद करता येतील आणि वर्तमान अण्वस्त्रांच्या युगातही ती महत्त्वाची ठरतील. कारण अण्वस्त्रांचा उपयोग करणारा देशही उद्ध्वस्त होण्याची शक्यता असते. म्हणूनच पारंपरिक युद्धतंत्राच्या या तत्त्वांना सदैव महत्त्व राहणार आहे.

### मार्गदर्शक तत्त्वे

१. पहिले महत्त्वाचे म्हणजे युद्ध नको असेल तर युद्धासाठी सज्ज रहा.

२. युद्धशास्त्राचा व्याख्याता क्लॉजविट्झ म्हणतो, ''युद्ध म्हणजे राजकीय वादविवादांचा अखेरचा मुद्दा होय.''

३. आपली गुप्तहेर यंत्रणा कार्यक्षम आणि प्रभावशाली ठेवून तिला कार्यरत ठेवणे.

४. शत्रूच्या गुप्तहेरांना आपल्या देशात आणि सैन्यात वाव मिळणार नाही याची दक्षता घेणे.

५. पर्यावरणाचे आकलन करून युद्धप्रसंगी त्याची साथ कशी मिळविता येईल हे पाहणे.

६. शत्रूची फसवणूक करणे हा युद्धात विजय मिळविण्याचा हुकमी मार्ग होय.

७. आपल्याला सोईच्या अशा भौगोलिक क्षेत्रात शत्रूला खेचून आणणे.

८. शत्रूच्या सैन्याची, त्याच्या मारकशक्तीची, त्याची कमजोरी कशात आहे, याची माहिती मिळविणे.

९. आपल्या सैनिकांच्या मारकशक्तीची कोणतीही माहिती शत्रूला मिळणार नाही, याची दक्षता घेणे.

१०. शत्रुसैन्यात फूट पाडणे किंवा त्याला सैन्याचे तुकडे करण्यास भाग पाडणे.

११. आपण कमजोर आहोत, आपल्या सैनिकांचे मनोबल खचलेले आहे. असा आभास निर्माण करणे.

१२. वरीलप्रमाणे शत्रूच्या मनात भास निर्माण करून माघार घेण्याचे नाटक करणे.

१३. माघार घेत असताना पाठलाग करणाऱ्या शत्रूवर 'पलटी' खाऊन अचानक तुटून पडणे.

१४. आक्रमक शत्रू आक्रमणाच्या तयारीत असतानाच त्याच्यावर तुटून पडणे.

१५. शत्रूचे मित्र त्याला मिळण्याच्या आधीच त्यांना एक एकटे गाठून उद्ध्वस्त करणे.

१६. शत्रूचा शत्रू तो आपला मित्र असे समजून त्याला आपल्या साथीला घेऊन शत्रूला उद्ध्वस्त करणे.

१७. रणांगणावर युद्धप्रसंगी ऐनवेळी उपयोगी पडावी म्हणून राखीव तुकडी आपल्या पिछाडीला ठेवणे.

१८. आपल्या देशात स्थिरावलेल्या शत्रूला हुसकावून लावण्यासाठी 'गनिमी' युद्धपद्धती उपयुक्त ठरते.

१९. आर्य चाणक्य यांनी शत्रूला संपविण्याठी विषकन्यांचा उपयोग केला

होता; तो प्रभावी ठरला.

२०. दुसऱ्या महायुद्धात जपानने, हेरगिरीसाठी तरुणींचा केलेला वापरही उपयुक्त ठरला.

२१. आपल्या सैनिकांना आपल्या देशाचा इतिहास माहीत असणे महत्त्वाचे ठरते.

२२. मानसशास्त्रीय युद्धतंत्राचा प्रयोग नेहमीच प्रभावशाली ठरलेला आहे. याचा श्रीकृष्ण हा आद्य गुरू होय.

२३. सगळ्यात महत्त्वाचे म्हणजे मोहिमेवर निघण्याआधीच सैनिकांच्या पोटापाण्याची सोय करणे आवश्यक आहे.

वर दिलेली मार्गदर्शक तत्त्वे ही लष्करी इतिहासाच्या अभ्यासातून निष्पन्न झालेली आहेत. त्याची उदाहरणे आधीच दिलेली आहेत. यासंबंधी असा प्रश्न उठतो, की अण्वस्त्रांच्या वर्तमान युगात ती उपयुक्त ठरतील किंवा कसे? याचे एकच उत्तर आहे, ते म्हणजे निश्चितच उपयुक्त ठरावीत. कारण कोणताही देश अण्वस्त्रांचा वापर करण्यास धजावणार नाही. कारण तो देशही उद्ध्वस्त होऊ शकेल. म्हणूनच हे महत्त्वाचे आहे.

***

## तीस

कोणत्याही राष्ट्राच्या संरक्षण यंत्रणेचा आत्मा म्हणजे त्याची गुप्तहेर यंत्रणा हा असतो. या बाबतीत आर्य चाणक्य यांनी खूपच मोलाचे विचार मांडले आहेत. अर्थात, हे विचार मांडण्याआधी ते जेव्हा पाटलीपुत्रचे दानाध्यक्ष आणि न्यायाध्यक्ष झाले, तेव्हा ते स्वत: पाटलीपुत्र नगरीतून रात्रीचा फेरफटका मारीत. तेही वेश पालटून. त्यांना त्यांच्या रात्रीच्या या वेगळ्या वेशातील फेरफटक्यामुळे अनेक गोष्टींचा थांगपत्ता लागत असे. राज्याच्या सुरक्षिततेबद्दलची अवस्था समजत असे. एका रात्री त्यांच्या हेही लक्षात आले, की त्यांच्या शस्त्रागारातील शस्त्रे कमीकमी होत आहेत. शस्त्रागारावरील रक्षक झोपा काढतात. अशा रक्षकांना त्या अवस्थेत पकडून त्यांनी देहदंड दिला. अशाच रात्रीच्या फेरफटक्यात त्यांना समजले की, त्यांच्या शेजारच्या राज्यातून एक गुप्तहेर येऊन त्यांच्या राज्यातील दोघांना महिन्याला दोन हजार सुवर्णमुद्रा देऊन विकत घेण्याचा प्रयत्न करीत होता. त्यांनी या संबंधात कडेकोट बंदोबस्त केला आणि मगध राज्य बलिष्ट केले.

या संबंधात एखाद्या कसलेल्या गुप्तहेराप्रमाणे ते सदैव जागृत होते. चंद्रगुप्ताला राज्यावर बसविल्यानंतर राक्षसाने त्यांना मारण्यासाठी सतत प्रयत्न केले. पण आचार्य चाणक्यांनी अत्यंत कौशल्याने त्या मारेकऱ्यांना पकडून त्यांनाच ठार केले. या अत्यंत तल्लख बुद्धीच्या आचार्यांने मगध राज्याची स्वत:ची अशी गुप्तहेर यंत्रणा निर्माण केली होती. त्यांनी हेरगिरीसाठी तरुण मुलींचाही अत्यंत कौशल्याने वापर कसा करायचा, हेही जगाला दाखवून दिले. त्यानंतर अर्थातच हेरगिरीसाठी सुंदर तरुणींचा उपयोग सतत होऊ लागलेला आढळतो. याची काही

उदाहरणे अत्यंत बोलकी आहेत.

कोणताही गुप्तहेर ज्या वेळी परदेशात हेरगिरी करण्यासाठी जातो, त्या वेळी त्याला दोन महत्त्वाच्या गोष्टींकडे प्रामुख्याने लक्ष द्यावे लागते. त्या गोष्टी म्हणजे आपले मुख्य उद्दिष्ट हेरगिरी करण्याचे आहे, हे परदेशातील जनतेच्या, शासकीय यंत्रणेच्या लक्षात येऊ नये म्हणून आपल्या खऱ्या स्वरूपावर एका वेगळेपणाच्या पांघरुणाचा उपयोग करावा लागतो. ते पांघरूणही ज्यामुळे त्या देशातील जनता आणि अर्थातच शासकीय यंत्रणेच्या डोळ्यांत सहजपणे धूळ फेकता येईल. असे असावे लागते. दुसरी गोष्ट म्हणजे आपल्याला जे पाहावयाचे आहे ते पाहत असताना आपल्याला कोणी पाहत नाही, याची पूर्ण दक्षता घ्यावी लागते आणि हे करीत असतानाच आपल्याला जी माहिती हवी आहे, ती मिळवावी लागते. हेरगिरीच्या बाबतीत गुपचुप स्वयंपाकघरात घुसून डोळे मिटून दूध पिणाऱ्या मांजराप्रमाणे वागून चालत नाही. अन्यथा केव्हा त्याच्या पाठीवर बडगा बसेल, केव्हा त्याची मान फासात अडकेल किंवा केव्हा त्याच्या मानेवर तलवारीचे घाव पडतील सांगता येत नाही. आणि याची त्याला जाणीव असते. एकूण गुप्तहेर हा सदैव मृत्यूच्या छायेत वावरत असतो. पण तो जे कार्य करीत असतो, ते त्याच्या देशाच्या संरक्षणयंत्रणेच्या दृष्टीने अत्यंत मोलाचे असते. म्हणूनच गुप्तहेर यंत्रणेला कोणत्याही राष्ट्राच्या अंतर्गत आणि बाह्य सुरक्षेच्या दृष्टिकोनातून आणि युद्धयोजनेच्या दृष्टिकोनातून शरीराच्या मणक्याचे उदाहरण दिले जाते. जगाच्या लष्करी इतिहासात गाजलेल्या काही गुप्तहेरांची उदाहरणे खाली दिलेली आहेत.

दुसऱ्या महायुद्धाच्या काळात नाझी जर्मनीच्या हिटलरने जगभर आपले गुप्तहेर धाडले होते. त्यांतीलच एक होता अर्नेस्टवेबर ड्रॉल हा पहिलवान. त्याला उत्तर आयलँडमध्ये जर्मन 'यु' बोटीने सोडण्यात आले होते. चारएक हजार पौंड घेऊन आलेला हा पहिलवान आयलँडभर कुस्त्यांचे आणि वजन उचलण्याचे प्रयोग करीत फिरत होता आणि तेथील भूमिगत फुटीरवादी जे ब्रिटिश लष्कराचे शस्त्रास्त्रांचे साठे उडविण्याच्या प्रयत्न करीत होते, त्या फुटीरवादी भूमिगतांना ड्रॉल साथ देत होता. आणि त्याला साथ देत होती एक आयरिश भूमिगत तरुणी. हा पहिलवान स्वत:ला 'ॲटलास दी ग्रेट' म्हणवत असे.

प्रसिद्ध बोअर युद्धापासून ब्रिटनवर भयंकर चिडलेला कर्नल फ्रेड्रीक डक्सने हा दक्षिण आफ्रिकेत जन्मलेला अधिकारी अमेरिकेत गेला. अमेरिकेत न्यूयॉर्कमध्ये एका रस्त्यावर दुकान थाटून बसला होता आणि तो फूटपाथवरील व्यापारी म्हणून ओळखला जाऊ लागला होता. पण त्याचे मुख्य काम होते ते जर्मनीसाठी हेरगिरीचे.

अमेरिकेत बनविल्या जाणाऱ्या नवनवीन हत्यारांचे, शस्त्रास्त्रांचे आराखडे पळवून ते जर्मनीला धाडण्याचे काम तो करीत असे. या कर्नल फ्रेड्रीकला मदत करीत असे, लिली बार्बरा स्टेन, ही सत्तावीस वर्षांची आकर्षक तरुणी. त्याच काळात म्हणजेच दुसऱ्या महायुद्धाच्या काळात न्यूयॉर्कमध्ये इतस्तत: फिरून जर्मनीसाठी हेरगिरी करणाऱ्या सर्व जर्मन गुप्तहेरांकडून आलेल्या बातम्या जर्मनीतील गुप्तहेर मुख्यालयाला धाडणे आणि त्यांच्याकडून न्यूयॉर्कमधील गुप्तहेरांसाठी आलेले आदेश त्या गुप्तहेरांना पोचविण्याचे अत्यंत महत्त्वाचे आणि जोखमीचे काम लिली बार्बरा स्टेन करीत असे. अर्थात, जगाला फसविण्यासाठी ती एका कलाकेंद्रात मॉडेलिंगचे काम करीत असे. तिला वाटत असे, की ती जगाच्या डोळ्यांत धूळ फेकण्यात यशस्वी झाली आहे. पण हे खरे नव्हते. अमेरिकन गुप्तहेर यंत्रणेचे तिच्यावर लक्ष होते. कोणत्याही देशातील गुप्तहेर यंत्रणा, एखादी व्यक्ती आपल्या देशात राहून शत्रुदेशासाठी हेरगिरी करते आहे असा संशय आला, तरी त्या परदेशी गुप्तहेराला लगेच पकडत नाही. ते त्या व्यक्तीवर पाळत ठेवतात आणि त्या हेराचे कोण कोण साथीदार आहेत, ते शोधण्याचा प्रयत्न करतात आणि ती साखळी एकदा उघड झाली, की मग त्या मुख्य हेराला आणि त्याच्या इतर साथीदारांना पकडून ती साखळी उद्ध्वस्त करतात. त्याप्रमाणेच लिली बार्बरा स्टेनवर अमेरिकेच्या सुरक्षा यंत्रणेचे लक्ष होते. तिच्या साथीदारांची ओळख पटताच 'लिली' वर झडप घालून तिच्याबरोबरच तिचा मुख्य साथीदार कर्नल फ्रेड्रीक डक्सने आणि त्याच्या इतर साथीदारांना त्यांनी ताब्यात घेतले. हे जर्मनीचे किंवा कोणत्याही राष्ट्राच्या युद्धयंत्रणेचे महत्त्वाचे दुवे असतात आणि त्यांच्याकडून आलेल्या माहितीवर आधारित अशी त्या राष्ट्राची आक्रमण अथवा संरक्षणात्मक युद्धयोजना आखण्यात येत असते.

दुसऱ्या महायुद्धातच जर्मनीच्या युद्धयंत्रणेला मदत व्हावी म्हणून अमेरिकेत येऊन राहिलेला तरुण गुप्तहेर कर्ट फ्रेड्रीक लुडविक हौशी प्रवाशी असल्याचे नाटक करीत आपल्या सतरा वर्षे वयाच्या लुसी बोल्मलर या तरुणीला साथीदार म्हणून घेऊन फिरत होता. अमेरिकेत लुसीला घेऊन तो सत्तर-ऐंशी ठिकाणी फिरला. आवश्यक असेल तेथे अमेरिकन सुरक्षा यंत्रणेला संशय येऊ नये म्हणून ते दोघेही एकत्र राहून मौजमजा करीत असल्याच्या नावाखाली सागरकिनारी जाऊन अमेरिकन युद्धनौकांचे किंवा किनाऱ्यावरील अमेरिकन विमानविरोधी यंत्रणेचे फोटो घेत असत. अर्थातच फोटो घेत असताना आपणाकडे कोणाचेही लक्ष नाही, याची दक्षता ते घेत असत. शंका आल्यास तो लुसीला समोर उभी करून तिचे फोटो काढीत असल्याचे नाटक करीत असे. त्यातून तो लष्करी दृष्टीने महत्त्वाच्या अशा ठिकाणांचे फोटो

**युद्ध सज्जतेला पूरक अशा हेरगिरीचे कौशल्य / १९१**

काढीत असताना तेथे कोणी येत असल्याचे जाणवल्यास लुसी त्याच्याकडे धाव घेऊन योग्य प्रकारे लडिवाळपणे त्याला भूलथापात गुंतविण्याचा उद्योग करीत असे.

त्यांच्या अशाच प्रयत्नात, एके दिवशी अमेरिकन सेनादलाचा एक ताफा लष्करी वाहनातून शहराबाहेर निघालेला त्यांनी पाहिला. तो ताफा कोठे चालला आहे हे जाणून घेऊन त्या लष्करी हालचालींची माहिती जर्मन युद्धयंत्रणेला पुरविणे हे त्या जर्मन गुप्तहेर लुडविकचे महत्त्वाचे काम होते. त्यामुळे त्याने त्या लष्करी ताफ्याच्या प्रत्येक मुक्कामावर त्या ताफ्याला गाठण्याचा प्रयत्न केला. लष्करी ताफा जवानांना सिगारेट फुंकणे किंवा नैसर्गिक विधीसाठी दर तासाच्या प्रवासानंतर दहा-दहा मिनिटांसाठी थांबत असतो, हे लुडविकला माहीत होते. त्याच्या प्रत्येक थांब्याला भेट देणे हे लुडविकच्या दृष्टिकोनातून कोणाच्याही नजरेत येणे शक्य नव्हते, तरी त्या ताफ्यातील एका तरुण अधिकाऱ्याने मात्र ते हेरले होते. कदाचित लुडविकबरोबरच्या तरुण सुंदर लुसीमुळेही त्याचे लक्ष या जोडगोळीकडे गेले असावे. पण त्याच्या नजरेत त्या जोडगोळीच्या हालचाली भरल्या आणि अशाच एका थांब्यावर त्या तरुण अधिकाऱ्याने एक बिनतारी संदेश जवळच्या पोलीस स्टेशनला पाठवला होता. तेथील पोलिसांनी लष्करी ताफ्याच्या मागे मोटारसायकलवरून जाणारी लुसी-लुडविलची जोडी अचानक घेरली. ते दोघेही अमेरिकन पोलिसांच्या तावडीत सापडले.

लुडविकच्या राहत्या जागेची झडती घेण्यात आली तेव्हा अमेरिकेतील लष्करी दृष्टीने अत्यंत महत्त्वाच्या ठिकाणांचे त्याने काढलेले कितीतरी महत्त्वाचे फोटो तर सापडलेच; त्यानंतर लुडविक आणि लुसीचे काय झाले, हे जगाला कळलेच नाही.

हेरगिरीत कलेला म्हणजेच अभिनयकलेला अत्यंत महत्त्व असते. कोणी हेअरकटिंगचा मालक म्हणून तर कोणी घड्याळ दुरुस्त करणारा अशा वेगवेगळ्या मुखवट्यांखाली इंग्लंडमध्ये वर्षानुवर्षे राहून हेरगिरी केल्याची उदाहरणे लष्करी इतिहासाने नोंदविली आहेत. युद्धजन्य परिस्थितीतच नव्हे तर शांततेच्या काळातही निरनिराळ्या रूपांत निरनिराळ्या मिशाने निरनिराळ्या देशांत वावरणाऱ्या गुप्तहेरांना पकडण्यासाठी देशांच्या सुरक्षा यंत्रणांनी केलेल्या आवाहनाला योग्य तो प्रतिसाद देऊन नागरिकांनीही अनेक परदेशी गुप्तहेर पकडण्यात साहाय्य केल्याच्या उदाहरणांचीही जगाच्या लष्करी इतिहासाने नोंद केलेली आहे.

शत्रूच्या गोटात निरनिराळी रूपे घेऊन वावरणे आणि लष्करी दृष्टीने अत्यंत महत्त्वाची अशी माहिती गोळा करून आपल्या प्राणप्रिय राजाला कळविण्यात छत्रपती शिवरायांचा विश्वासू असलेला त्यांच्या गुप्तहेर यंत्रणेचा प्रमुख बहिर्जी नाईक याच्या

यशस्वी कारवाईचा इतिहास आपल्याला माहीत आहेच. त्याच्या नेतृत्वाखाली शिवरायांची गुप्तहेर यंत्रणा अत्यंत प्रभावीपणे काम करीत होती. त्याच्या कार्यकुशलतेमुळे शिवरायांना आपल्या युद्धयोजना, मग त्या सुरक्षात्मक असो किंवा आक्रमक असोत, प्रभावीपणे आखता आल्या आणि यशही मिळविता आले. प्रत्येक मोहिमेच्या वेळी त्यांचे नजरबाज शत्रूकडील बितंबातमी तर शिवरायांना आणून देत असतच; शिवाय त्यांचे इतर भागांवर आणि तेथील घडामोडींवर बारकाईने लक्ष असे. 'शतक्रोश भवांवार्ता, हर देक दिने नवे', या शुक्र-नीतीतील उक्तीप्रमाणे शंभर कोसांवर घडत असलेल्या घटनांच्या बातम्याही त्यांना रोज मिळत असत आणि तेवढ्यासाठी योग्य अंतरावर गुप्तहेरांची साखळी सदैव तयार राहत असे. गाजलेला मंगोलियन सेनानी चेंगीझखान यानेही आपल्या गुप्तहेर यंत्रणेची अशीच व्यवस्था ठेवलेली होती. त्यामुळे तोही आपल्या मोहिमांवर सदैव यशस्वी होत असे. शिवरायांना तत्कालीन नागरिकांची, शेतकऱ्यांचीही खूपच चांगली साथ मिळत असे.

शत्रूच्या प्रदेशात हेरगिरी करण्यासाठी काही अफलातून कल्पना काही राष्ट्रांच्या गुप्तहेर प्रमुखांनी राबविल्याची नोंद लष्करी इतिहासाने केल्याचे आढळते. त्यातीलच एक आहे ती मूक-बधिरांच्या गुप्तहेर यंत्रणेची. ही मूक-बधिरांची गुप्तहेर यंत्रणा प्रस्थापित केली होती ती दुसऱ्या महायुद्धाच्या काळात जगात थरकाप उडविणाऱ्या नाझी जर्मनीच्या हिटलरच्या गुप्तहेर यंत्रणेचा प्रमुख असलेल्या विल्यम कॅनारिस याने. या कॅनारिसने जर्मनीतील मूक, कर्णबधिर असलेल्या अनेक तरुण-तरुणींना एकत्र केले. त्यांना ओष्ठलिपीचे म्हणजेच बोलणाऱ्याच्या ओठांच्या हालचालींवरून ती व्यक्ती काय बोलते हे ओळखणे– याला लिपरिडिंग म्हणतात– याचे शिक्षण दिले आणि त्यांना काय करावयाचे आहे हे समजावून दिले. मग काय, आपणही आपल्या देशासाठी काहीतरी करू शकतो, या भावनेने ते तरुण-तरुणी उल्हसित झाले होते.

अशा या उल्हहित तरुण-तरुणींना त्याने जगभरातील मोठमोठ्या शहरांतील मोठमोठ्या हॉटेल्समध्ये, नाईट क्लब्जमध्ये वेटर्स आणि वेट्रेसेस म्हणून काम करण्यासाठी धाडले. हॉटेल्स, रेस्टॉरंट्स, नाईट क्लब्जमध्ये आपल्या सेवेसाठी आम्ही तयार आहोत, अशा थाटात ही तरुण मुले-मुली उभी राहत. त्यांच्याविषयी कोणाला शंका आलीच, तर लगेच "सर, ती मुले तुमच्याकडे लक्ष लावून पाहत आहेत. कारण ती मूक-बधिर आहेत. त्यांना बोलताही येत नाही आणि ऐकूही येत नाही. फक्त तुम्हाला काही लागले तर तत्परतेने ते ते पुरविण्यासाठी ते लक्ष लावून उभे आहेत. काळजी नको." ते स्पष्टीकरण ऐकून मग त्या महत्त्वाच्या व्यक्तींची चर्चा मोकळेपणाने सुरू होत असे. अर्थात तेथे आलेल्या कोणत्या गिऱ्हाइकांवर लक्ष

युद्ध सज्जतेला पूरक अशा हेरगिरीचे कौशल्य / १९३

ठेवायचे, हे त्यांना आधीच सांगून ठेवलेले असायचे.

बोलणाऱ्यांच्या ओठांच्या हालचालींवर नजर ठेवून असलेले हे तरुण-तरुणी बोलणाऱ्यांच्या ओठांच्या हालचालींचा शांतपणे एकाग्रतेने वेध घेत असत. हॉटेल किंवा रेस्टॉरंटमधील प्रचंड गोंगाटाचा ते कर्णबधिर असल्याने त्यांच्यावर काहीही परिणाम होत नसे. त्यानंतर त्यांना आधीच सूचित केलेल्या यंत्रणेमार्फत जर्मन गुप्तहेर संघटनेच्या मुख्यालयात धाडून देत असत. अशा या भन्नाट योजनेमुळे विल्यम कॅनारिसला आपल्या त्या कर्णबधिर आणि अर्थातच मूकबधिर तरुण-तरुणींच्या यंत्रणेमार्फत इंग्लंड-अमेरिका आणि इतर दोस्त राष्ट्रांच्या महत्त्वाच्या युद्धयोजनांची, शस्त्रास्त्रांची माहिती मिळवून त्या निष्फळ करण्यात यश मिळविता आले होते. त्यामुळेच दुसऱ्या महायुद्धात सुरुवातीला आपल्या विजयाची घोडदौड करणे सहज शक्य झाले होते.

कोणत्याही उद्योगाच्या नावाखाली शत्रुराष्ट्रात घुसून हेरगिरी करणे हा सर्वसाधारण हेरांचा मुखवटा झालेला आढळतो. असाच एक तेलसम्राट बनून हिटलरच्या नाझी जर्मनीत दुसऱ्या महायुद्धाच्या काळात घुसला होता. तो होता स्वीडनचा एरिक एरिक्सन. खऱ्या जीवनातही तो आंतरराष्ट्रीय स्तराच्या तेलाच्या व्यापारात गुंतलेला व्यापारीच होता. जर्मनी ज्या वेळी हिटलरच्या नाझी राजवटीच्या काळ्याकुट्ट काळात गेलेला पाहिला, तेव्हाच त्याचे मन खट्टू झाले होते. त्याच वेळी एका अमेरिकन अधिकाऱ्याने केलेल्या विनंतीला मान देऊन त्याने नाझी जर्मनीविरुद्ध कशी पावले उचलता येतील, याचा विचार सुरू केला.

जर्मनीत तेलाचे प्रचंड साठे आहेत, हे त्याला माहीत होते. कारण दुसऱ्या महायुद्धाच्या आधीपासूनच तो तेलाच्या व्यापारासाठी जर्मनीला भेट देत असे. हिटलरने युरोपातील राष्ट्रे जिंकीत तेथील असाहाय्य निरपराध नागरिकांच्या केलेल्या कत्तली आणि हाल (विशेषतः ज्यू नागरिकांचे) पाहून एरिक्सन पेटून उठला. आपल्या व्यापाराच्या निमित्तानेच तो पुन्हा जर्मनीत घुसला आणि त्याने जर्मनीतील तेलाच्या साठ्यांची, तेथील तेलशुद्धीकरण कारखान्यांची ठिकाणे आदी माहिती दोस्त राष्ट्रांना पुरविली आणि योग्य वेळी दोस्त राष्ट्रांनी जर्मनीतील तेलसाठे आणि तेलशुद्धीकरणाचे कारखाने उद्ध्वस्त केले. युद्धकाळात विशेषतः तेल म्हणजे कोणत्याही राष्ट्राची शक्ती असते. तेल म्हणजे युद्धात उतरलेल्या राष्ट्राचा जीव की प्राण असतो. त्या तेलाचे साठे, तेलशुद्धीकरणाचे कारखानेच उद्ध्वस्त झाल्याने जगावर राज्य करण्याचे स्वप्न पाहणाऱ्या हिटलरच्या– नाझी जर्मनीच्या नाड्याच थंडावल्या आणि अर्थातच ही त्याच्या शेवटाची सुरुवात ठरली.

असाच आणखी एक गुप्तहेर दुसऱ्या महायुद्धात गाजला तो होता निळ्या-निळ्या डोळ्यांचा, चेहऱ्यावर नेहमी गोड हास्य असणारा, उमद्या व्यक्तिमत्त्वाचा रिचर्ड सोर्गे. जर्मन वडील आणि रशियन मातेच्या पोटी रशियात जन्मलेल्या रिचर्डने स्वत:चा व्यक्तिमत्त्वविकास करीत जर्मनीच्या नाझी पार्टीचे सदस्यत्व मिळविले. मग जपानची राजधानी टोकियोत येऊन तो तेथील आलिशान वस्तीत राहिला आणि तेथील जर्मन दूतावासात त्याने प्रवेश मिळविला. आता तर नाझी जर्मनीचा गेस्टापोप्रमुखही त्याचा सल्ला घेऊ लागला होता. त्यामुळे जर्मनीतील घडामोडींच्या आणि युद्धविषयक हालचालींच्या बातम्या त्याला मिळू लागल्या. तशाच जपानच्याही बातम्या त्याला मिळू लागल्या होत्या. अर्थातच त्याच्या कम्युनिस्ट तत्त्वज्ञानाच्या प्रेमामुळे त्याचा रशियाकडे ओढा होता. पण हे प्रेम कौशल्याने झाकण्याइतपत अभिनयकला त्याला अवगत होती. त्याला जर्मनी-जपानच्या बातम्या होजुमीकडून मिळू लागल्या.

जपान अमेरिकेच्या पर्ल हार्बरवर हल्ला करणार असल्याची बातमी त्याला मिळाली होती. जर्मनी, जपान आणि त्यांच्या मित्रराष्ट्रांचा तह झाल्याने त्यांची शक्ती वाढली होती. म्हणून त्या बातमीला महत्त्व होते. सोर्गेने ही बातमी रशिया आणि इंग्लंडलाही कळविली होती. पण असे सांगतात की त्या दोन्ही राष्ट्रांनी ती बातमी दाबून ठेवली. कारण जपानने अमेरिकेच्या पर्ल हार्बरवर हल्ला केला, तर अमेरिका सहजपणे इंग्लंडशी तह करून जर्मनी-जपानच्या विरोधात उभा राहील आणि हादरलेल्या इंग्लंडची शक्ती वाढेल. ही त्याची अपेक्षा खरी ठरली आणि पर्ल हार्बरवर हल्ला होताच अमेरिकेनेही इंग्लंडला साथ देत जपान-जर्मनीच्या विरोधात युद्धात उडी घेतली. आणि हेच इंग्लंडला हवे होते.

होजुमी आणि सोर्गे एकमेकांना बातम्यांची अदलाबदल खूपच कौशल्याने करीत असत. एकजण दुसऱ्याला सिगारेट मागत असे. दुसरा लगेच सिगारेटचे आख्खे पाकीट त्याला देत असे. त्यातील एक सिगारेट काढून तो ती पेटवून ओठात ठेवीत असे. खरं म्हणजे त्या पाकिटातच गुप्त माहितीच्या फिल्म्स दडवलेल्या असत.

अशाच माहितीच्या देवाण-घेवाणीच्या व्यवहारात त्याला एक महत्त्वाची माहिती मिळाली, ती १९४० मध्ये. ज्या वेळी नाझी जर्मनीच्या फौजा साऱ्या युरोपभर ताबा मिळवीत होत्या, त्या वेळी त्याला समजले की शक्तिशाली जर्मनीचे दोनशे डिव्हिजन सैन्य रशियन सीमेकडे निघाले आहे आणि रशियाची राजधानी मॉस्को हे त्यांचे लक्ष्य आहे. सोर्गेने ही बातमी लगेच रशियाला कळविली. अर्थात,

**युद्ध सज्जतेला पूरक अशा हेरगिरीचे कौशल्य / १९५**

त्या वेळी रशियाची खूपच पीछेहाट होत होती आणि जर्मन सैन्य मॉस्कोच्या दिशेने आगेकूच करीत होते. १९४१ चा जून महिना उजाडला होता.

रशिया त्या वेळी कैचीत सापडल्यासारखा झाला होता. कारण एका बाजूने शक्तिशाली जर्मन फौजा आगेकूच करीत होत्या, तर पूर्वेकडून जपानही रशियाच्या दिशेने फौजा धाडण्याच्या विचारात होता. त्याच वेळी सोर्गेला ती महत्त्वाची बातमी मिळाली. ती होती–

''जपानच्या मंत्रिमंडळाने पूर्वेकडून रशियावर आक्रमण न करण्याचा निर्णय घेतला आहे.''

या महत्त्वपूर्ण बातमीने युद्धाचे चित्रच बदलून गेले. पूर्वेकडून जपानच्या आक्रमणाची भीती नाही, या सोर्गेने धाडलेल्या बातमीमुळे रशियाने आपल्या पूर्व सीमेवरील फौजा काढून त्या दक्षिण सीमेवर जर्मन फौजांना रोखण्यासाठी धाडल्या. रशियाचा दारूण पराभव टळला आणि जर्मन सेना बर्लिनपर्यंत मागे ढकलली गेली. शक्तिशाली नाझी जर्मनीच्या शेवटाची ती सुरुवात ठरली. असे महत्त्व असते गुप्तहेरांच्या अभिनयकौशल्याने मिळविलेल्या बातम्यांचे. म्हणूनच कलात्मक रीतीने बातम्या मिळविणाऱ्या गुप्तहेरांचे महत्त्व युद्धकलेत अबाधित राहते.

पहिल्या महायुद्धात गाजलेला असाच एक गुप्तहेर ज्याने अत्यंत कौशल्याने त्या युद्धालाही कलाटणी दिली होती. दक्षिण अमेरिकेतील नाईल नदीच्या खोऱ्यातील जंगलात सर्वेक्षण करण्यासाठी गेलेल्या मेजर फेदर गिल याच्याकडे स्वयंपाकी म्हणून राहिलेला, मूळचा रशियन असलेला सिडने. तेथील आदिवासींनी त्यांच्या छावणीवर हल्ला केल्यानंतर सरळ बंदूक उचलून आदिवासींवर झाडतो. आदिवासींच्या राक्षसी हल्ल्यापासून मेजर फेदर गिलचे रक्षण करतो. त्यानंतर हा धाडसी स्वयंपाकी इंग्लंडला जाऊन तेथील गुप्तहेर यंत्रणेत दाखल होतो. मूळचे नाव सिडने रेली. इंग्लंडला आल्यावर त्याने अनेक युरोपियन भाषांवर प्रभुत्व मिळविले. एक अत्यंत यशस्वी गुप्तहेर होण्यासाठी आवश्यक ते सर्व गुण म्हणजे अर्थातच अभिनयकौशल्य, धाडसीपणा त्याच्यात पुरेपूर होता.

पहिल्या महायुद्धात हा वीर कार्ल हान हे नाव धारण करून जर्मनीत घुसला आणि जर्मनीतील तत्कालीन प्रसिद्ध अशा क्रुप आर्म्स फॅक्टरीमध्ये नोकरीच्या निमिताने शिरला. एकदा त्यांच्या डिझाईन रूममध्ये त्याने शिरकाव करून घेतला आणि तेथील अत्याधुनिक तोफांच्या डिझाइन्सची त्याने कॉपी करून घेतली. अर्थात बाहेर येताना पकडला गेल्यावर थंड डोक्याने त्या पहारेकऱ्यांना ठार करून पळाला आणि ती डिझाइन्स योग्य ठिकाणी पोचती केली. मग जर्मनीच्या तत्कालीन युद्धनौकांची

डिझाइन्स अशीच पळवून इंग्लंडला धाडली. मग रशियात घुसून तेथील एका मंत्र्याच्या बायकोशी संधान बांधून तिच्याशी लग्नही केले आणि याच काळात रशियातील विमानांची ड्रॉइंग्ज पळवून तीही इंग्लंडला पोचती केली.

त्या पहिल्या महायुद्धाच्या काळात जर्मनीचा सर्वेसर्वा असलेला कैसर याने बोलाविलेल्या वरिष्ठ अधिकाऱ्यांच्या गुप्त बैठकीला राजपुत्र रुपर्ट याचा एक विश्वासू अधिकारी निघाला होता. त्याचा ड्रायव्हर म्हणून सिडने होता. तो तेथे कसा घुसला, हे त्याचे त्यालाच माहीत. रस्त्यात एका घनदाट अरण्यात गाडी थांबवून काय झाले आहे हे पाहण्यास खाली उतरलेल्या त्या अधिकाऱ्याला याने ठार केले. त्याचा गणवेष अंगावर चढविला, कागदपत्रे काढून घेतली आणि पठ्ठ्या त्या गुप्त बैठकीला हजर राहिला. त्या गुप्त बैठकीतील माहिती लगेच इंग्लंडला पोचविली. यामुळेच जर्मनीने नव्यानेच प्रचंड मारक शक्ती असलेल्या 'यु' बोटीने केलेला भयानक हल्ला ब्रिटिश युद्धनौकांना मोडून काढता आला. अखेर जर्मनीचा पराभव झाल्यावर इंग्लंडमध्ये परतलेल्या सिडनेचा शाही गौरव करण्यात आला.

एकूण युद्धप्रसंगी गुप्तहेर प्रचंड साहस आणि अभिनयकलागुणांच्या साहाय्याने आपापल्या सेनानींना महत्त्वपूर्ण बातम्या पुरवू शकतात. ज्यामुळे सेनानीदेखील अत्यंत कलात्मक पद्धतीने शत्रूची फसवणूक करून त्यावर मात करू शकतात. म्हणूनच युद्ध ही एक कलाच आहे, असे ठामपणे म्हणता येते.

दुसऱ्या महायुद्धाला एक वेगळी दिशा देणाऱ्या घटनेचा उल्लेख करणे आवश्यक वाटते. ती घटना म्हणजे दुसरे महायुद्ध सुरू झाल्यानंतर दोन वर्षांनंतर म्हणजे ७ डिसेंबर १९४१ रोजी जपानने अमेरिकेच्या 'पर्ल हार्बर'मधील नौसेना केंद्रावर केलेला भीषण हल्ला. हा हल्ला करण्याआधी जपानचा एक तरुण आणि तरुणी अत्यंत कौशल्याने पर्ल हार्बरच्या शेजारील कुलाड डोंगराच्या जंगलात पर्ल हार्बर बंदराच्या जवळील सागरात मासेमारी करण्याच्या उद्देशाने वावरत होते. त्याच वेळी अमेरिकेने पर्लहार्बरवर हल्ला झालाच, तर तो कसा होईल याचे एक प्रात्यक्षिक आयोजित केलेले होते आणि तो मासेमारी करणारा जपानी तरुण– ज्याचे नाव होते टोकियो योशिकावा– जपान नौसेनेतील एक तरुण अधिकारी होता. त्याने अमेरिकेच्या त्या स्वत:च्याच नौसेनेच्या तळावर केलेल्या त्या लुटुपुटीच्या हल्ल्याचे बारकाईने निरीक्षण केले होते. हे लुटुपुटुचे प्रात्यक्षिक अमेरिकेने १९३२ साली केलेले होते. तेव्हाच या तरुण जपानी नौसेना अधिकारी योशिकावा याने आपल्या मैत्रिणीसह त्याचे निरीक्षण करून पूर्ण अहवाल तयार केला होता आणि दुसरे महायुद्ध १९३९ मध्ये सुरू झाल्यानंतर ७ डिसेंबर १९४१ रविवारच्या

**युद्ध सज्जतेला पूरक अशा हेरगिरीचे कौशल्य / १९७**

दिवशी अगदी अमेरिकेच्या लुटुपुटीच्या प्रात्यक्षिकांप्रमाणेच जपानी वायुसेनेने पर्ल हार्बरच्या अमेरिकी नौसेनेच्या तळावर हल्ला केला आणि तो तळ उद्ध्वस्त करून टाकला. अत्यंत कौशल्याने आणि आपल्यातील अभिनयकलेच्या उपयोगाने त्या तरुण जपानी नौसेना अधिकाऱ्याने दुसऱ्या महायुद्धाला एक वेगळीच कलाटणी दिली होती. म्हणून म्हटले जाते की गुप्तहेर यंत्रणा– जिचा अभिनय, कलाकौशल्य हा पाया आहे– युद्धकलेचा आत्मा असतो.

दुसऱ्या महायुद्धात सगळे जग पादाक्रांत करायला निघालेल्या हिटरलने जिंकलेल्या प्रदेशातील नागरिकांच्या, विशेषत: ज्यूंच्या हत्या ज्याला जगाच्या लष्करी इतिहासात तोड नाही. हे सगळे त्याने त्याचा उजवा हात असलेल्या हिमलर याच्याकडून करून घेतले होते. सुदैवाने या हिमलरवरही प्रभाव पाडणाऱ्या एका व्यक्तीने बऱ्याच लोकांचे हाल वाचविण्यात यश मिळविले होते. याचे नाव होते डॉक्टर फेलिक्स कर्सटन. एक मसाजिस्ट म्हणून तो जर्मनीत घुसला होता. हिमलरला जडलेल्या एका असाध्य अशा पोटदुखीच्या विकारावर मी उपाय करू शकतो, असा दावा करून त्याने हिमलरचा विश्वास जिंकला होता. त्याने हिमलरचा पोटदुखीचा आजार आटोक्यात तर आणलाच; पण हे करीत असतानाच त्याने अनेकांचे प्राणही वाचविले. शिवाय सबंध हॉलंडमधील डचांचे स्थलांतरण करण्यासाठी त्या असंख्य निष्पाप डचांना त्यात पुरुष-बायका-मुले, म्हातारे-कोतारे आदी सर्वांना मालगाड्यांच्या डब्यांमध्ये गुरा-ढोरांप्रमाणे कोंबून जर्मनीच्या पूर्वेकडील हॉलंडमधून जर्मनीच्या पश्चिमेला असलेल्या पोलंडमध्ये ढकलण्याची हिटलरची जी भयंकर योजना होती, ती योजना कार्यान्वित होणार नाही, याची त्याने दक्षता घेतली आणि त्यात यश मिळविले. हिटलरच्या अशा भयंकर योजनांची माहिती मिळवून त्या 'मसाजिस्ट'च्या बुरख्याखाली आलेल्या डॉ. पेलिक्स कर्सटनने दोस्त राष्ट्रांना (इंग्लंड-अमेरिका आदी) चांगलीच मदत केली. अशा मसाजिस्टच्या बुरख्याआडील गुप्तहेराला त्याच्यातील अभिनय कलेमुळेच यश मिळाले, हे कोण नाकबूल करेल?

आतापर्यंत आपण ज्यांच्याबद्दल वाचले ते इंग्लंड-अमेरिकेच्या वतीने वेगळा मुखवटा धारण करून जर्मनी आणि त्याच्या मित्र राष्ट्रांमध्ये घुसून हेरगिरी केलेल्या गुप्तहेरांबाबत. पण असाही एक गुप्तहेर आपल्या अभिनयकलेने गाजला होता, ज्याने दुसऱ्या महायुद्धानंतर म्हणजे १९४६ नंतर इंग्लंडमध्ये राहून त्यांचा विश्वास संपादन केला आणि अखेरीस त्यांनाच चांगला हादरा दिला. तो होता भारतात जन्मलेला हेरॉल्ड ऑड्रीयन रसेल. आधी बापाबरोबर अरब देशात गेला. मग १९३० मध्ये उच्च शिक्षणासाठी केंब्रिज विद्यापीठात दाखल झाला. तिथे कम्युनिस्ट

विचारांचा पगडा त्याच्या मनावर बसला आणि तो पक्का कम्युनिस्ट बनला. पण इंग्लंडमध्ये कार्यरत असताना त्याने आपले अंतरंग कधीही उघडे होऊ दिले नाही. हीच तर हेरगिरीतील कला समजली जाते. त्याने ब्रिटिश गुप्तहेर यंत्रणेत प्रवेश मिळविला आणि आपल्या हुशारीने व कौशल्याने ब्रिटिश गुप्तहेर यंत्रणेत खूपच वरचे स्थान मिळविले. तो आता किम फिल्बी म्हणून ओळखला जाऊ लागला. आता जगभरातील ब्रिटिश गुप्तहेरांनी धाडलेली माहिती त्याच्याकडे येऊ लागली आणि त्याच्यामार्फत ती रशियाला मिळू लागली.

स्वतःला सगळ्यांत हुशार समजणारे इंग्रज त्या किम फिल्बीच्या नाटकाला पूर्णपणे फसले. त्यांनी त्याला आपल्या गुप्तहेर यंत्रणेचा प्रमुख तर नेमलेच, शिवाय अमेरिकन संघटनेशी संपर्क साधणार प्रमुख अधिकारी म्हणून त्याला अमेरिकेत धडले. त्याआधी फिल्बीने इंग्रजांच्या डोळ्यांत धूळ फेकण्यासाठी आपली रशियन बायको कम्युनिस्ट विचारांची आहे या नावाखाली तिला घटस्फोट दिला आणि दुसरे लग्न केले.

१९४६ सालची गोष्ट आहे. रशियाने त्या वेळी अल्बानिया देशाचा ताबा घेतला होता. इंग्रज-अमेरिकन्सना हे मानवणारे नव्हते. त्यांनी लगेच अल्बानियात अल्बानिया मुक्त करण्यासाठी कमांडोजना पॅराशूट्सच्या साहाय्याने तेथे उतरविले. ही योजना फिल्बीच्या मार्फत रशियाला लगेच कळली होती. आणि त्यामुळे त्या सगळ्या कमांडोजचे स्वागत मशीनगनच्या गोळ्यांनी झाले. सगळे कमांडोज मारले गेले. त्यानंतर ब्रिटिश आणि अमेरिकन्सनी आणखी दोनदा कमांडोजच्या मोठाल्या तुकड्या अल्बानियात उतरविल्या. दोन्ही वेळेला एकूण एक कमांडो मारला गेला. नंतर रशियाने युक्रेनमधून हाकललेल्या बिगर कम्युनिस्ट तरुणांना तेथे उतरविण्याचा प्रयत्न केला. तेही सगळे तरुण असेच मारले गेले.

असेच तुर्कस्थानातील एका रशियन गुप्तहेराने ब्रिटनला गुप्त संदेश देऊन कळविले, की तो रशियासंबंधी महत्त्वाच्या बातम्या त्यांना पुरवू शकेल. ही बातमी अर्थातच किम फिल्बीकडेच आली आणि तो रशियन गुप्तहेर कसा नाहीसा झाला, हे इंग्रजांना कधी कळलेच नाही.

अर्थात अमेरिकन गुप्तहेर खात्याचा जेम्स अँग्ल्टेन याला फिल्बीचा संशय आला होता. त्याने किम फिल्बीला चौकशीसाठी लंडनला बोलाविले पण अडखळत बोलणाऱ्या किमने आपले नाटक यशस्वीपणे वठवून चौकशी यंत्रणेलाही हातोहात फसविले. पुढे हा पठ्ठ्या बैरुतला आला. पण यानंतर आपला मुखवटा केव्हाही

फाडला जाऊ शकतो याची जाणीव आल्याने त्याने बायकोला बैरुतमध्येच सोडून रशियाला पळ काढला आणि मग इंग्रजांचे डोळे उघडले. त्यांनी आंधळेपणाने किम फिल्बीला बहाल केलेला 'ब्रिटिश शासनाचा आज्ञाधारक सेवक' हा किताब काढून घेतला. पण त्या तथाकथित कुशल इंग्रजांचे नुकसान झाले होतेच. वर्तमानातही हेरगिरी चालू आहेच. खुद्द अमेरिकेत बोस्टन इथे दहशतवाद्यांना मदत करणारी 'जिहाद जेन' नावाची गुप्तहेर संघटना पकडली गेली; तर आपल्या भारतात खुद्द पुण्यालाच या हेरगिरी करणाऱ्यांच्या मालिकेतील अगदी अलीकडचा हेर ज्याला अमेरिकन संरक्षण यंत्रणेने शिताफीने अटक केली, तो डेव्हिड कोलमन हेडली हा पाकिस्तानी अमेरिकन दहशतवादी म्हणूनच खरा ओळखला जातो. त्याने आपला वेगळाच मुखवटा पांघरून अमेरिका तसेच भारतातही हेरगिरी केल्याचे उघड झाले आहे. त्यात भारताला भेटी देऊन, गुजराथ, मुंबई तसेच पुण्यातील जर्मन बेकरीचा परिसर यांना भेटी देऊन त्या त्या ठिकाणची इत्थंभूत माहिती अल्कायदाच्या दहशतवाद्यांना पुरविल्याचे उघड झाले आहे. त्यानंतरच पाकी दहशतवाद्यांनी पुण्यातील जर्मन बेकरी आणि २६-११ ला मुंबईत सागरी मार्गाने उतरून हॉटेल ताज, छत्रपती शिवाजी रेल्वे टर्मिनस आदी ठिकाणी बेधुंद गोळीबार करून शेकडो निष्पाप नागरिकांची हत्या केली होती. त्यातीलच जिवंत पकडला गेलेला दहशतवादी अजमल कसाब याला नुकतीच फाशीची शिक्षा सुनावण्यात आली आहे. अर्थात या घातपाताच्या मागे डोके आणि हात होता तो डेव्हिड कोलमन डेडली याचा.

हेडली हा तर पाकिस्तानी अमेरिकन होता. पण खुद्द आपल्या भारतातच आपल्या देशाविरुद्ध हेरगिरी करणारे आपल्या सेनादलातील जवान शैलेश जाधव आणि विशालकुमार उपाध्याय हे राष्ट्रद्रोही हेरगिरी करतांना पकडले गेले आहेत. अर्थात हरियाणाच्या भवानी जिल्ह्यातील तोडान तालुक्यातील बिडोला गावातील रहिवासी असलेल्या आगरवाल या देशद्रोही व्यक्तीकडून ही माहिती मिळाली. तो गेली पाच वर्षे म्हणजे अंदाजे २००५ पासून पुण्यात राहत होता आणि निगडीतील भोरूखा रोडवेजमध्ये सुपरवायझर म्हणून काम करीत होता. त्याच्याकडे देशाच्या सुरक्षिततेच्या दृष्टीने महत्त्वपूर्ण माहिती असून ती तो एका अज्ञात व्यक्तीला देण्यासाठी अलंकार चित्रपटगृहाजवळ येणार असल्याची माहिती मिळाल्याने पोलीस निरीक्षक भानुप्रसाद बर्गे, सतीश गोर्वेकर व सुहास नाडगौडा यांच्या पथकाने पकडले. त्याच्याकडे लष्कराच्या दक्षिण विभागाचा नकाशा, तेथील वीस छायाचित्रे तसेच लष्करी अधिकाऱ्यांची माहिती होती. ती पाकिस्तानला धाडण्यासाठी तो एका व्यक्तीला देणार होता. तेव्हाच त्याला अटक करण्यात आली. त्याच्याकडून मिळालेल्या

माहितीवरूनच देशाच्या सार्वभौमत्व आणि सुरक्षिततेला धोका निर्माण होऊ शकेल अशी कागदपत्रे लष्करातीलच बिजेशकुमार याचेकडून मिळाल्याने समजले. तसेच पाकिस्तानी आय. एस. आय. शी संबंधित असलेल्या सईद मोहम्मद देसाई या पाकी गुप्तहेराला अटक केल्यानंतर त्याने माहिती पुरविल्यावर त्याला लष्करातील गुप्त माहिती पुरविणारे जवान शैलेश जाधव आणि विशालकुमार उपाध्याय यांनाही अटक करण्यात आली आहे. त्यांच्या विरुद्ध कारवाई चालू आहे.

असल्या दगाबाज देशद्रोह्यांना आपल्या पोलिसांनी शिताफीने अटक केली, यात शंकाच नाही; पण त्यांना नागरिकांची साथ मिळाली तर असे देशद्रोही आणि परकीय गुप्तहेर पकडण्यात त्यांना लगेच यश मिळू शकेल. दुसऱ्या महायुद्धाच्या काळी इंग्लंडच्या जनतेने साथ दिल्याने तेथील पोलिसांना परकीय गुप्तहेर पकडता आले होते. त्याची उदाहरणे पुढे दिली आहेत.

शत्रुदेशातील गुप्तहेर जर तुमच्या देशात कार्यरत असतील, तर संरक्षण व्यवस्था त्या देशातील नागरिकांच्या सहकार्याने त्या गुप्तहेरांचा मुखवटा फाडून त्यांना उघडे पडू शकते. याचे ज्वलंत उदाहरण दुसऱ्या महायुद्धातील इंग्लंडच्या नागरिकांच्या जागरूकतेमुळे जगाला पाहता आले. अभिनयकौशल्यात कमी पडलेले जर्मनीचे गुप्तहेर नागरिकांनी पकडून दिलेत. त्याची ही उदाहरणे. इंग्लंडमधील ७४,००० परदेशी नागरिकांव्यतिरिक्त जे इतर परदेशी नागरिक संशयास्पद रीतीने वावरत होते किंवा वेळोवेळी देशात येत होते, त्यांतील बरेचजण नागरिकांच्या दक्षतेमुळे शासकीय यंत्रणेमार्फत पकडले गेले, कैदेत गेले अथवा मारले गेले. त्यांतील काही उदाहरणे मोठी बोलकी आहेत.

सागरी मार्गाने आलेला एक गुप्तहेर किनाऱ्यावर येऊन वाळूतून मार्ग काढीत मुख्य रस्त्यावर आला, तेव्हा सकाळचे नऊ वाजले होते. थकलेल्या आणि तहानलेल्या त्या गुप्तहेराने रस्त्याकडेच्या दारूच्या बारकडे धाव घेतली, आणि दारूची मागणी केली. बारच्या मालकाला या नवागताचा संशय येणे साहजिकच होते. कारण सकाळी दहापूर्वी दारूची विक्री करता येत नाही, हे आतापर्यंत सर्व ब्रिटिश नागरिकांना ठाऊक झाले होते. बारच्या मालकाने त्या नवागताला बसवून घेतले आणि मागच्या दाराने पोलिसांना निरोप धाडला. पुन्हा समोर येऊन त्या नवागताला थोडी दारू देऊन बोलण्यात गुंतविले. थोड्या वेळात तो गुप्तहेर पोलिसांच्या तावडीत सापडला.

असाच एक जर्मन गुप्तहेर एका रेस्टॉरंटमध्ये जेवण्यासाठी गेला आणि जेवण झाल्यावरच या पठ्ठ्याने आपल्याजवळील कुपन्स कौंटरवर दिली. त्याला

जर्मनीत मिळालेली कुपन्स रेशनसाठी वापरण्याची होती. ती पाहताच कौंटरवरील माणसाने लगेच पोलिसांना गुप्त संदेश धाडला आणि तो त्या गिऱ्हाइकाशी गप्पा मारू लागला. हा पठ्ठाही लगेच पोलिसांच्या तावडीत सापडला.

असेच सकाळच्या प्रहरी इंग्लंडच्या दक्षिणेच्या सागरकिनाऱ्यावर बसून नाश्ता घेत असलेले दोन तरुण एका वयोवृद्ध इंग्लिश व्यक्तीच्या नजरेत भरले. कारण, ते ज्या प्रकारचा नाश्ता घेत होते ती पद्धत इंग्लिश नव्हती, ती होती जर्मनीतील पद्धत, जी त्या वयोवृद्ध इंग्लिश गृहस्थाने अनुभवली होती. झाले, सागरकिनारी सकाळचा फेरफटका मारण्यासाठी आलेल्या त्या वयोवृद्ध गृहस्थाने सावकाश समोर जाऊन सागरकिनाऱ्यावरील रक्षकांना खबर दिली आणि सूर्योदयापूर्वी किनाऱ्यावर उतरलेली गुप्तहेरांची ती जोडी नाश्ता करताकरताच बंदिवासात गेली.

असाच आणखी एक तरुण जर्मन गुप्तहेर रेल्वे स्टेशनवरील तिकीट काढण्याच्या खिडकीजवळच पकडला गेला. त्याने एका स्टेशनचे तिकीट मागितल्यावर बुकिंग कारकुनाने नेहमीच्या सवयीप्रमाणे दहा-सहा द्या, अशी पैशाची मागणी केली. इंग्लंडमध्ये नव्यानेच आलेल्या या पठ्ठ्याला दहा-सहा म्हणजे दहा पौंड सहा शिलिंग वाटले. त्याच्याजवळ पैसे भरपूर होते, त्याने सरळ दहा पौंड आणि सहा शिलिंग काढले आणि आत सारले. आतील बुकिंग कारकून आश्चर्याने पाहतच राहिला. इतक्या जवळ जाणारा हा तरुण दहा पौंड सहा शिलिंग तिकिटासाठी देतो आहे म्हणजे काही तरी भानगड असली पाहिजे, हे त्याच्या लक्षात यायला वेळ लागला नाही. त्याने खिडकीबाहेरच्या त्या तरुणाला बोलण्यात गुंतवून एका लहानशा चिठ्ठीवर पोलिसांना निरोप धाडला आणि दहा पौंड सहा शिलिंग हे जवळच्या प्रवासासाठी देणारा तो तरुण लागलीच गजांआड झाला.

अशा प्रकारे नको तेव्हा, नको तेथे रेडिओ ट्रान्समीटरचा वापर करून किंवा अशाच अगदी साधारण स्वरूपाच्या चुका केल्याने, जागरूक ब्रिटिश नागरिकांनी पकडून पोलिसांच्या ताब्यात दिलेल्या अनेक जर्मन गुप्तहेरांना बोलते करून त्यांच्याकडून इतर गुप्तहेरांची माहिती मिळविणे व त्यांना पकडणे पोलिसांना अवघड गेले नाही. अशा रीतीने ब्रिटनने जर्मन गुप्तहेरांची साखळी उद्ध्वस्त केली. उलट, आपण धाडलेल्या गुप्तहेरांकडून आपल्याला तेथील इत्थंभूत माहिती मिळेल आणि आपले इंग्लंडवरील नियोजित आक्रमण यशस्वी होईल, अशी स्वप्ने पाहणाऱ्या जर्मनीतील नाझी गुप्तहेर संघटनेच्या वरिष्ठांना ब्रिटनवरील आक्रमण आंधळेपणाने करावे लागले, असे ब्रिटनच्या गुप्तहेर संघटनेचा अधिकारी

ठामपणे सांगत होता. कारण जर्मनीला त्यांच्या गुप्तहेरांकडून संदेश मिळत नव्हते आणि जे काही मिळत होते, ते ब्रिटिश गुप्तहेर संघटनेने फितविलेल्या गुप्तहेरांकडून धाडले जाणारे फसवे संदेश होते.

या सर्व उदाहरणांवरून एक गोष्ट सहजपणे लक्षात येते, ती म्हणजे जसे प्रत्यक्ष युद्धकाळात हेरगिरीला महत्त्व असते, तसे ते शीतयुद्धाच्या काळातही असते. या काळात हेरगिरी नुसती चालूच असते असे नाही, तर हेरगिरीला तितकेच महत्त्व असते. जगाच्या लष्करी इतिहासात अनेक तरुणींनी स्वतःच्या देशासाठी शत्रूच्या देशात हेरगिरी करून आपल्या देशाला खूपच मोलाची मदत केलेली आहे. त्यातील काही निवडक महिला गुप्तहेरांची थरारक माहिती खाली दिलेली आहे.

परदेशातील महिला गुप्तहेरांची माहिती देण्याआधी आपल्या देशातच १८५७ च्या स्वातंत्र्य रणसंग्रामात हेरगिरी करून स्वातंत्र्यसैनिकांना बहुमोल मदत करणाऱ्या कानपूरच्या एका नृत्यांगनेची माहिती जाणून घेणे योग्य होईल. १८५७ मध्ये कानपूरला नृत्यांगना म्हणून प्रसिद्ध असलेली 'अजीजनबाई'. सेनापती तात्या टोपे यांच्या पराक्रमाने भारावून गेलेल्या अजीजनबाईने स्वातंत्र्य- सैनिकांच्या लढ्याला शक्यतो मदत करण्याची प्रतिज्ञा केली. अनेक इंग्रज अधिकारी आणि इंग्रज जवान तिच्या 'नृत्यकले'वर फिदा होऊन तिचे नृत्य पाहण्यास तिच्याकडे येत असत. त्यांच्याशी गोड गोड गप्पा मारताना त्यांच्या हालचालींची बरीच महत्त्वाची माहिती तिला मिळत असे. ती माहिती ती गुप्तपणे नानासाहेब पेशवे आणि तात्या टोपे यांच्यापर्यंत पोचविण्याची व्यवस्था करीत असे.

यासाठी तिने आपल्या विश्वासातील अनेक तरुणींना एकत्र करून त्यांना सैनिकी प्रशिक्षण दिले आणि त्यांची एक शिस्तबद्ध अशी सैनिक तुकडी तयार केली. त्या तुकडीला तिने नाव दिले होते, 'म्स्तानी टोळी'. नानासाहेब पेशव्यांचे एक खास जवळचे नबाब शमसुद्दीन यांचे तिच्याशी खूपच जवळचे संबंध होते. इतकेच नव्हे, तर स्वातंत्र्यसमराच्या वाटचालीबद्दल तिच्याशीही विश्वासाने चर्चा होत असे. अजीजनबाईने नबाब शमसुद्दीन यांच्याकडूनच लष्करी शिक्षण घेणे सुरू केले आणि त्याचाच फायदा घेऊन तिने आपल्या मस्तानी टोळीतील मुलींना ते शिक्षण दिले होते. नानासाहेबांनी जेव्हा कानपूर जिंकून घेतले, तेव्हा कानपूरमधील इंग्रजांच्या बायका-मुलांना त्रास होऊ नये म्हणून अजीजनबाईने त्या सगळ्यांना कानपूरलाच 'बिबीघर' म्हणून ओळखल्या जाणाऱ्या वास्तूत त्या दोनशेपेक्षा जास्त इंग्लिश महिला आणि मुलांना तिने आश्रय दिला होता. पण त्यांच्यावर गुप्तपणे लक्षही ठेवले होते. त्यातूनच तिच्या टोळीतील मुलींकडून तिला माहिती मिळाली, की

**युद्ध सज्जतेला पूरक अशा हेरगिरीचे कौशल्य / २०३**

बिबीघरातील काही इंग्रज महिला त्या परिसरातील काही देशद्रोही बंगाली तरुणांना क्रांतिकारकांच्या हालचालीच्या बातम्या पुरवीत आणि त्यांच्या मार्फत त्या बातम्या इंग्रजांपर्यंत पोचत असत. त्यामुळे नानासाहेब, तात्या टोपे, नबाब शमसुद्दीन यांना तसेच स्वत:च्या संग्रामाच्या वाटचालीला हानी पोचण्याची शक्यता होती. म्हणून ती बातमी मिळताच अजीजनबाईने त्या सगळ्यांचा सफाया करून इंग्रजांचे एक बातमीकेंद्र उद्‌ध्वस्त करून टाकले. अशी होती तिची प्रभावी गुप्तहेर यंत्रणा. या यंत्रणेद्वाराच तिने राज्यकर्त्या इंग्रजांना सळो की पळो करून सोडले होते. अर्थात तोपर्यंत ती क्रांतिकारी पार्टीची सभासदही झालेली होती आणि या क्रांतिकारी पार्टीने तिच्यावर सोपविलेली इंग्रजांच्या वर्तुळात शिरकाव करून हेरगिरी करण्याची जबाबदारी मनापासून स्वीकारली होती आणि ती तिने अखेरपर्यंत पार पाडली.

इंग्रजांनी जेव्हा कानपूरवर पूर्ण शक्तिनिशी हल्ला करून कानपूर जिंकून घेतले, त्या वेळी तात्या टोपे यांच्या पराक्रमाने भारावून गेलेल्या अजीजनबाईने तात्यांना वाचविण्यासाठी स्वत: तात्या टोपेचा वेश धारण करून इंग्रजांना प्रभावीपणे तोंड दिले आणि त्यांना थोपवून धरले. तात्या सुखरूप निसटले पण त्या वेळी झालेल्या भीषण संग्रामात अजीजनबाईच्या टोळीतील जवळजवळ सर्वच नृत्यांगना रणांगणावर शहीद झाल्या. इंग्रज अजीजनबाईवर इतके चिडले होते, की कानपूर हातात येताच त्यांनी अजीजनबाई आणि तिची वाचलेली साथीदार गुलाबो या दोघींची घरे पेटवून दिली. नबाब शमसुद्दीन रणांगणावर शहीद झाला, त्या वेळी त्याला श्रद्धांजली वाहण्यासाठी आलेल्या अजीजनबाईला इंग्रजांनी सापळा लावून पकडले. १८५७ च्या जुलै महिन्याच्या १८ तारखेला कानपूर शहरात दवंडी पिटवून लोकांना चौकात एकत्र जमविले. त्यांच्यासमोर अजीजनबाईवर खटला चालविण्याचे नाटक केले, तेव्हा ताठ मानेने बेडरपणे उत्तर देणाऱ्या अजीजनबाईला त्यांनी भर चौकात फाशी दिली आणि वीरांगना ठरलेली ती नृत्यांगना त्या शिक्षेला ताठ मानेने सामोरी गेली.

जगाच्या लष्करी इतिहासात गाजलेल्या अशा अनेक महिलांनी हेरगिरीत आपले स्थान निर्माण केलेले आहे. त्यांतील १८५७ च्या भारताच्या स्वातंत्र्य संग्रामात गाजलेल्या अजीजनबाईच्या कर्तृत्वाबद्दल वर दिले आहेच. त्यानंतर पहिल्या जागतिक महायुद्धात (१९१४ ते १९१८) गाजलेली सुप्रसिद्ध सौंदर्यवती नर्तिका माताहारी हिचे कर्तृत्वही असेच कौतुकास्पद होते. जर्मनीने जगावर लादलेल्या त्या महायुद्धात माताहारीने जर्मनीसाठीच फ्रान्समध्ये हेरगिरी केली होती. तिच्यामुळेच फ्रान्सबद्दल युद्धाच्या दृष्टीने बरीच महत्त्वाची माहिती जर्मनीला मिळाली होती.

त्यामुळेच जर्मनीला फ्रान्सवर सहजपणे विजय मिळविता आला होता. अर्थात त्याआधीच ती पकडली गेली होती, आणि तिला मृत्युदंडाची शिक्षा सुनावली गेली. त्यानंतर तिला फायरिंग स्क्वाडसमोर नेले जाण्याच्या तासभर आधीच तिने आपल्याविषयीची सत्य परिस्थिती आपल्या नुकत्याच तारुण्यात प्रवेश करणाऱ्या आपल्या लाडक्या लेकीला पत्राद्वारे कळविली होती. तिचे नाव होते बंडा. ती जावा बेटाची नागरिक होती. आईचे ते अखेरचे पत्र हातात घेऊन बंडा वाचत होती...

"आता पहाट होत आली आहे. आणखी तासाभरातच ते यमदूत मला वधस्तंभाजवळ नेऊन गोळ्या घालतील."

बंडाचे डोळे आसवांनी भरून आले होते. पुढचा मजकूर काही ती वाचू शकली नव्हती. जावा त्या वेळी डचांच्या ताब्यात होते आणि बंडाच्या आईने तिला तिच्या मावशीजवळ ठेवले होते. तेथेच ती लहानाची मोठी झाली होती. पण आता यापुढे मावशीला त्रास द्यायचा नाही, असा निश्चय करूनच ती घराबाहेर पडली होती.

तारुण्यानं मुसमुसलेली ती लावण्यवती एकटी रस्त्यावर येताच सर्वसाधारणपणे घडते तसेच याही वेळी घडले. टारगट तरुणांनी तिला छेडायला सुरुवात केली. त्या टारगट तरुणांच्या टोळीच्या तावडीत ती सापडली असतानाच चाळीशीच्या वयाचा एक डच अधिकारी तेथे आला आणि त्याने तिची सुटका तर केलीच, पण तिला आश्रयही दिला. खूप पैसा, मोठा बंगला असलेला तो जावाच्या नागरी सेवेतील एक वरिष्ठ अधिकारी होता. एकटाच होता तो. बंडाची हुशारी पाहून त्याने तिच्या शिक्षणाची व्यवस्था केली. तिनेही शिक्षण पूर्ण करून जावातील मुलांसाठी शाळा सुरू केली.

पुढे दुसऱ्या महायुद्धाच्या मध्यात (१९३९-१९४५) जपान्यांनी जावावर ताबा मिळविला, तेव्हा त्या आक्रमकांच्या विरुद्ध जावातील गृहरक्षक दलातील तरुणांनी लढा उभारला होता. त्यांना आक्रमक जपान्यांची इत्थंभूत माहिती देण्यासाठी बंडाने अत्यंत कल्पकतेने आणि हुशारीने हेरगिरी सुरू केली. हेरगिरीचे बारकावे तिच्या रक्तातच भिनले होते. तिने गृहरक्षक दलाला योग्य आणि आवश्यक ती सर्व माहिती तर पुरविलीच; पण त्यांना आवश्यक असलेली शस्त्रास्त्रेही तिने अमेरिकेत जाऊन आणून दिली आणि जपान्यांना हुसकावून लावण्यात गृहरक्षकदल यशस्वी झाले. जावा स्वतंत्र झाले. बंडाचा आनंद गगनात मावेना. अर्थात, आता अमेरिकन अधिकाऱ्यांना तिची योग्यता कळली होती. त्यांनी मग तिला चीनमध्ये धाडले. चँग-कै-शेकच्या विरोधातील महत्त्वाच्या बातम्या तिने अमेरिकनांना पुरविल्या. त्यानंतर त्यांनी तिला कोरियाला धाडले.

तिथे जाताच उत्तर कोरिया दक्षिण कोरियावर हल्ला करणार असल्याची आणि चीन व रशिया हे त्याला मदत करणार असल्याची महत्त्वाची बातमी तिने अमेरिकेला धाडली. अमेरिकन अधिकाऱ्यांचा त्यावर आधी विश्वासच बसला नाही. पण ती बातमी लवकरच खरी ठरली. जावामध्ये स्वातंत्र्यसैनिक म्हणून कार्य करणारा मूळचा कम्युनिस्ट कार्यकर्ता मिकाडो आता नेमका कोरियात आला होता. त्याने बंडाला पाहिले आणि ओळखलेही. तिची माहिती गुप्तपणे गोळा केली. ती अमेरिकेतर्फे हेरगिरी करीत असल्याचे समजताच ती माहिती उत्तर कोरियाच्या कम्युनिस्ट राज्यकर्त्यांना दिली. त्यांनी लगेच तिला अमेरिकेसाठी हेरगिरी करीत असल्याच्या आरोपाखाली अटक करून मृत्युदंडाची सजा ठोठावली. तिच्या आईप्रमाणेच तिलाही अगदी पहाटे वधस्तंभाकडे नेण्यात आले. फायरिंग स्क्वाडसमोर उभे केल्यावर तिने डोळ्यांवर पट्टी बांधण्यास नकार दिला. फायरिंग स्क्वाडच्या सैनिकांनी तिच्यावर नेम धरला, तेव्हा मनातल्या मनात आईचे स्मरण करून ती म्हणत होती,

"आई, आई बघ मीदेखील तुझ्याप्रमाणेच..." तेवढ्यात स्क्वाडच्या अधिकाऱ्याने आदेश दिला. "फायर..."

बंडाचे शरीर ताठरले– रक्ताळले आणि शांत झाले.

## तमारा बोकेची हेरगिरीतील शोकांतिका

नृत्यदिग्दर्शक तमारा बोके दुसऱ्या महायुद्धात हिटलरच्या भीतीने दक्षिण अमेरिकेतील अर्जेन्टिनात आली होती; ती ज्यू मातेच्या पोटी जन्माला आली होती म्हणूनच. त्यानंतर ती पूर्व जर्मनीत आली. तेथे कम्युनिस्टांची राजवट होती. तिची धडाडी, तिचे व्यक्तिमत्त्व आणि तिचा कम्युनिझमवरील विश्वास हे सर्व रशियन गुप्तहेर संघटनेच्या नजरेत भरले होतेच. त्यांनी तिला हेरगिरीचे सखोल शिक्षण देऊन लॅटिन अमेरिकन देशांमध्ये हेरगिरीसाठी धाडले.

तिथेच अर्जेन्टिनाच्या गनिमी युद्धात गाजलेल्या क्युबाच्या जनरल कॅस्ट्रो याचा उजवा हात असलेला वीर ची-गुवारा याच्या ती संबंधात आली. त्याच्याच बरोबर रशिया, क्युबा येथील क्युबन महिलांच्या निमलष्करी दलात अधिकारीही झाली. पुढे ची-गुवाराने दक्षिण अमेरिकेतीलच बोलोव्हियाती क्रांतिकारकांना एकत्र आणून प्रस्थापित राज्यशासन उलथविण्याचा प्रयत्न चालू केला. त्यासाठी शासनविरोधी गनिमी सैनिक गुप्तपणे उभे करणे, राज्ययंत्रणेतील गुपिते मिळविणे या महत्त्वाच्या गोष्टी करण्याची जबाबदारी तमारा बोके उर्फ ची-गुवेराच्या शब्दांत त्याची तेनियावर सोपविण्यात आली. एक समूह नृत्यशास्त्रातील जाणकार म्हणून तिने स्थानिक तरुण-तरुणींना एकत्र आणून समूहनृत्याचे कार्यक्रम आयोजित करण्यास

सुरुवात केली. तिच्या भोवतीच्या तरुण-तरुणींच्या संख्येत भर पडू लागली. तिचे काम सोपे झाले. त्या तरुण-तरुणींना तिने गनिमी युद्धपद्धतीचे शिक्षण देणे सुरू केले.

दुर्दैवाने बोलेव्हियन शासनाला या उठावाच्या तयारीची माहिती मिळाली. बोलेव्हियन लष्कराने जोरदार हालचाल करून या गनिमांच्या छावण्यांवर छापे घातले. तेनिया उर्फ तमारा बोके निसटली. पण सगळ्या तरुणांना, अगदी गुवारालाही संशय आला की तमाराच्या निष्काळजीपणामुळेच शासनाला बातम्या मिळाल्या. बिचारी तमारा पळत होती. लष्कर तिच्या मागावर होते. अखेर बोलेव्हियाची हद्द ओलांडण्यासाठी तिने एका नदीत उडी मारली. ती पार करीत असतानाच बोलेव्हियन सैनिकांच्या गोळीबाराला ती बळी पडली. हेरगिरीत हे घडत असतेच. हेरगिरी सुरू केल्यापासून हेरांना सतत मृत्यूच्या छायेतच वावरावे लागते. तरुणींच्या बाबतीत हे घडलेले आपण पाहिलेच आहे. अर्थात त्या वातावरणातही काहीजणी त्यातून सुखरूप बाहेर आलेल्या आहेत. त्यांतील काही उदाहरणे पुढे दिली आहेत.

लंडनमध्ये अमेरिकन आई-वडिलांच्या पोटी जन्माला आलेली एमी थोरपे ही अतिशय सुस्वरूप आकर्षक व्यक्तिमत्त्वाची आणि आपल्या वक्तृत्वातील चातुर्याने समोरच्यावर छाप पाडणारी तरुणी ब्रिटिश गुप्तहेर यंत्रणेच्या नजरेत भरली नसती तरच नवल होते. त्यांनी तिला आपल्या खात्यात घेतले. तिला योग्य ते शिक्षण दिले आणि हेरगिरीसाठी तिला पोलंडमध्ये धाडले. जर्मनीतील हिटलरचा नाझी पक्ष पुन्हा दुसऱ्यांदा म्हणजे १९१४ ते १९१८ च्या पहिल्या महायुद्धातील दारुण पराभवानंतर पुन्हा दुसऱ्या महायुद्धाच्या तयारीत गुंतला होता. त्या वेळी त्याच्या तयारीची माहिती इंग्रजांना हवी होती. एमी एक यशस्वी गुप्तहेर होण्याच्या पूर्वतयारीने पोलंडमध्ये उतरली. इंग्रजांनी तिला सांकेतिक नाव दिले होते, सिंथिया. वॉर्सात येताच आपल्याला अत्यंत महत्त्वाच्या अशा बातम्या कोणाकडून मिळू शकतील, याचा अंदाज घेणे तिने सुरू केले. पोलंडमधीलच परराष्ट्र मंत्रालयातील एका तरुण पण वरिष्ठ अधिकाऱ्याला तिने हेरले आणि त्याच्याभोवती आपले जाळे फेकले. त्याला आपल्या जाळ्यात ओढण्यास तिला वेळ लागला नाही.

तिच्या अप्रतिम सौंदर्यावर भाळलेल्या त्या तरुण अधिकाऱ्याने ब्रिटन-अमेरिकेच्या युद्धतयारीच्या दृष्टीने अत्यंत महत्त्वाच्या अशा बातम्या, गुप्तसंदेश धाडण्यासाठी जर्मनी वापरत असलेली सांकेतिक भाषा आदींबद्दल पुरेशी माहिती

तिला पुरविली. हेरगिरीतील तिचे पहिले पाऊल यशस्वी ठरले होते. दुसऱ्या महायुद्धाला तोंड फुटले होते. सिंथिया आता वॉर्सातून नाहीशी झाली. तिला त्यानंतर अमेरिकेला धाडण्यात आले. १९४१ साल उजाडले होते. अमेरिका अजून युद्धात उतरली नव्हती, तरी सिंथियाने योग्य तो आढावा घेतला आणि तिच्या लक्षात आले, की युद्धविषयक बातम्या मिळविण्याच्या दृष्टिकोनातून फ्रान्स, इटली आदी राष्ट्रांच्या दूतावासातील एखादा वरिष्ठ अधिकारी महत्त्वाचा ठरू शकेल. तारुण्याने मुसमुसलेली ती आता मोठ्या रुबाबात थोरामोठ्यांच्या पार्ट्यांना जाऊ लागली. अशाच एका पार्टीत इटॅलियन दूतावासातील ॲडमिरल अलबट्रॉलेस हा तिच्याकडे आकर्षित झाला. महत्त्वाच्या बातम्या मिळविण्याच्या दृष्टिकोनातून तो खूपच उपयुक्त अधिकारी होता. सिथिंयाने त्याच्या आवाहनाला प्रतिसाद दिला आणि त्याला आपल्या जाळ्यात ओढले.

आपल्यासाठी तो वेडापिसा झाला आहे हे ओळखूनच तिने त्याला स्पष्टपणे सांगून टाकले, की तिला इटलीतर्फे वापरली जाणारी सांकेतिक भाषा जर मिळवून दिली नाही, तर ती त्याच्याजवळ राहू शकणार नाही. ॲडमिरल अलबट्रॉलेस तिची मागणी नाकारू शकला नाही. सिंथिया ही इंग्लंड-अमेरिकेसारख्या दोस्त राष्ट्रांची गुप्तहेर आहे, हे समजल्यानंतरही त्याने आपल्या राष्ट्राची महत्त्वपूर्ण माहिती, सांकेतिक भाषा तिच्या स्वाधीन करून आपल्या राष्ट्राशी विश्वासघात केला आणि त्याने पुरविलेल्या सांकेतिक भाषेमुळे व इतर माहितीमुळे दोस्त राष्ट्रांना जर्मनीचा साथीदार असलेल्या इटलीच्या शक्तिशाली सेनेवर विजय मिळविणे सहज शक्य झाले. आपले काम होताच सिंथिया अमेरिकेतून परतली. पण त्याआधी त्या विश्वासघातकी इटॅलियन ॲडमिरलला अमेरिकेतून परत धाडण्याची तिने व्यवस्था केली. त्यानंतर इंग्रजांनी तिला फ्रान्समध्ये धाडले.

त्या वेळी फ्रान्समध्ये हिटलरची सत्ता होती आणि त्याने आपल्या हातातील खेळण्यासारख्या असणाऱ्यांचे सरकार तेथे प्रस्थापित केले होते. दुसरे महायुद्ध ऐन भरात होते आणि हिटरलची विजयी घोडदौड चालूच होती. त्या दृष्टिकोनातून फ्रान्समधून खूपच महत्त्वाची माहिती मिळणे शक्य होते. सिंथियाला वरिष्ठांच्या आदेशांनुसार फ्रान्सच्या दूतावासातील अधिकारी या दिशेने उपयुक्त ठरला असता. सिंथियाने तेच केले. दूतावासात 'माहिती अधिकारी' या महत्त्वाच्या पदावर काम करणारा, वायुसेनेतील माजी पायलट कॅप्टन चार्लस ब्रॉझ या तरुण अधिकाऱ्याला सिथिंयाने आपल्या जाळ्यात पकडले. तोही तिच्या आकर्षक व्यक्तिमत्त्वाने तिच्याकडे ओढला गेला, वेडावला आणि त्याने सिंथियाला आपल्या घरीच राहायला

येण्याचे निमंत्रण दिले. तिनेही चार्लस्च्या तिसऱ्या बायकोकडे दुर्लक्ष करून चार्लस्च्या घरी पाऊल टाकले.

आधी तर फ्रान्सने आपला सुवर्णसाठा मार्टिनिका बेटावर दडवून ठेवल्याची महत्त्वपूर्ण बातमी चार्लस्ने सिंथियाला दिली. तो प्रचंड सुवर्णसाठा इंग्रजांनी लगेच हस्तगत केला. त्यानंतर त्या वेळचे फ्रेंच नौसेनादल वापरत असलेली सांकेतिक भाषा मिळविणे हे तिचे ध्येय होते आणि अत्यंत कडेकोट बंदोबस्तात लोखंडी दारांच्या खोलीत असलेली त्यासंबंधीची कागदपत्रे तिने चार्लस्च्या सक्रिय सहकार्याने मिळविली. त्यामुळे जर्मनव्याप्त नौसेनादलावर विजय मिळविण्याची हुकमी गुरुकिल्लीच इंग्रजांच्या हाती लागली. सिंथियाने अप्रतिम कामगिरी बजावली होती. त्यामुळे दोस्त राष्ट्रांतील असंख्य सैनिकांचे प्राण वाचले, याचे तिला समाधान मिळाले.

१९४५ मध्ये दुसरे महायुद्ध संपल्यावर मनापासून चार्लस्कडे आकर्षित झालेल्या सिंथियाला आता चार्लस्ला सोडून जाणे अवघड झाले होते. चार्लस्चा तर प्रश्नच नव्हता. त्याने आपल्या तिसऱ्या पत्नीला घटस्फोट दिला आणि सिंथियाशी विवाह केला. उर्वरित आयुष्य त्या दोघांनी स्वतंत्र फ्रान्समध्ये मजेत काढले.

अशीच दुसऱ्या महायुद्धातीलच ही घटना आहे. १९४२ मध्ये जपान्यांनी 'फिलीपिन' हा देश जिंकून घेतला होता. अर्थात त्याआधी जपान्यांना फिलीपिनच्या वीरांबरोबर प्रचंड संघर्ष करावा लागला होता. इतकेच नव्हे, तर फिलिपीन जिंकून घेण्यास खूपच उशीर लागल्याने जपान्यांच्या त्या विभागात असलेल्या लष्करप्रमुख्याने तेथेच आत्महत्या केली होती आणि त्याच्या जागी आलेल्या नव्या लष्करप्रमुखाने अखेर प्रयत्नांची शिकस्त करून फिलीपिनी आपल्या घशात घातला होता. पण झालेल्या उशिरामुळे चिडलेल्या जपान्यांनी फिलीपीन्सच्या जनतेवर अनन्वित अत्याचार केले होते. या प्रकाराने फिलीपीन्समधील जनता आणि महिलाही खूप चिडल्या होत्या. त्यातच होती सौ. फेली. एक सुंदर आकर्षक विवाहिता. तिचा नवरा जपान्यांच्या कैदेत हाल भोगीत होता. तिने जपान्यांचा सूड घ्यायचा निर्णय घेऊन आपल्या लहानग्या डायनाला घेऊन ती पायीच राजधानी मनीलाला आली. तेथे एक ओळखीचे श्री. रोक्सार यांच्या घरी लहानग्या डायनाला ठेऊन ती क्रांतिकारकांना सामील झाली. एकंदर परिस्थितीचा आढावा घेऊन तिने सहा महिने एका मैत्रिणीच्या नाईट क्लबमध्ये काम करून जपान्यांचा अनुभव घेतला आणि मग सागरकिनारी एक खूपच महागडा असा स्वत:चा नाईट क्लब काढला.

महागडा क्लब असल्याने तिच्याकडे जपानी लष्करातील नौसेनेतील वरिष्ठ

अधिकारीच येत असत आणि तेच तिला हवे होते. तिच्या आणि तिच्या चंट साथीदार तरुणींच्या हसतमुख स्वागताने ते फिदा होत असत. त्यांच्याकडून आता तिला लष्करी दृष्टीने खूपच महत्त्वाच्या बातम्या मिळू लागल्या. क्रांतिकारकांच्या संघटनेचा कॅप्टन जॉन बून दूर घनदाट जंगलाने वेढलेल्या डोंगरातील गुहेत राहून नेतृत्व करीत होता. त्याला ती या बातम्या धाडून देत असे.

अशीच एक महत्त्वाची बातमी तिला मिळाली, की प्रचंड जपानी नौका वर रेडक्रॉसचे चिन्ह लावून जखमी सैनिकांच्या ऐवजी शस्त्रधारी लष्कराची ने-आण करीत आहे. ती बातमी तिने आपल्या निरोप्याच्या बुटाच्या टाचेत लपवून कॅप्टन बूनला धाडली आणि त्याने अमेरिकेच्या मदतीने अशा नौका बुडविल्या. अर्थात ही तर सुरुवात होती.

असेच एके दिवशी जपानी विमानवाहू नौकेचा कप्तान तिच्या क्लबमध्ये आला. मग तो रोज यायला लागला. एके दिवशी त्याने लाडात येऊन तिला सांगितले, की दुसऱ्या दिवशी सकाळीच तो आपल्या विमानवाहू नौकेसह तेथून जाणार आहे. मग काय, फेलीने पुढचे नाटक पूर्ण केले. त्याला निरोपाचे खास जेवण दिले आणि गाणेही सादर केले. ते खूपच रंगले. कप्तान सुखावला होता. तिने लाडातच त्याला विचारले.

"तुम्हांला पत्र कोठे धाडू?"

त्यानेही तिला सांगून टाकले—

"आम्ही आधी सिंगापूरला आणि मग राबॉलला जाणार." तो गेला.

झाले, ही बातमी क्रांतिकारकांच्या प्रमुखाकडे पोचती झाली. काही महिन्यांनंतर आलेल्या एका जपानी नौसेना अधिकाऱ्याने फेलीजवळ येऊन सांगितले,

"तुझा तो प्रियकर आता राहिला नाही. त्या विमानवाहू नौकेवरील सगळेच नौकेसह सागराच्या तळाशी गेले."

फेलीच्या डोळ्यांत पाणी आले. खरेखोटे तीच जाणे! अभिनयात ती कोणालाही हार जाणार नव्हती. अर्थात 'हेरगिरी'चा तो पायाच असतो.

तोच अधिकारी दुसऱ्या दिवशी आपल्या चाळीस कनिष्ठ अधिकाऱ्यांना घेऊन आला. फेलीने हॉलमध्ये केवळ एक लाल दिवा ठेवून बाकी सर्व दिवे मालवले. मग शरीराच्या रंगाचा तंग ड्रेस घालून विशेष नृत्य सादर केले. ते पाहून तो लाडावलेला अधिकारी तिच्याजवळ आला आणि तिला जवळ घेऊन म्हणाला,

"आजची रात्र मी कधीच विसरणार नाही. आता उद्या पहाटेच आम्ही सोलोमेन बेटाकडे निघणार आहोत."

फेलीही मनात म्हणाली, "मीही ही रात्र विसरणार नाही." कारण रात्रीच ती बातमी डोंगरातील गुहेत पोचली. तेथून निरोप आला,

"आजची भाजी उत्तम होती." (माहिती खूपच महत्त्वाची होती.)

काही दिवसांनंतर आलेल्या एका जपानी अधिकाऱ्याने तिला सांगितले,

"सोलोमेन बेटाकडे निघालेली युद्धनौका आणि सर्व पाणबुड्या केव्हाच सागराच्या तळाशी गेल्यात. आम्ही दोघेच कसेबसे वाचलो."

मनातल्या मनात सुखावलेल्या फेलीने त्याच्यासाठी डोळ्यांतले पाणी तसेच ठेवून खास नृत्य केले. केवढे महान देशकार्य करीत होती ती कलाकार!

पुढे जपान्यांच्या कैदेत असणाऱ्या आगि हाल भोगणाऱ्या फिलीपिन्सच्या क्रांतिकारकांना मदत करण्याच्या प्रयत्नात असताना ती पकडली गेली. जपान्यांनी तिचाही छळ केला. तिला आधी मृत्युदंडाची शिक्षा झाली. पण वरिष्ठ न्यायालयाने ती वीस वर्षांची केली. सुदैवाने १० फेब्रुवारी १९४५ ला फिलीपिन मुक्तिसेनेने जपान्यांवर विजय मिळवून राजधानी मनीलात प्रवेश केला. ती मोकळी झाली. अंगात पुरेसे कपडे नाहीत, पायात पादत्राणे नाहीत. त्या अवस्थेतच ती रस्त्यावरून धावत गेली. ती लाडक्या लेकीला भेटण्यासाठी. त्या वेळी आलेले तिच्या डोळ्यांतील 'अश्रू' मात्र खरे होते.

शत्रूच्या गोटात हेरगिरी करणाऱ्या तरुणींमध्ये सगळ्यात लक्षवेधक उदाहरण आहे, ते फिलीपीन्समधील सुरेख आकर्षक तरुणी जोसेफिना हिचे. त्या वेळी फिलीपीन जपान्यांनी व्यापला होता. त्या पारतंत्र्याच्या काळात राजधानी मनीलामध्ये नव्यानेच डॉक्टरी सुरू केलेल्या डॉक्टर रेनेटो गुरेरो याने जोसेफिनाला पाहिले आणि तो तिच्या प्रेमातच पडला. तीही त्याच्याकडे आकर्षित झाली आणि 'चट मंगनी पट ब्याह!' मग काय, जोसेफिना सौ. गुरेरो झाली. दिवस फुलपाखरासारखे उडून गेले. त्यांची गोड मुलगी सिंथिया दोन वर्षांची झाली. त्याच वेळी जोसेफिनाला थकल्याथकल्यासारखे वाटायला लागले. अंगावर सूजही आली. तिचे सौंदर्य झाकले जाऊन वेगळेच रूप दिसायला लागले. डॉक्टर गुरेरोने तज्ज्ञ डॉक्टरांचा सल्ला घेतला.

डॉक्टरांनी गंभीरपणे सांगितले, "महारोगाची लक्षणे आहेत. पण रोग प्रथमावस्थेत आहे. सुदैवाने तो बरा होण्याजोगी औषधेही आहेत. पण लहान मुलांना मात्र लागण होऊ शकते. त्यांना वेगळे ठेवायला हवे."

"म्हणजे मला मला मऽऽहाऽऽ रोगाची लागण?" जोसेफिना सुन्न होऊन बसून राहिली. पण जिद्दी होती ती. लगेच सावरली.

"ही लढाई मी जिंकेन पण माझ्या लाडक्या सिंथियाचे काय? तिच्यापासून दूर गेलेच पाहिजे..." आणि तिने निर्णय घेतला.

आपल्या पतीलाही सांगितले. लाडकी सिंथिया बागेत बागडत होती. तिची गोड पापीही न घेता तिने घर सोडायचा निर्णय घेतला. तिची मातृभूमी आता आक्रमक जपानच्या ताब्यात होती. त्यातून एके दिवशी ती मैत्रिणीबरोबर चालली असताना जपानी सैनिकांनी त्यांची छेड काढली. जोसेफिना चवताळली. हातातल्या छत्रीनेच तिने त्यातल्या सगळ्यांत आडदांड जपानी जवानावर हल्ला केला. तो हादरला. रस्त्यावर तमाशा नको म्हणून त्या जपान्यांनी माघार घेतली.

तो प्रकार दुरूनच दोन डोळे पाहत होते. त्या नजरेने निर्णय घेतला होता. त्यांनी जोसोफिनाला आपल्या घरी बोलावले. तो तिच्या मैत्रिणीचा नवराच होता. तो म्हणाला,

"जोसेफिना, तुझ्यासारख्या तेजस्वी तरुणींची आमच्या मुक्ती संघटनेला गरज आहे. जपान्यांच्या तावडीतून आपला देश मुक्त केल्याशिवाय आम्ही राहणार नाही, अशी आमची खात्री आहे. सध्या ऑस्ट्रेलियात असलेले अमेरिकन सेनादलाचे जनरल मॅक ऑर्थर हे आपण पुरविलेल्या माहितीच्या साहाय्याने अमेरिकहून सेना आपल्या देशात उतरविणार आहेत. तू, तू आमच्या संघटनेत येशील का? लक्षात ठेव जोसेफिना, तू म्हणजे एक ज्वलंत निखारा आहेस."

"पण– पण", ज्योसेफिना चाचरत म्हणाली, "मला महारोग झालाय आणि त्याला औषधोपचार आणि विश्रांती आवश्यक आहे. त्यानेच तो बरा होईल. मग मी तुम्हाला कशी मदत करणार?" खरे म्हणजे तिची मातृभूमी तिला साद घालीत होती. मातृभूमीच्या मानेभोवतालच्या पारतंत्र्याचा फास काढून तिला मुक्त करायला. "मी निखारा आहे म्हणे! पण त्यावर राख जमलीय. पण आग कायम आहे ना?" तिचे मन तिला सांगत होते, राख झटकायला हवी– ती एकदम ओरडली...

"मी, मी तयार आहे. माझ्याने होईल ते करायला मी तयार आहे." तिच्या नवऱ्याचा, डॉ. गुरेराचा तिला पूर्ण पाठिंबा मिळाला. अन् त्या क्षणापासून ती क्रांतिकारी झाली.

सुरुवातीला तिला सांगितल्याप्रमाणे तिने मनीलाच्या रस्त्यावरून धावणाऱ्या जपान्यांच्या लष्करी वाहनांची गणती, त्यांचे प्रकार याची नोंद केली.

त्यानंतर सागरकिनाऱ्यावरील जपानी विमानवेधी तोफांची माहिती तिने काढली ती फळवालीच्या वेशात. सागरकिनाऱ्यावर चकरा मारून तिने त्यांचा एक नकाशाच काढला आणि एका मोठ्या फळात कोरून त्यात तो लपविला. नेमक्या त्याच वेळी

आलेल्या एका जपानी लष्करी अधिकाऱ्याने तिला हेरले. पण तिच्याकडे काहीच मिळाले नाही. मग त्याने टोपलीतील फळांमध्ये संगीन खुपसून पाहिले. सुदैवाने त्याला काहीच सापडले नाही. पण तिने धाडलेला नकाशा अमेरिकनांना मिळताच त्यांच्या विमानांनी त्या विमानवेधी तोफा उद्‌ध्वस्त केल्या.

तिने त्यानंतर जपान्यांच्या कैदेत असलेल्या फिलीपीनी कैद्यांना अन्न नेऊन देण्याची कामगिरी पार पाडली. तेव्हा बडबड्या जपानी सैनिकांकडून मिळेल ती माहिती गोळा करून आपल्या केसांच्या रिबिनीत गुंडाळून ठेवली. एका जपानी रक्षकाला तिचा संशय आला म्हणून त्याने मागून तिचे केस ओढले. सुदैवाने तिच्या रिबिनीची गाठ सुटली नाही म्हणून ती वाचली. माहितीचा कागद क्रांतिकारकांकडून अमेरिकन लष्कराला मिळाला.

मग ती दोस्त राष्ट्रांच्या प्राध्यापक मॅन्युअल कोल्यासियो यांना भेटली आणि त्यांच्या गुप्तहेर संघटनेची सभासद झाली.

त्यांना जेव्हा ती म्हणाली, ''मला महारोग जडला आहे,''

तेव्हा ते म्हणाले ''अगं, तो तुझ्या शरीराला जडला आहे. मनाला नाही. तू मनाने सुदृढ आहेस. काय वाटेल ते तुला करता येईल.''

त्यांनी तिला लाकडी तळवे असलेले जोडे घालायला सांगितले. त्या जोड्यांच्या तळव्यात माहिती, नकाशे, आदी दडविण्याची सोय होती. मग त्यांनी तिला मनीलापासून ५० मैलांवर असलेल्या नागरकॉईल डोंगरातील मुक्तिसैनिकांच्या अड्ड्यावर धाडले. त्यानंतर ती नेमाने गुप्त माहिती, नकाशे त्यांना नेऊन देऊ लागली ती अशी.

एके दिवशी तिला ती गोड महत्त्वाची बातमी मिळाली.

अमेरिकेन फौजा फिलीपीनच्या लुजानवर उतरत आहेत. क्रांतिकारकांनी लगेच देशबांधवांसाठी गुप्तपणे वाटण्यासाठी जोसेफिनाजवळ पत्रके दिली. त्यांत लिहिले होते— ''बंधूंनो, मुक्तीचा क्षण जवळ आला आहे.''

त्यानंतर अमेरिकनांना रोखण्यासाठी जपान्यांनी जे दारूगोळ्यांचे साठे दडवून ठेवले होते, ते तिने सांगितल्याप्रमाणे शोधून काढले. एका जपानी सैनिकाच्या वेशात डोक्यावर भाजीची टोपली घेऊन एक व्यक्ती जपान्यांच्या छावणीत शिरली आणि त्यानंतर कित्येक दिवस जपान्यांचे दारूगोळ्याचे मनीलाच्या भोवतीचे साठे उद्‌ध्वस्त होत होते आणि 'ज्यो' आणखी कोणत्या साठ्यांना भाजी हवी आहे, याचा शोध घेत होती.

तिच्या शरीरावर आता फोड आले होते. समोर घुसणाऱ्या अमेरिकन फौजांना

आता भीती होती ती जपान्यांनी पेरलेल्या सुरुंगांची. ही माहिती गोळा करण्यासाठी चाळीस मैल अंतर तुडवून प्रोफेसर मॅन्युअल यांच्या विनंतीवरून ती निघाली सरांना म्हणाली,

"सर आता माझ्या शरीराकडे पाहून आज्ञा द्यायला अडखळू नका. माझ्या मनाकडे पाहा." प्रो. मॅन्युअल उमगले. म्हणाले, "जा बेटा."

अंगातला ताप, दुखणारे शरीर यांना न जुमानता ती जपानी छावणीत घुसली. पुढे निघाली. एका जपानी अधिकाऱ्याने तिला अडवून तिच्या छातीला तलवार भिडवली. पण तिच्याकडे पाहताच तो ओरडला,

"हे महारोगी, भिकारडे, चल हट इथून."

ती सुखरूप पुढे पळाली.

पुन्हा असेच दुसऱ्याने हटकले. तिला पाहताच ओरडला.

"शी - शी - शी! पळ घाणेरडी, पळ लवकर."

आता तिला कोणीही अडविणार नव्हते. तिने आपले काम केले आणि सरळ अमेरिकनांच्या आघाडीच्या तुकडीत घुसली. सुरुंगाचा नकाशा त्यांच्या ताब्यात दिला.

"शाबास ज्यो, शाबास" तिला बऱ्याच दिवसांनी गरम गरम कॉफी व पॅनकेक देताना अमेरिकन अधिकारी म्हणाला.

ती तशीच परत फिरली. नियतीने आपल्याला हा परवानाच दिला आहे, याची तिला जाणीव होतीच. त्याच्या साथीनेच तिने जपान्यांची फळी फोडली. ती राजधानी मनीलात पोचली तेव्हाच तिला समजले, फिलीपीनी मुक्तिसंग्रामाच्या सैनिकांच्या साथीने अमेरिकनांनी जपान्यांचा पराभव करून मनीलात प्रवेश केला आहे.

प्राध्यापक मॅन्युअल जखमी अवस्थेत मृत्यूशी झुंज देत होते. तिने त्यांचा हात हातात घेतला. तिचा हात थोपटीत ते म्हणाले,

"ज्यो, तुझ्यासारख्या महान कर्तृत्वाच्या स्त्रीचा आपल्या राष्ट्राला कधीही विसर पडणार नाही. शा-बा-स- शा-बास."

इतके बोलत असतानाच त्यांची प्राणज्योत मालवली- स्वतंत्र झालेल्या त्यांच्या मातृभूमीतच.

त्यानंतर ती लंगडत लंगडत धावली ती आपल्या घराकडे. दारातच तिच्या नवऱ्याने डॉ. गुरेराने तिचे स्वागत केले.

"वीरांगने." तो प्रेमाने म्हणाला, "ती बघ तुझ्याकडे कोण लपून बघते आहे?" "लाडकी सिंथिया!" तिची नजर जणू म्हणत होती.

"शाबास आई, आई शाबास!"

त्यानंतर अमेरिकन राष्ट्राने या पराक्रमी पण व्याधिग्रस्त तरुणीला राष्ट्रातील नागरिकांला देण्यात येतो तो सर्वोच्च बहुमान देऊन स्वतंत्रतेचे पदक देऊन तिचा सत्कार केला. तिच्या संपूर्ण उपचाराची व्यवस्थाही केली.

सर्व उदाहरणांवरून एक गोष्ट स्पष्ट होते; ती म्हणजे हेरगिरी करण्यासाठी जिद्द, धाडस, आत्मविश्वास या सगळ्यांच्या जोडीलाच अत्यंत आवश्यक आहे ते अभिनयकौशल्य. म्हणूनच हेरगिरी म्हणजे युद्धकलेला पूरक अशी एक कलाच आहे, हे म्हणावे लागते.

तरुणींनी केलेल्या हेरगिरीच्या घटनांमध्ये अमेरिकेत पकडल्या गेलेल्या जिहाद जेन या अमेरिकन तरुणीचा उल्लेख करणे आवश्यक आहे. जिहाद जेनला २००९ मध्ये पकडण्यात आले होते. तिच्यावर दहशतवाद्यांना मदत करणे, परदेशात खून करण्याचा कट आखणे आणि ओळखपत्रांची चोरी करणे आदी आरोप होते. पण त्या वेळी तिने ते आरोप नाकारले होते. सत्तेचाळीस वर्षांच्या या महिलेचे मूळ नाव ला रोज असे आहे. वरील आरोपांसहित तिच्यावर प्रेषित महम्मद पैगंबर यांचे व्यंगचित्र काढणाऱ्या स्विडीश चित्रकाराला मारण्याचा कट आखल्याचाही आरोप होता आणि त्या आरोपाखालीच तिला २००९ साली अटक झाली होती.

जेनला अमेरिकन नागरिकत्वामुळे देशात तसेच परदेशात सहजपणे फिरता येत असे आणि तिच्या कारवायांकडे फारसे कोणाचे लक्ष जात नसे. तिची सहकारी जेमी पॉलीन रामिरेझ हिच्या मदतीने इंटरनेटद्वारा दक्षिण आशिया आणि युरोपात जिहाद करण्यासाठी स्त्री-पुरुषांची भरतीही ती करीत असे. खरेतर तिने आपल्यावरील आरोपांचा कबुलीजबाब देण्याआधीच पुराव्यानुसार ३ मार्च २०१० रोजी तिला जन्मठेप आणि दहा लाख डॉलर दंडाची शिक्षा न्यायालयाने सुनावली होती. पण २ फेब्रुवारी २०११ ला मात्र न्यायालयासमोरच तिने आपल्यावरील सर्व आरोपांचा कबुलीजवाब दिला.

अशा या हेरगिरीच्या क्षेत्रात जगाला धक्के देणाऱ्या तरुणींच्या-महिलांच्या कथा त्यांच्या अभिनयकौशल्याची, आत्मविश्वासाची साक्ष देतात. म्हणूनच वैयक्तिक कौशल्य हा हेरगिरीचा पाया समजला जातो.

***

## एकतीस

युद्धजन्य परिस्थितीत अथवा शीतयुद्धाच्या काळातही गुप्त संदेश धाडण्याची कारवाई ही युद्धकौशल्याला आणि हेरगिरीतील कौशल्याला नेहमीच पूरक ठरत असते; नव्हे, ती एक आवश्यक बाब असते आणि तितकीच ती महत्त्वपूर्णही असते. पूर्वीच्या काळी प्रशिक्षित अशा कबुतरांच्या पायाला गुंडाळलेल्या लहानशा चिठ्ठीत संदेश लिहून ते कबुतर हवेत सोडले जात असे. ते कबुतर शिकविलेले असल्याने त्याला कोणत्या दिशेला जाऊन कोणत्या छावणीत उतरावयाचे ते समजत असे. तेवढी त्यांची क्षमताही आहे, असावी. मध्येच कुठेतरी शत्रूचे लोक त्यांना खाली पाडून तो संदेश पळवीतही असत. त्यामुळे त्याचे महत्त्व नाहीसे होत असे.

जगाच्या बऱ्याच मोठ्या भागावर आपले साम्राज्य प्रस्थापित करण्यात यशस्वी झालेला जगप्रसिद्ध मंगोलियन सेनानी चेंगीझखानाने त्याच्या मोहिमा चालू असताना त्याचे सैन्य कितीही मैल अंतरावर असले तरी त्यांनी आपल्याकडे त्या आघाडीवर काय चालले आहे, याची माहिती रोजच्या रोज मिळाली पाहिजे यासाठी खास खबऱ्यांची व्यवस्था केली होती आणि युद्धयोजनांच्या दृष्टिकोनातून हे अत्यंत आवश्यक असते. कारण त्यावरच कोणत्याही सेनानीना युद्धयोजनांच्या आखणीत आलेल्या गुप्त संदेशानुसार काही बदल करावयाचे असल्यास करता येतात. आघाडीवर काही मदत आवश्यक असल्यास ती धाडता येतो. शीतयुद्धाच्या काळात शत्रुराष्ट्रांमध्ये कार्यरत असलेले गुप्तहेर जी माहिती संदेशांद्वारे धाडतात, त्यावर प्रत्येक राष्ट्र आपली युद्धतयारी अद्ययावत करीत असते. त्यामुळेच या गुप्त संदेशांना एक अनन्यसाधारण महत्त्व

असते आणि जगाच्या लष्करी इतिहासावरून हे स्पष्ट होते.

स्वत:ला जगज्जेता म्हणवून घेणाऱ्या अलेक्झांडरनेही असे गुप्त संदेशधाडण्याची आणि स्वत:ला मिळण्याची चोख व्यवस्था केली होती. त्यामुळेच प्रत्येक लांबवरच्या मोहिमांची आखणी त्याला सहजपणे आणि यशस्वीपणे करता आली.

फ्रान्सचा जगप्रसिद्ध सम्राट आणि गाजलेला सेनानी नेपोलियन बोनापोर्ट यानेही गुप्तसंदेश धाडण्याची आणि मिळविण्याची चोख व्यवस्था केलेली होती. त्यामुळेच त्यालाही सर्व मोहिमांमध्ये यश मिळत गेले. अर्थात अखेरच्या आणि त्याच्या लष्करी जीवनातील महत्त्वाच्या वॉटर्लूच्या लढाईत त्याचे संदेश संबंधित सेनानींना प्रत्यक्षात उतरविता न आल्याने, त्याला त्याच्या उजव्या फळीवर मदत अपेक्षित होती ती न मिळाल्याने त्याला इंग्लंडचा गाजलेला सेनानी आर्थर वेलस्ली याच्याकडून पराभव स्वीकारावा लागला आणि तो पराभव म्हणजे त्याच्या लष्करी प्रभुत्वाच्या शेवटाची सुरुवात होती.

कोणत्याही लष्करी कारवाईत गुप्त संदेश धाडणे आणि घेणे याला अतीव महत्त्व असते हे उघड आहे. हीच बाब क्रांतिकारकांच्या कारवाईतदेखील महत्त्वाची असते. दुसऱ्या महायुद्धात डिसेंबर १९४० मध्ये अमेरिकेच्या 'पर्ल हार्बर' या नौसेनेच्या प्रमुख केंद्रावर अचानक हवाई हल्ला करून जपानने युद्धात उडी घेतली, आणि तेथून जपानी फौजांनी सरळ फिलीपीन्सवर आक्रमण करून तो देश जिंकून घेतला. अर्थात, त्यानंतर फिलीपीन्समधील स्वातंत्र्यप्रेमी तरुण आणि तरुणींनी जपान्यांना फिलीपीन्समधून हुसकावून टाकण्यासाठी क्रांतिसेना उभारली. या क्रांतिसेनेचे मुख्य केंद्र राजधानी मनीलापासून शेकडो मैल दूर जंगलाने वेढलेल्या डोंगरातील गुहेत होते. फिलीपीन्समध्ये कार्यरत असलेले क्रांतिकारी त्या केंद्राकडे त्यांना जपान्यांविषयी मिळालेल्या महत्त्वाच्या बातम्या त्यांच्या निरोप्यांच्या बुटांच्या टाचेत दडवून पाठवीत असत. त्यानंतर गुहेतील क्रांतिप्रमुख मिळालेल्या बातम्यांनुसार जपान्यांचे दारूगोळा साठे, युद्धनौका उद्ध्वस्त करण्याची कारवाई करीत असत आणि त्याच वेळी ज्याने बातमी धाडली त्याला निरोप धाडून कळवीत असत, तो गुप्त भाषेतच. मिळालेली बातमी महत्त्वाची वाटली तर कळविले जात असे की, 'धाडलेली भाजी ताजी आणि चांगली होती' आणि बातमी फारशी उपयुक्त नसेल तर निरोप धाडला जाई की 'भाजी शिळी आणि निरुपयोगी होती.' यातही कौशल्यच होते.

त्याच दुसऱ्या महायुद्धात जपानने फिलीपीन्स, मॅनमार (ब्रह्मदेश) वगैरे देश जिंकून घेताना त्यांचे सेनानी आपल्या पथकप्रमुखांना निरोप धाडण्यासाठी पक्ष्यांचे आवाज काढून संदेश देत असत. त्यांची ती सांकेतिक भाषा सर्व संबंधितांना माहीत

असे. खरे म्हणजे लष्कराच्या मोहिमांमध्ये तारायंत्राने संदेश धाडण्याचे तंत्र त्याच्या बऱ्याच आधीपासून उपलब्ध झाले होते. त्यासाठी मोर्सकोडचा वापर केला जात असे. पण जपान्यांना आपल्या संदेशांची गुप्तता राखण्यासाठी त्यांनी 'जंगल वॉर फेअर' साठी म्हणजे जंगलातील युद्धतंत्रासाठी अत्यंत सखोल अभ्यास करून विकसित केलेली पक्ष्यांच्या आवाजाची नक्कल करून आपल्या आघाडीवरील पथकांना संदेश देण्यासाठी जी पद्धत होती, तीच ते वापरीत असत. त्यामुळे शत्रू, विशेषत: इंग्रज लष्करी अधिकारीही गोंधळून जात असत. पण पहिल्या आणि दुसऱ्या जागतिक महायुद्धातही मोर्सकोड वापरून गुप्त संदेश तारायंत्राने धाडण्याची पद्धत मोठ्या प्रमाणावर वापरली गेली होती.

सॅम्युअल मोर्स आणि आलफ्रेड व्हेल या दोन संशोधकांनी १८३५ मध्ये संदेश धाडण्यासाठी अक्षरे-संख्या या आवाजाच्या माध्यमातून संदेश धाडण्याच्या या पद्धतीचा शोध लावला होता. त्यासाठी एका 'टिंबाचे एक माप धरले तर तीन टिंबांचे माप वापरून, टिंब आणि 'रेघ' असे वेगवेगळ्या प्रमाणात वापरून अक्षरांचे वाक्य तयार करता येते. अर्थात, यासाठी प्रत्येक इंग्रजी अक्षरासाठी ठरावीक चिन्हे ठरवून दिलेली आहेत. त्याचप्रमाणे शून्य ते नऊ या प्रत्येक आकड्यासाठी टिंब आणि रेघ यांचे प्रमाणही ठरविलेले असल्याने कोणतेही वाक्य सहजपणे तयार करता येते आणि तारायंत्राद्वारे ते सहजपणे धाडता येते. अक्षरे ए-पासून झेडपर्यंत आणि शून्य ते नऊपर्यंतच्या आकड्यांचे ठरविलेले संकेत खालीलप्रमाणे आहेत.

| | | | | | | | |
|---|---|---|---|---|---|---|---|
| A | .- | M | -- | Y | -.-- | 6 | -.... |
| B | -... | N | -. | Z | --.. | 7 | --... |
| C | -.-. | O | --- | Ä | .-.- | 8 | ---.. |
| D | -.. | P | .--. | Ö | ---. | 9 | ----. |
| E | . | Q | --.- | Ü | ..-- | . | .-.-.- |
| F | ..-. | R | .-. | Ch | ---- | , | --..-- |
| G | --. | S | ... | 0 | ----- | ? | ..--.. |
| H | .... | T | - | 1 | .---- | ! | ..__. |
| I | .. | U | ..- | 2 | ..--- | : | ---... |
| J | .--- | V | ...- | 3 | ...-- | " | .-..-. |
| K | -.- | W | .-- | 4 | ....- | ' | .----. |
| L | .-.. | X | -..- | 5 | ..... | = | -...- |

**अशी आहे मोर्सची सांकेतिक लिपी–**

या सांकेतिक लिपीचा वापर करूनच तारायंत्राने 'डा, डीड' किंवा रेल्वेतील संदेश 'कट्ट-कट्ट-कड' अशा आवाजाने संदेश धाडण्यात येतात.

**लिपीचे कोष्टक**

अर्थात, मोर्सच्या या सांकेतिक लिपीद्वारे गुप्त संदेशही लष्करात धाडण्यात येत. पण जो संदेश धाडावयाचा असतो, तो गुप्त राहावा म्हणून तो सांकेतिक भाषा वापरूनच धाडलेला असतो आणि ज्याला तो संदेश मिळतो त्याला कोणती सांकेतिक भाषा वापरलेली आहे. याचा उलगडा होण्यासाटी त्या त्या प्रत्येक लष्करी तुकडीच्या सिग्नल ऑफिसरजवळ एक एक 'कोड बुक' ठेवलेले असते. त्याचा वापर करून तो त्या गुप्त सांकेतिक संदेशात काय संदेश दडलेला आहे, याचा अर्थ पाहू शकतो. त्याचे एक उदाहरण खाली दिलेले आहे.

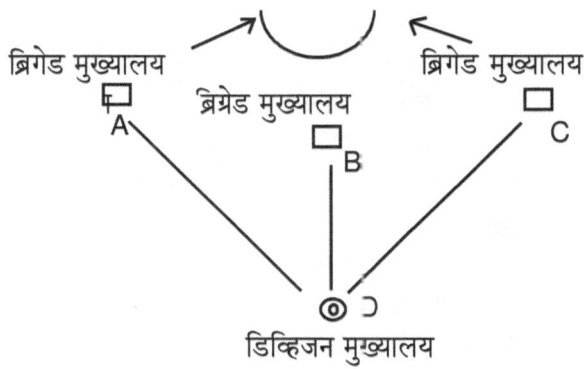

वर दिलेल्या आराखड्याप्रमाणे 'डी' डिव्हिजनच्या तीनही ब्रिगेड्स त्यांच्या समोर असलेल्या शत्रूवर हल्ला करण्यासाठी सज्ज आहेत. त्यांच्या डिव्हिजनकडून येणाऱ्या आदेशाची ते वाट पाहत आहेत. मध्यरात्रीच्या सुमारास त्यांना डिव्हिजन मुख्यालयातून ग्रुप संदेशाद्वारे आदेश येतो. त्यात म्हटले आहे.

"OPEN KITCHEN 0300, AND BED TEA 0500."

आता सर्वसामान्य व्यक्तीला या संदेशावरून एवढेच समजेल की ''पहाटे तीन वाजता स्वयंपाकघर उघडा. बेड टी पहाटे पाचला घ्यावयाचा आहे.'' पण त्या प्रत्येक ब्रिगेड मुख्यालयाच्या सिग्नल रेजिमेंटजवळ 'कोड बुक' असते. तेथील सिग्नल ऑफिसर 'कोड बुक' वरून 'वायरलेस' उपकरणाद्वारे आलेल्या त्या

संदेशाचा अर्थ शोधून आपापल्या ब्रिगेड कमांडरला सांगतो. कोड बुक प्रमाणे त्या संदेशाचा अर्थ असा असतो-

पहाटे तीन वाजता ''समोरच्या शत्रूवर तोफांचा भडिमार सुरू करा.'' तो भडिमार शत्रूची प्रतिकारशक्ती खच्ची करण्यासाठी असतो. (Softning the ememy Defence) प्रत्यक्ष पायदळाचा हल्ला सुरू होण्यापूर्वी ते आवश्यक असते. त्यामुळे पायदळाचे नुकसान व प्राणहानी कमी होते.

त्यापुढील संदेश आहे, ''बेड टी ०५००'' याचा अर्थ असतो, प्रत्यक्ष पायदळाचा हल्ला पहाटे पाच वाजता सुरू करा. या पहाटे पाचच्या वेळेबद्दल एक गमतीशीर वाक्प्रचार वापरला जातो. त्यात म्हटले आहे, "CATCH THE ENEMY PANTS DOWN प्रातर्विधीच्या वेळी शत्रूला पकडा.'' वर दिलेले उदाहरण हे केवळ वायरलेसवर गुप्त संदेश कशा प्रकारे धाडले जातात आणि त्याचा अर्थ कसा काढला जातो, हे लक्षात यावे म्हणून दिलेले आहे. या बाबतीत १९६२ मध्ये चीनने आपल्या उत्तर-पूर्व आणि उत्तर-पश्चिम सीमेवर आक्रमण केले त्या वेळी घडलेली घटना लक्षात घेण्याजोगी आहे. आपल्या त्या भागातील प्रमुखांनी आपल्या मोजक्या तुकड्यांच्या प्रमुखांना धाडलेले ते गुप्त संदेश चिनी लष्करी अधिकाऱ्यांनी पकडले आणि त्यांनी त्याचा अर्थही काढला. त्याची प्रचिती आपल्या आघाडीवरील सैनिकांना आली. त्यांच्या लक्षात आले, की चिन्यांनी आपले 'गुप्त कोड' ओळखले आहेत. ही बाब त्यांनी आपल्या वरिष्ठांना कळविली. त्यातही आपल्या 'सिग्नल' (कम्युनिकेशन - संपर्क विभाग) विभागात मल्याळी सैनिक आणि अधिकारीही मोठ्या प्रमाणावर आहेत. चिन्यांना आपला गुप्त कोड समजला आहे हे लक्षात आल्याने त्यांनी आपले संदेश वायरलेसवरून 'मल्याळी' भाषेत द्यायला सुरुवात केली. त्यांना खात्री वाटत होती, की चिन्यांना यातील काहीही समजणार नाही.

पण आपल्या अधिकाऱ्यांचा आणि सैनिकांचा काही वेळातच भ्रमनिरास झाला. कारण चिनी लष्करातील सिग्नलचे लोक सरळ 'मल्याळी' भाषेतच बोलायला लागले. म्हणजे त्यांनीच ठरविलेल्या युद्धयोजनेला साजेशी पूर्ण तयारी त्यांनी केली होती. आपला शत्रू कोण आहे, आपल्या आक्रमणानंतर तो काय काय पावले उचलू शकतो याचा सखोल अभ्यास करून त्यांनी पूर्ण तयारी केली होती. हेच खरे युद्धकौशल्य होय.

याच्या अगदी उलट परिस्थिती आपल्या सेनादलाची झाली होती. अर्थात त्याला जबाबदार होते ते तत्कालीन संरक्षणमंत्री कै. कृष्ण मेनन आणि पंतप्रधानही. कारण चीनने आक्रमण केले ते १९६२ मध्ये. त्याच्या तीन वर्षे आधीच म्हणजे

१९५९ मध्ये आपल्या पूर्व आघाडीचे प्रमुख जनरल थोरात यांनी संरक्षण मंत्र्यांना एक सविस्तर लेखी अहवाल सादर केला होता. त्यात "चीन आपल्यावर आक्रमण करण्यासाठी कशी जोरदार तयारी करीत आहे आणि तो आपल्यावर आक्रमण करण्याची दाट शक्यता आहे म्हणून आपणास तयारीत राहावे लागेल." असे स्पष्टपणे लिहिले होते.

पण आपल्या पंतप्रधानांपासून ते संरक्षण मंत्री आणि इतरही राजकीय नेते त्या वेळी "हिंदी-चिनी भाई-भाई" या घोषणेने भारावून गेले होते. संरक्षणमंत्री कै. मेनन यांनी तर जनरल थोरात यांच्या अहवालाला केराची टोपली दाखविली. आणि वर त्यांनाच सुनावले,

"चीन आपल्यावर कधीही आक्रमण करणार नाही. आणि केलेच तर आम्ही ते राजकीय पातळीवर परतवून लावू..."

झाले आपले सैन्य सर्वच बाबतींत कनतरता असूनही युद्धासाठी तयारी न करताच चिनी आक्रमणाला शौर्याने-धीराने सामोरे गेले. परिणाम व्हावयाचा तोच झाला. प्रचंड प्राणहानी. देशाची आणि सेनादलाची मानहानी...

अर्थात कै. मेनन यांना संरक्षणमंत्रिपद सोडावे लागले आणि त्यांच्या जागी आलेल्या कै. यशवंतराव चव्हाणांनी मात्र तत्परतेने आपल्या सेनादलाचे आधुनिकीकरण केले आणि त्याचे प्रत्यंतर १९६५ मध्ये पाकिस्तानने केलेल्या आक्रमणाच्या वेळी आले. आपल्या युद्धयोजनेवर आपले प्रभुत्व प्रकट केले.

गुप्त संदेश धाडण्याच्या बाबतीत आणखी एका महत्त्वाच्या बाबीची नोंद आवश्यक आहे. ती म्हणजे शत्रूला फसविण्यासाठी, त्याची दिशाभूल करण्यासाठी खोटे गुप्त संदेश शत्रूला पोचतील याची व्यवस्था करणे. या फसवेगिरीत इंग्रजांचा क्रमांक पहिला लागत असला, तरी भारताच्या लष्करी इतिहासात आक्रमक महम्मद घोरी याने तत्कालीन दिल्लीचा राजा पृथ्वीराज चौहान याला जो खोटा संदेश धाडला होता, त्याची नोंद घेणेही आवश्यक आहे.

आक्रमक घोरीने पृथ्वीराज चौहाना– जो घोरीला रोखण्यासाठी पुन्हा सज्ज होऊन आला होताा– त्याला असा संदेश धाडला होता की,

"राजा, तुझी युद्धसज्जता बघून, मी घाबरून गेलो आहे. आणि परत फिरण्यासाठी मी भावाची परवानगी मागितली आहे. ती येताच मी मागे फिरणार आहे."

पृथ्वीराज चौहानाचा त्या संदेशावर विश्वास बसला. कारण वर्षभरापूर्वीच चौहानाच्या वीर राजपूत सैन्याने याच आक्रमक घोरीचा पराभव करून त्याला पळवून

लावले होते. झाले, घोरीच्या त्या फसव्या संदेशाने पृथ्वीराज चौहान आणि त्याचे सैन्य आनंदून गेले. त्यांनी विजयोत्सव सुरू केला. रात्रभर आनंदात घालवून पहाटे ते थकल्याभागल्या अवस्थेत असतानाच घोरी अचानकपणे त्या बेसावध राजपुतांवर तुटून पडला आणि त्याने त्यांचा दणदणीत पराभव केला. पृथ्वीराज चौहान पकडला गेला. घोरीने त्याचा शिरच्छेद केला. फसव्या गुप्त संदेशाचे हे एक उदाहरण झाले.

या फसवेगिरीत अग्रस्थानी असलेल्या इंग्रजांनी झाशीच्या राणीवर असाच प्रयोग केला होता. इंग्रजांच्या वेढ्यात अडकलेल्या झाशीच्या राणीने झाशीच्या किल्ल्यावरून त्यांच्यावर तोफा-बंदुकांचा चांगलाच भडिमार केला होता. त्याच वेळी वीर सेनानी तात्या टोपे हे बऱ्याच तोफा घेऊन ससैन्य तिच्या मदतीला आले होते. त्या वेळी इंग्रज सैन्य– तात्या टोपे इंग्रजांच्या मागे आणि राणीचे सैन्य समोर अशा अडचणीत सापडले होते.

इंग्रजांनी त्यावर लगेच तोडगा काढला. त्यांनी झाशीच्या राणीला मिळेल असा तात्या टोपेंच्या नावाने गुप्त संदेश धाडला. त्यात म्हटले होते. ''मी इंग्रजांवर हल्ला करणार आहे. तेव्हा कृपया तोफांचा मारा करू नये. अन्यथा आमचे सैनिकही उगाच मरतील,'' झाले, याचा परिणाम व्हायचा तोच झाला. इंग्रजांना मोकळे रान सापडले, त्यांनी तात्या टोपेवर अकस्मात हल्ला करून त्यांचा पराभव केला आणि मग आपले सगळे लक्ष झाशीच्या राणीकडे वळविले.

याच इंग्रजांनी दुसऱ्या महायुद्धात अशाच फसव्या गुप्त संदेशांद्वारे हिटलरच्या नाझी सैन्यावर मात केली होती. १९३९ साली दुसऱ्या महायुद्धाला तोंड फोडून जगाला वेठीस धरणाऱ्या हिटलरचा जोर १९४३ पर्यंत ओसरला होता. पण जर्मनीत त्याचा जोर पुष्कळच होता. त्याच सुमारास इंग्रजांनी इटलीच्या पश्चिमेस असलेल्या महत्त्वाच्या अशा सिसिली बेटावर हल्ला करण्याची योजना आखली होती. याची कुणकुण हिटलरला लागली आणि त्याने सिसिलीच्या संरक्षणाची जबरदस्त तयारी केली. अशा परिस्थितीत दोस्त राष्ट्रांच्या सैन्याने सिसिलीवर हल्ला केला असता, तर त्यांच्या सैन्याचे खूपच नुकसान झाले असते. म्हणून इंग्रजांनी दोन फसवे गुप्त संदेश जर्मनीच्या हाती पडतील, याची व्यवस्था केली.

त्यातील पहिला संदेश होता, तो इंपिरियल जनरल स्टाफचे उपप्रमुख जनरल आर्किबाल्ड यांनी आफ्रिकेतील १८ व्या लष्कराचे प्रमुख जनरल अलेक्झांडर यांना धाडलेला. त्यात म्हटले होते,

''आपण ज्यावर हल्ला करणार आहोत ते 'सिसिली' नसून दुसरेच आहे.''

दुसरा संदेश दोस्त सैन्याच्या हालचालींचे नियंत्रण करणारे प्रमुख जनरल

माउंट बॅटन यांचा भूमध्य सागरातील नौदल प्रमुख ॲडमिरल ॲंड्र्यू कनिंगहॅम यांच्यासाठी होता. त्यात म्हटले होते,

"आपण ज्या लक्ष्यावर हल्ला करणार आहोत ते सिसिली बेट नसून सार्डिनिया आहे."

वरील दोन्ही खोटे आणि फसवे संदेश जर्मनीच्या हातात पडतील याची इंग्रजांनी अत्यंत चोख व्यवस्था केली होती.

धूर्त इंग्रजांनी लंडनच्या लष्करी दवाखान्यातून फुप्फुसात पाणी होऊन दगावलेल्या एका तरुणाचा मृतदेह काढून त्याच्या आकाराचा लष्करी गणवेश तयार करून त्याला चढवला. त्याला नाव दिले "मेजर मार्टिन" त्याच्या खिशामध्ये तो पाण्यात पडल्यावरही खराब होणार नाहीत अशा प्रकारे बंद करून वरील दोन्ही पत्रे ठेवली. आणखी सत्यता पटावी म्हणून त्याच्या एका काल्पनिक प्रेयसीचा फोटो वगैरेही ठेवले आणि तो मृतदेह त्याच्या ओळखपत्रासह पाणबुडीतून स्पेनच्या किनाऱ्यावर सोडला. त्याच्या सोबतच तो विमान अपघातात पडल्याचे दाखविण्यासाठी विमानाचे अवशेषही त्याच भागात सागरात फेकले.

त्याचा मृतदेह एका कोळ्याला सापडला. त्याने लगेच तो गस्तीवरील जर्मन लष्करी अधिकाऱ्यांच्या ताब्यात दिला. त्यांनी संपूर्ण तपास केल्यावर त्यांची खात्री पटली, की हा मेजर मार्टिन महत्त्वाची पत्रे पोचविण्यासाठी विमानाने चालला असताना, त्याच्या नौसेनेतील विमानाला अपघात होऊन तो इथे पडला आणि पाण्यात बुडून मरण पावला. ते दाखविण्यासाठीच फुप्फुसात पाणी होऊन मेलेली व्यक्तीच त्यांनी निवडली होती. त्याच्या जवळील पत्रांमुळेच जर्मनांना विश्वास बसला, की दोस्त राष्ट्रांच्या सेना आता 'सिसिली' बेटावर हल्ला करणार नाहीत. त्यांनी तेथील संरक्षण व्यवस्थेतील यंत्रणा हळूहळू हलविली आणि इंग्रजांना हवे तसेच घडले. जुलै १९४३ मध्ये दोस्त राष्ट्रांच्या सेनेने 'सिसिली'वर जोरदार हल्ला केला आणि ते बेट जिंकून घेतले.

केवळ शत्रूच्या फसवणुकीसाठी वापरल्या गेलेल्या त्या गुप्त संदेशांनी आपले काम केले होते.

वरील काही गुप्त संदेश हे इंग्रजांनी शत्रूची फसवणूक करण्यासाठी यशस्वीपणे धाडले होते. पण युद्धजन्य परिस्थितीत निरनिराळ्या देशांमध्ये निरनिराळ्या व्यक्तींनी अथवा खुद्द राज्यकर्त्या यंत्रणेने अत्यंत कौशल्याने धाडलेल्या काही गुप्त संदेशाची उदाहरणे ही खूपच बोलकी आहेत. गुप्त संदेश कसे प्रभावी ठरतात याचे हे एक उदाहरण– मानसशास्त्रीय युद्धतंत्राचा आद्य गुरू म्हणून ओळखल्या जाणाऱ्या

श्रीकृष्णानेही गुप्त संदेशांचा उपयोग अत्यंत कौशल्याने करून जरासंधाला मारण्याकरिता मथुरेवर सतरा आक्रमणे केली. सतराव्या आक्रमणाच्या वेळी जरासंधाने आपली सगळी शक्ती पणाला लावली होती. त्याने दोन गाजलेले सेनानी 'हंस' आणि 'डिंभक' यांना दोन आघाड्यांवर धाडले होते. श्रीकृष्णाच्या लक्षात आले होते, की हे आक्रमण आपल्याला आणि मथुरेतील मोजक्या सैन्याला आणि तेथील जनतेला जड जाणार आहे. अर्थात त्याने आपला हुकमाचा एक्का बाहेर काढला. त्याने वीर सेनानी डिंभक ज्या आघाडीवर होता त्या आघाडीवर गुप्त संदेश धाडला, की दुसऱ्या आघाडीवरील त्याचा दोस्त जरासंधाचा वीर सेनानी 'हंस' मारला गेला आहे. हा संदेश अर्थातच खोटा आणि फसवा होता. पण त्याचा अपेक्षित परिणाम झाला. 'डिंभक' फसला. निराश झाला आणि त्याची लढण्याची जिद्द संपली. त्याने त्या झटक्यातच आत्महत्या केली. श्रीकृष्णाने डिंभकाने आत्महत्या केल्याची बातमी संदेशाद्वारे सेनानी हंसाला धाडली. डिंभकाने आत्महत्या केल्याचा संदेश मिळताच हंसाची जिद्दही संपली. तो मानसिक दृष्टीने कोलमडला आणि त्यानेही आत्महत्या केली. झाले, जरासंधाचे प्रचंड सैन्य निराश झाले. तेवढ्यात श्रीकृष्णाने त्यांच्यावर जोरदार आक्रमण केले. जरासंधाच्या सैन्याची जिद्द संपलेलीच होती. श्रीकृष्णाने त्या सैनाचा दारुण पराभव केला. असे गुप्त संदेशाचे हे दुधारी शस्त्र अत्यंत प्रभावी ठरते.

गुप्त संदेशाचा वापर अत्यंत कौशल्याने करणारांनी असे महत्त्वाचे संदेश धाडण्यासाठी कवितेच्या माध्यमाचा उपयोग केल्याची लष्करी इतिहासाने नोंद केलेली आहे. त्यातीलच काही मोजकी पण तितकीच बोलकी उदाहरणे खाली दिलेली आहेत. पहिलेच उदाहरण आहे ते युगपुरुष श्री शिवरायांच्या काळातील. विजापूरच्या दरबारात, "मैं शिवाजी को जिंदा या मुर्दा पकडकर ले आऊंगा," अशी जोरदार घोषणा करून प्रचंड फौजेनिशी निघालेल्या गाजलेल्या सेनानी अफझलखानाची बातमी श्री शिवरायांना समर्थ रामदास स्वामींनी कवितेच्या माध्यमातून धाडली होती. ती कविता अशी आहे–

"विवेके करावे कार्य साधन ।<br>
जाणार नरतनू हे जाणोन ।।<br>
पुढील भविष्यार्थी मन ।<br>
रहाटोची नसे ।।१।।<br>
चालो नये असन्मार्गी ।<br>
सत्यता बाणलिया अंगी ।।<br>
रघुवीर कृपा ते प्रसंगी ।

दास महात्म्य वाढवी ।।२।।
रजनीनाथ आणि दिवाकर ।
नित्यनेमे करिता संचार ।।
घालिताती येरझारा ।
लाविले भ्रमण जगदीशे ।।३।।
आदिमाया मूळ भवानी ।
हेचि जगताची स्वामिनी ।।
एकांती विवेक धरुनी ।
इष्ट योजना करावी ।।४।।

श्री समर्थांनी आपल्या एका विश्वासू शिष्याच्या हाती वरील काव्याद्वारे "विजापूरचा सरदार निघाला आहे", हा संदेश अत्यंत गुप्तपणे श्री शिवरायांना धाडला. काव्यातील प्रत्येक ओळीची पहिली अक्षरे जोडून हा संदेश तयार होतो. वरवर पहाता एका गुरूने आपल्या शिष्याला केलेला तो निव्वळ उपदेश आहे, असेच वाटते. परंत युद्धप्रयत्नांत काव्याद्वारे केलेले हे संदेशवहन शेवटी किती उपयुक्त ठरले, हे सगळ्या जगाला माहीत आहे. वास्तविक जगाच्या लष्करी इतिहासात झालेल्या अनेक युद्धांमध्ये अत्यंत महत्त्वाचे असे गुप्त संदेश धाडण्याकरिता काव्याचा इतका सुरेख उपयोग श्री रामदास स्वामींच्या आधी कोणी केला नसावा.

श्री समर्थांनी अत्यंत कौशल्याने धाडलेल्या वरील गुप्त संदेशाप्रमाणेच दुसऱ्या महायुद्धात जर्मनव्याप्त फ्रान्सच्या उत्तर किनाऱ्यावरील नॉर्मंडीच्या किनाऱ्यावर जोरदार हल्ला करण्याची योजना आखली होती. त्या प्रसंगी खुद्द जर्मनव्याप्त फ्रान्समधील क्रांतिकारी वीर जर्मनीच्या जोखडातून मुक्त होण्यासाठी लढा देत होते. त्यांना 'आम्ही ज्या वेळी हल्ला करू त्या वेळी तुम्ही जोरदार उठाव केला, तर जर्मन संरक्षण यंत्रणेचे लक्ष विभागले जाऊन आपल्या प्रयत्नांना यश आल्याशिवाय राहणार नाही', असा संदेश इंग्रजांनी फ्रान्समधील मुक्तिसैनिकांना दिली होता. या साठी 'तुम्ही रोज रात्री नऊ वाजता बी.बी.सी. वरून प्रसारित होणाऱ्या इंग्रजी बातम्यांवर लक्ष ठेवा. त्या बातम्यांच्या शेवटी तुम्हाला संदेश देण्यात येईल असे त्यांना सांगण्यात आले होते. त्याबद्दलची सविस्तर महिती अशी आहे–

दुसरे महायुद्ध ऐन भरात असताना दोस्त राष्ट्रांनी सगळ्या जगाला आपल्या जोखडात अडकवून टाकण्याचा प्रयत्न करणाऱ्या जर्मनीवर एक जोरदार आघात करण्याचा निर्णय घेतला होता. जर्मनव्याप्त फ्रान्सच्या किनाऱ्यावर दोस्त राष्ट्रांच्या सेना अचानकपणे उतरणार होत्या आणि सरळ धडक मारणार होत्या बर्लिनकडे. या

लष्करी मोहिमेने सगळ्या जगाचे डोळे दिपून गेले होते. ही मोहीम यशस्वी होण्यात एक महत्त्वाचा वाटा उचलला होता तो एकोणिसाव्या शतकातील प्रसिद्ध फ्रेंच कवी पॉल व्हरलेन याच्या काव्यपंक्तींनी.

जर्मनीच्या अत्याचारी पंजाखाली भरडल्या जाणाऱ्या फ्रान्समध्ये भूमिगत कार्यकर्ते जर्मन लष्करी राजवटीच्या विरुद्ध सतत घातपाताची कृत्ये करून त्यांना सळो की पळो करून सोडीत होते. या जिवावर उदार होऊन गुप्तपणे लढणाऱ्या वीरांना फ्रान्सच्या किनाऱ्यावर येऊन धडकणाऱ्या दोस्त राष्ट्रांच्या फौजांच्या आगमनाबद्दल नुसती उत्सुकताच नव्हती, तर त्याच सुमारास त्यांना फ्रान्समध्ये बऱ्याच महत्त्वाच्या ठिकाणी प्रचंड प्रमाणात घातपाताची कृत्ये घडवून आणावयाची होती. या घातपातामध्ये मोठमोठाले पूल उडवून देणे, मार्ग उखडून टाकणे, पेट्रोल आणि शस्त्रास्त्रांचे साठे उडवून देणे, पाण्याच्या टाक्या उडवून देणे आदी कारवाया करावयाच्या होत्या. हे केल्याने फ्रान्सच्या किनाऱ्यावर नॉर्मंडीच्या परिसरात सागरी मार्गाने उतरणाऱ्या दोस्त राष्ट्रांच्या फौजांना अटकाव करण्याची कारवाई जर्मन फौजांना सहजपणे करता आली नसती म्हणून फ्रान्समधील हे सर्व भूमिगत कार्यकर्ते लंडनहून येणाऱ्या गुप्त संदेशांची आतुरतेने वाट पाहत होते.

हा गुप्त संदेश धाडण्याची ब्रिटिश अधिकाऱ्यांची युक्तीही खरोखरीच कौतुकास्पद होती. बी.बी.सी.वरून रोज ९ वाजता दिल्या जाणाऱ्या बातम्यांच्या अखेरीस, आता काही वैयक्तिक संदेश ऐका असे सांगून बी.बी.सी.चे वार्ताहर काही वाक्ये उच्चारत असत. या वाक्यांचे अर्थ फक्त संबंधितांनाच कळत असत.

दोन राष्ट्रांच्या फौजा फ्रान्सच्या किनाऱ्यावर उतरण्याच्या कारवाईची बातमी फ्रान्समधील मुक्ति सैनिकांना ज्या गुप्त संदेशाद्वारे देण्यात येणार होती, तो संदेश दडविलेला होता पॉल व्हरलेनच्या गाजलेल्या चॉनसन डी.ऑटम (साँग ऑफ ऑटम) म्हणजेच 'वसंताचे गाणे' या कवितेच्या दोन काव्यपंक्तीत.

पहिली ओळ 'Leo sanglots longs des violons de l'automne.' (The long sobs of the violins of automne) ही ओळ बी.बी.सी.च्या बातम्यानंतर ज्यावेळी गायिली जाईल, त्या वेळी मुक्तिसैनिकांना संदेश मिळाला असता, की दोस्त राष्ट्रांच्या फौजा फ्रान्सच्या दिशेने निघत आहेत.

याचप्रमाणे याच्या पुढील ओळ होती,

Blessent maan Covcr d' une langnnneur monotone म्हणजे wound my heart with a monolonous languor. ही दुसरी ओळ ज्या दिवशी बी.बी.सी.च्या बातम्यांचे अखेरीस गायिली जाईल त्याच रात्रीच्या बारानंतर

बरोबर चोवीस तासांच्या आत, दोस्त राष्ट्रांच्या फौजा जर्मनव्याप्त फ्रान्सच्या किनाऱ्यावर उतरून हल्ला करतील.

एक जून १९४४ च्या रात्री नऊच्या बी.बी.सी.च्या बातम्यांनंतर निवेदकाने काही वाक्यांच्या अखेरीस पॉल व्हरलेनच्या काव्याची पहिली ओळ फ्रेंच भाषेतच उच्चारली, 'Les sanglots longs des violons de l'automne' आणि फ्रान्समधील प्रत्येक मुक्तिसैनिक थरारला. 'ओव्हर लॉर्ड' कारवाईला म्हणजेच दोस्त राष्ट्रांच्या हल्ल्याच्या हालचाली सुरू झाल्या आहेत. फौजा निघाल्या आहेत. त्यांचे हात शिवशिवायला लागले. नाझी अत्याचारांना अखेरचा दणका देण्याची वेळ जवळ, अगदी जवळ आली आहे.

जर्मन लष्करातील गुप्तहेर संघटनेच्या अधिकाऱ्यांनीही ती ओळ ऐकली. त्यांनी लगेच फ्रान्सच्या किनाऱ्याचे रक्षण करण्याकरिता सज्ज असलेल्या पंधराव्या लष्करी विभागाच्या मुख्यालयाकडे, तसेच हिटलरकडेही तो संदेश धाडला. पण त्याचा फारसा उपयोग झाला नाही.

फ्रान्समधील मुक्तिसेनेच्या अनेक धडाडीच्या महिला आणि पुरुष गेली चार वर्षे अत्यंत धीराने आपल्या कारवाया करून जर्मन लष्करी यंत्रणेला सळो की पळो करून सोडीत होते. आता ते पुढच्या संदेशाची वाट पाहत होते, तो आपल्या घातपाताच्या अखेरच्या 'हिरव्या' आणि 'लाल' या नावाने ओळखल्या जाणाऱ्या योजना अमलात आणण्यासाठी. एक जूननंतर चार दिवस वाट पाहिल्यावर सोमवार दि. ५ जून १९४४ च्या साडेसहाच्या बातम्यानंतर संदेश आले, 'इट इज हॉट इन सुएज' आणि काही क्षणानंतरच संदेश आला 'दी डाइज आर ऑन द टेबल– म्हणजे 'हिरवा' आणि 'लाल' दोन्ही कारवाया अमलात आणा. पहिल्याने म्हणजे, 'हिरव्या' योजनेप्रमाणे रेल्वे, रस्ते आणि युद्धसाहित्य उडवून द्या आणि 'लाल' योजनेप्रमाणे टेलिफोन, दळणवळण व्यवस्था उद्ध्वस्त करा. स्वातंत्र्य-प्राप्तीसाठी पेटून उठलेल्या त्या मुक्तिसैनिकांना आणखी काय हवे होते? त्यांना आता ठाऊक होते की, पॉल व्हरलेनच्या कवितेची दुसरी ओळ आता कधीही येईल. आपण आपल्या कार्याला लागायलाच हवे.

क्षणार्धात फ्रान्स धडाडून उठले. घातपाताला प्रचंड प्रमाणावर सुरुवात झाली आणि त्याच रात्री नऊच्या बातम्यांच्या अखेरीला बी.बी.सी.च्या निवेदकाने पॉल व्हरलेनच्या काव्यातील दुसरी ओळ उच्चारली–

"Blessant mon coeur d'une longueur monotone"

बास, आता अठ्ठेचाळीस तासांत हल्ला. प्रचंड हल्ला. 'सहा जून एकोणीसशे

**युद्धजन्य परिस्थितीतील 'गुप्त संदेश' धाडण्याचे कौशल्य / २२७**

चव्वेचाळीस– फ्रान्सचा किनारा पेटून उठला– दोस्त राष्ट्रांच्या फौजांनी प्रचंड आक्रमण केले होते. ऑपरेशन ओव्हर लॉर्ड सुरू झाले आणि पॉल व्हरलेनच्या काव्यपंक्तींनी दिलेल्या संदेशानुसार फ्रान्समधील मुक्तिसैनिकांनी या फौजांचे ठरल्या वेळेनुसार घातपाती कृत्ये करून यथोचित स्वागत केले होते. युद्धाचा आणि काव्याचा आलेला संबंध केवढा थरारक होता, याचा दोस्त राष्ट्रांचे लष्करी प्रमुख आणि फ्रान्समधील धाडसी मुक्तिसैनिक यांच्याशिवाय दुसरे कोण सांगू शकणार? याच ऑपरेशन ओव्हर लॉर्ड (नॉर्मंडीवर उतरण्याच्या कारवाईचे लष्करी नाव) चे यश म्हणजे नाझी भस्मासुराच्या शेवटाची सुरुवातच होती. कारण यानंतर जर्मनीची राजधानी बर्लिनपर्यंत पोचण्यास दोस्त राष्ट्रांना फार कठीण गेले नाही, कारण फ्रेंच मुक्तिसेनेची साथ त्यांना होतीच. काहीही असेना, युद्धाचा आणि काव्याचा हा जुळलेला संबंध एक आगळावेगळा तसाच थरारक होता, यात शंकाच नाही. कवितेतून नेमका गुप्त संदेश गेला होता. जगाच्या लष्करी इतिहासाने या कौशल्याची नोंद घेतली असल्यास त्यात नवल नाही.

इंग्रजांच्या कैदेतील वीर त्र्यंबकजी डेंगळे यांची सुटका कवितेत दडलेल्या गुप्त संदेशामुळे झाली.

महाराष्ट्रात इंग्रज दुसऱ्या पेशव्यांच्या काळी किती अन्यायाने वागत होते, याचा सर्वोत्कृष्ट नमुना म्हणजे त्र्यंबकजी डेंगळे यांना त्यांनी केलेली अटक हा होय. पेशवे लष्करी सामर्थ्यसंपादनाचे व ब्रिटिशांविरुद्ध संयुक्त आघाडी उभारण्याचे प्रयत्न सर्व शक्तिबुद्धीनिशी करीत असतानाच, त्र्यंबकजींना ब्रिटिशांच्या कैदेतून सोडविण्याकरिता त्यांच्या हालचाली चालू होत्या. त्यांच्या मुक्ततेकरिता एलफिन्स्टन यांच्याकडे मागणी, विनंती ते करीत होते हे खरे; पण त्याचा काही उपयोग होणार नाही हे ते जाणून होते. त्यामुळे त्र्यंबकजींच्या मुक्ततेचे उद्दिष्ट साध्य करण्याकरिता अन्य मार्गांचाही अवलंब ते करीत होते.

त्र्यंबकजींना फार काळ ब्रिटिश तुरुंगात खितपत पडावे लागले नाही. पेशव्यांच्या त्या प्रयत्नांना लवकरच यश आले. त्र्यंबकजींना ठाण्याच्या किल्ल्यात कडेकोट बंदोबस्तात ब्रिटिशांनी ठेवले होते. किल्ल्यावर संपूर्ण शिबंदी व पहारा ब्रिटिश सैनिकांचा होता. झाडझूड करणे, दूध आणून देणे, घोड्याची चाकरी करणे अशा कामांकरिता थोड्या वेळाकरिता हिंदी नोकर येत. पण कामे आटोपताच त्यांना किल्ल्याबाहेर जावे लागे. त्र्यंबकजींची कोठडी सर्वांत वरच्या मजल्यावर होती. तेथे जवळपासही कोणी हिंदी माणूस फिरकू शकत नसे.

अशा परिस्थितीत १२ सप्टेंबर १८१६ रोजी वादळी पावसाच्या काळोख्या

रात्री देहधर्माचे निमित्त करून त्र्यंबकजी कोठडीबाहेर, किल्ल्याच्या तटाच्या अगदी कडेला असलेल्या शौचकूपात गेले. तेथेही नेहमोप्रमाणे ब्रिटिश पहारेकरी दाराबाहेर उभे राहिले. आतून कडी लावून घेऊन त्र्यंबकजी खिडकीच्या लोखंडी कांबी दूर करून त्या खिडकीतून बाहेर उडी टाकून, सरळ त्याखाली असलेल्या घोड्याच्या तबेल्यात आले. तेथे त्यांच्याकरिता मजुराचे कपडे लपवून ठेवलेले होते. ते घालून चेहरा झाकण्याकरता डोक्यावर गवताचा मोठा भारा घेऊन किल्ल्याच्या दारातून ते बाहेर पडले.

पहारेकरी त्या वादळात गाढ झोपलेले होते की त्यांनाही फितवण्यात आले होते, याचा उल्लेख कोठे सापडत नाही. पण ते तेथून बाहेर पडू शकले हे मात्र खरे. साष्टी व मराठा प्रदेश यात एक लहानशी खाडी होती. त्र्यंबकजींनी ती पार केली व ते मराठा प्रदेशात आले. घोडेस्वारांची एक टोळी त्यांची वाट पाहत तयारच होती. त्र्यंबकजींचे चुलते भागाजी, बिगा भिल्ल व हनुमंत रामोशी, घोडेस्वारांसह तीन दिवसांपासून साष्टीच्या खाडीच्या तोंडाशी त्र्यंबकजींकरिता दबा धरून बसलेले होते. त्र्यंबकजी येताच ती सर्व मंडळी पिंप्री घाटाच्या मार्गे संगमनेरच्या दिशेने वेगाने निघून गेली.

इकडे शौचकूपाच्या दाराबाहेर उभे असलेले बंदूकधारी ब्रिटिश पहारेकरी पंधरा-वीस मिनिटे झाली तरी कैदी बाहेर येत नाही हे लक्षात येताच अस्वस्थ झाले. दार ठोठावले. पण प्रतिसाद येत नाही असे दिसताच, त्यांनी दार फोडले. तो काय, आत कोणीच नाही. तत्काळ किल्ल्यात धोक्याची घंटी खणखणली. सर्वत्र तपासाची धावपळ झाली. पण काही उपयोग झाला नाही. सुटकेची ती सर्व योजना कल्पनेपलीकडे यशस्वी झाली होती.

त्र्यंबकजींच्या सुटकेकरिता आखण्यात आलेली योजना काही दिवसांनंतर उघडकीस आली. सुटकेपूर्वी काही दिवस अगोदर एक काहीसा बावळा पण प्रामाणिक दिसणारा मराठा मोतद्दार ठाण्याच्या किल्लेदाराकडे नोकरी मागण्याकरिता म्हणून आला. किल्लेदाराने त्याला ठेवून घेतला. सकाळी किल्ल्यात येऊन घोड्यांची चाकरी करून तो परत जाई. तो काम करायचा, त्या गच्चीला लागूनच वरच्या मजल्यावरच्या खोलीत त्र्यंबकजींना ठेवले होते. घोड्याला खरारा करता करता तो मोतद्दार मराठीत गाणे म्हणे. किल्ल्यावरचे सर्व सैनिक गोरे असल्याने त्या गाण्याचा अर्थ त्यांना समजत नसे. पण, त्या कवनातून सुटकेची सर्व योजना त्याने त्र्यंबकजींना कळविली. त्या सूचना त्र्यंबकजींनी तंतोतंत पाळल्या. बिशप हेबर हे त्या मुलुखातून प्रवास करीत असता, मोतद्दाराने ज्या कवनाद्वारा त्र्यंबकजींच्या कानावर योजना घातली, ते गाणे

त्यांना लोकांच्या तोडून ऐकायला मिळाले. त्याचे इंग्रजी भाषांतर हेबर यांनी आपल्या प्रवासवृत्तान्ताच्या ग्रंथात दिलेले आहे.

भारतीय इतिहासातील अत्यंत धाडसी व चित्तथरारक सुटकांपैकी त्र्यंबकजींची सुटका ही एक विशेष उल्लेखनीय घटना आहे. औरंगजेबाच्या तुरुंगातून आग्र्याहून शिवाजीमहाराजांनी करून घेतलेल्या सुटकेशी तुलना होऊ शकेल अशीच ही घटना रोमांचकारी आहे, असे मानले जाते.

त्र्यंबकजींच्या सुटकेची बातमी अल्पावधीतच सर्व महाराष्ट्रात वादळी वाऱ्यासारखी पसरली. त्र्यंबकजींनी आपल्या हुशारीने व धूर्ततेने शिरजोर झालेल्या फिरंग्यांना चांगलेच चकवले याबद्दल आनंद व त्र्यंबकजींबद्दल अपार आदर आणि अभिमान जनमनात दाटला. त्र्यंबकजींची झालेली सुटका म्हणजे पेशव्यांना तर ईश्वरी कृपेचे चिन्हच वाटले.

इंग्रजांच्या लष्करी कैदेतून सुटका करण्यासाठी केलेल्या उपाययोजनांचा संदेश ज्या मराठमोळ्या काव्याद्वारे मोतद्दाराने त्र्यंबकजींच्या कानावर पोचविला त्या काव्याचे फादर हेबरने केलेले इंग्रजी भाषांतर असे आहे–

Behind The bush, The bow men hide
The Horses benethe The Tree
Where shall I find a knight will ride
The jungle Paths, with me
There are five & fifty courses there
and four far the and fifty
when The fifty fifth shall mount his steed
The deccan Thrives again

युद्ध अथवा युद्धजन्य परिस्थितीतही काव्याच्या माध्यमातून केवढा उत्कृष्ट परिणाम साधता येतो, त्याचे हे सुरेख उदाहरण आहे. त्यातून हे मराठी ग्रामीण बोलीभाषेतील काव्य होते, असे फादर हेब्बर म्हणतो. म्हणून मावळ्यांच्या त्या काव्याला लष्करी इतिहासात महत्त्वाचे स्थान मिळाले आहे.

वरील काव्य फादर हेब्बरने जरी इंग्रजीत केलेले असले, तरी ज्या ग्रामीण मराठी कवनामार्फत त्या मराठी वीराने त्र्यंबकजी डेंगळेंना संदेश दिला, ते काव्य (माझ्या शब्दांत) असे असावे–

झुडुपांमागे त्या पल्याडच्या
तीरंदाज ते लपलेले ।

झाडाखाली बघाल तुम्ही
घोडेही सज्ज असलेले ॥१॥
सरदार तुम्ही घोड्यावरूनी
संगे माझ्या रानामधुनी ।
नेईन तुम्हा मार्ग दाउनी ।
वाट पाहती साथी लपुनी ॥२॥
पाचावरती पाचच घोडे ।
मर्द मात्र पाचावरती चारच तेथे ।
पाचावरल्या पाचव्या वरी ।
स्वार व्हाल तुम्ही जाऊन तेथे ॥३॥
हादरेल ही दख्खनची धरती ।
हादरतील सारे इथे तिथे ॥४॥

काव्याद्वारे गुप्त संकेत देण्याचा किती कौतुकास्पद प्रयत्न होता तो! आपल्या सुटकेची आतुरतेने वाट पाहणाऱ्या वीर त्र्यंबकजी डेंगळेंना, खाली खरारा करण्याचे नाटक करणारा मराठा वीर या काव्याद्वारे कळवतो.

पलीकडच्या झाडीत, पाचावर पाच म्हणजे पंचावन्न घोडे घेऊन, पाचावर चार म्हणजे चौपन्न, धनुष्यबाणांनी सज्ज असे वीर तुमची वाट पाहत दडून बसले आहेत. पंच्चावन्नावा घोडा तुमच्यासाठी आहे. त्यावर तुम्ही स्वार झालात की ही दख्खनची भूमी थरारून उठेल.

अर्थातच त्र्यंबकजींने ही संधी सोडली नाही. तो मुक्त झाला, पुन्हा युद्धाला सज्ज झाला.

## स्वातंत्र्यसंग्रामातील गुप्त संदेश धाडण्याचे कौशल्य

पहिल्यावहिल्या स्वातंत्र्ययुद्धाची तयारी अत्यंत गुप्तपणे सुरू झाली होती. जनतेमधील असंतोषाच्या असंख्य ठिणग्या एका धाग्यात गुंफण्याचे कार्य सुरू झाले. कित्येक नेते संन्यासी आणि फकिरांच्या वेशात जनतेत फिरू लागले होते. असाच संदेश देणारे मोठमोठाले फलक दिल्ली, लखनौमध्ये अत्यंत गुप्तपणे लावले गेले. साधूसंन्यासी आणि फकिरांच्या बाबतीत शंका येऊनही ते धर्मगुरू असल्याने इंग्रजांना काही कारवाई करता येत नव्हती. इंग्रजांनी त्यांच्या हाताखालील भारतीय सेनादलातही धार्मिक कृत्ये करण्यासाठी पंडित आणि मौलवींची नेमणूक करण्याचे आदेश काढले होते. त्याचा फायदा घेऊन कित्येक कडवे क्रांतिकारक पंडित आणि मौलवी बनून सेनेत भरती झाले होते आणि स्वातंत्र्याप्रीत्यर्थ योजलेल्या क्रांतीचा संदेश गुप्तपणे

सैनिकांपर्यंत पोचवीत होते. क्रांतिप्रचार करीत होते.

याशिवाय क्रांतिकारकांनी आपल्या क्रांतीच्या प्रसारकार्यासाठी तीर्थक्षेत्रांची निवड केलेली होती. मोठ्या संख्येने त्या ठिकाणी जमा झालेल्या भाविकांसमोर धार्मिक प्रवचने करतानाच आपल्या मातृभूमीला परकीयांच्या तावडीतून मुक्त करण्याच्या प्रयत्नांचा आणि त्यासाठी जो संकल्प सोडण्यात आलेला होता, त्याचा संदेश ते भाविकांपर्यंत पोचवीत होते. इतके नव्हे, तर मंदिरामंदिरांतून धार्मिक प्रार्थनेबरोबर क्रांतिकारकांच्या प्रयत्नांना यश मिळावे म्हणून पुजारी परमेश्वराची प्रार्थना करीत होते.

क्रांतीच्या विचारांच्या प्रसारासाठी भूमिगत कार्यकर्त्यांनी सांस्कृतिक कार्यक्रमांचाही फायदा करून घेतला होता. उदाहरणार्थ रामलीला, रासलीला, तसेच मुस्लिम बांधवांचे काही कार्यक्रम इ. इतकेच काय, पण कठपुतळ्यांच्या कार्यक्रमांचाही त्या उद्देशाने उपयोग करून घेण्यात आला होता. या सर्व कार्यक्रमांतून वीररसाला प्राधान्य देण्यात आले होते.

या सर्व कार्यक्रमांत स्वातंत्र्यासाठी जागृती करण्याच्या दिशेने सगळ्यांत प्रभावी ठरत होत्या, त्या उत्तर भारतातील महिला. त्या वैदूच्या रूपाने गावोगाव फिरून औषधोपचार करण्याच्या मिषाने घराघरांत जाऊन क्रांतीचा संदेश सर्वसामान्य जनतेपर्यंत पोचवीत होत्या. केवढी हिंमत दाखवली होती त्या महिलांनी! त्यांच्याद्वारे जनजागृतीचा हेतू प्रभावीपणे साध्य होत होता.

सैनिकांमध्ये जागृती करून संदेश देण्यासाठी प्रत्येक बाबीचा शांतपणे सखोल विचार करून एक आगळीवेगळी पद्धत उपयोगात आणली होती, ती अशी– ज्या लष्करी रेजिमेंटची थोडीबहुत मानसिक तयारी झाली आहे याची खात्री पटे, त्या रेजिमेंटच्या सुभेदार मेजरकडे त्यांचा दूत जाऊन एक रक्तकमळ देत असे. मग ते त्या रेजिमेंटमधील इतर जेसीओज म्हणजे 'ज्युनियर कमिशन्ड ऑफिसर्स' यांच्या हातात जाऊन त्यानंतर ते एकूण एक जवानांपर्यंत पोचून तितक्याच गुप्तपणे अखेर सुभेदार मेजरच्या हाती येत असे. त्यांच्या हातात ते रक्तकमळ आले की त्यांच्या लक्षात येत असे, की रेजिमेंटमधील प्रत्येक जवान नियोजित स्वातंत्र्ययुद्धासाठी, आपल्या मातृभूमीला इंग्रजांच्या जोखडातून मुक्त करण्यासाठी लढायला तयार आहे. मग तो संदेश त्या अनामिकाद्वारे क्रांतीच्या केंद्रस्थानाकडे जात असे. ही केंद्रस्थाने दोन ठिकाणी स्थापित झालेली होती. एक होते ब्रह्मावर्तात– नानासाहेब पेशव्यांच्या नेतृत्वाखाली सज्ज झालेले, तर दुसरे होते खुद्द दिल्लीत. वर मी रेजिमेंटमधील 'सुभेदार मेजर' या नावाने ओळखल्या जाणाऱ्या अधिकाऱ्याचा उल्लेख केला आहे, तो अधिकारी प्रत्येक रेजिमेंटमध्ये जे ज्युनियर कमिशन्ड ऑफिसर्स असतात,

त्यातील सर्वांत वरिष्ठ जे. सी. ओ. असतो. त्या पारतंत्र्याच्या काळातही वरिष्ठ भारतीयही असत. मात्र त्यावरील जे कमिशन्ड ऑफिसर्स असत, ते इंग्रज होते. त्यामुळेच या भारतीय वरिष्ठ अधिकाऱ्याच्या हातात ते 'रक्तकमळ' विश्वासाने सोपवले जात असे.

या रक्तकमळाद्वारे सैनिकांचे मन जाणून घेण्याच्या दृष्टीने क्रांतीच्या नेतृत्वाने इंग्रजांच्या गुप्तहेर यंत्रणेच्या, त्यांच्या प्रशासन यंत्रणेच्या डोळ्यांत धूळ फेकून 'क्रांतीसाठी तयार राहा', हा संदेश भारतीय जनतेपर्यंत पोचवण्यासाठी दिला होता. तशीच एक अत्यंत अभिनव युक्ती शोधून काढली होती; ती अशी की, चपातीद्वारे संदेश. स्वातंत्र्यवीर सावरकरांनी या चपात्यांना 'अग्निज्वाला' असे संबोधलेले आहे. अनेक अनामिक निरनिराळ्या गावांतून जात असत. गावात शिरल्यावर कोतवाल अथवा चौकीदाराला तो ती अनामिक चपाती देत असे. तो स्वत: त्याचा एक तुकडा खात असे. मग त्या चपातीचे लहान लहान तुकडे करून गावभर वाटले जात असत, प्रसाद म्हणून. तो ग्रहण करणारे स्वत:च्या घरी ताजी चपाती तयार करून आणखी एखाद्या गावात क्रांतीच्या त्या अग्निज्वालेचा प्रसाद पोचवीत असत आणि ते गावही क्रांतीच्या ज्वालेने पेटून उठत असे. अशी गावामागून गावे पेटत चालली होती. दुसऱ्या महायुद्धात 'नॉर्मंडी'वरील महाआक्रमणाचा संदेश फ्रान्समधील स्वातंत्र्यसैनिकांना कवितेतूनच दिला गेला.

### टिंबाटिंबांतील गुप्त संदेश

दुसऱ्या महायुद्धाच्या काळात गुप्तहेर संघटनांच्या कार्याला वेग आला असणे साहजिकच होते. जर्मनीने त्या काळी त्याच्या सर्व शत्रुराष्ट्रांमध्ये गुप्तहेरांचे जाळेच विणले होते. जर्मनीच्या या गुप्तहेरांनी अमेरिकेतही असेच एक प्रभावी जाळे विणले होते. पण महायुद्ध सुरू झाल्यानंतर वर्षा-दोन-वर्षांतच अमेरिकन फेडरल ब्यूरो ऑफ इन्व्हेस्टिगेशनच्या अधिकाऱ्यांनी अशा बऱ्याच गुप्तहेरांना पकडून त्यांच्यामार्फत जाणाऱ्या व त्यांना येणाऱ्या गुप्त संदेशांना उघड करून त्यांची साखळी उद्ध्वस्त करण्याचा यशस्वी प्रयत्न केला होता. याचाच परिणाम म्हणून अदृश्य शाईने लिहिलेले गुप्त संदेश येणे आणि जाणे, जवळजवळ बंद झाले होते.

परंतु १९४० च्या अखेरीस अमेरिकन गुप्तहेरांकडून एक गुप्त संदेश मिळाला, 'टिंबावर लक्ष ठेवा.' आता टिंबावर लक्ष ठेवायचे म्हणजे कसे? ही टिंबे नसतात कुठे? पाकिटावरील पत्त्यानंतर, आतील पत्रात प्रत्येक वाक्यानंतर, तारीख लिहिताना, दिवस, महिना, वर्षे यांच्यामध्ये, आकड्यांमध्ये अशा असंख्य ठिकाणी टिंबे असतात. मग कुठे कुठे लक्ष ठेवणार?

गुप्तहेर संघटनेचे अधिकारी कार्यक्षम असतील, तर अशा बिकट प्रश्नांची उत्तरे अखेर सापडतात. अमेरिकन गुप्तहेर संघटनेच्या प्रयत्नात त्यांना १९४१च्या ऑगस्ट महिन्यात असाच एक धागा सापडला. अत्यंत श्रीमंत वाटणारा एक तरुण अमेरिकेतील एका विमानतळावर उतरला. प्रत्येक नवागताकडे संशयित नजरेने पाहणाऱ्या अमेरिकन अधिकाऱ्यांचे डोळे चमकले आणि तासाभरात त्यांनी त्या तरुणाची माहिती गोळा केली. बाल्कन्सहून आलेला तो तरुण एका कोट्यधीशाचा मुलगा होता आणि पैसे उधळीत फिरणे हा त्याचा उद्योग होता. जास्त माहिती गोळा होताच या गुणी बाळाचा उपयोग जर्मनी आपला गुप्तहेर म्हणून करून घेत असल्याचा संशय येण्याइतपत पुरावा त्यांच्या हाती आला आणि त्यांनी लगेच त्याला ताब्यात घेतले.

त्याच्याबरोबरच्या सामानाची कसून झडती घेण्यात आली. पण त्यात संशयास्पद काहीही सापडले नाही. त्याच्या खिशातील कागदपत्रे तपाशीत असताना त्यातून किरण परावर्तित होत असल्याचे अधिकाऱ्याला जाणवले. जेथून प्रकाशाचा किरण परावर्तित झाला होता, ते एक टिंब होते, अगदी लहानसे. पाकिटावरील पत्त्यामध्ये सहजपणे दिलेले.

अधिकाऱ्याने लगेच एका टाचणीच्या टोकाने ते टिंब थोडेसे खरडले. तेव्हा कागदाच्या अगदी वरील थराखाली दडला होता एक लहानसा कसल्याशा रसायनाचा थेंब. तो थेंब लगेच सूक्ष्मदर्शक यंत्राखाली दोनशे पटीने मोठा करून तपासण्यात आला, तेव्हा त्या तपासणाऱ्या अधिकाऱ्याचे डोळे पांढरे व्हायची वेळ आली होती. त्याचे कारण असे होते, की त्या थेंबात दडली होती एका पूर्ण टाईप केलेल्या पत्राची अतिसूक्ष्म आकारात कमी केलेली लहानशी फिल्म. त्यात यंत्राद्वारे अमेरिकेतील जर्मनीतील गुप्तहेरास अमेरिकेच्या अणुशक्ती तंत्रज्ञानाविषयी माहिती गोळा करून धाडण्याचे आदेश दिले गेले होते. त्यात युरेनिअमच्या चाचण्या कोठे आणि कशा केल्या जातात, युरेनिअम एका ठिकाणाहून दुसरीकडे कसे हलविले जाते वगैरे माहिती प्रामुख्याने मागविली होती.

टिंबांच्या माध्यमातून संदेश धाडण्याच्या जर्मनीच्या नवीन पद्धतीचा माग लागला होता. मग काय? अशा टिंबांचा पाठलागच सुरू झाला आणि असे अनेक संदेश उघडकीला आले. जर्मनांनी या शास्त्रात बरीच आघाडी मारली होती. अमेरिकन अधिकाऱ्यांच्या लक्षात आले की, या अशा अनेक टिंबांखाली दडलेल्या संदेशाद्वारे अमेरिकेत तयार होणारी विमाने, त्यांचे प्रकार, त्यातील कोणत्या देशाला कोणत्या प्रकारची किती विमाने धाडली गेली, पर्ल हार्बरवर जपान्यांनी केलेल्या हल्ल्यात

अमेरिकन हवाई दलाचे, नौदलाचे, लष्करांचे किती आणि कसे नुकसान झाले आदी लष्करी दृष्ट्या अत्यंत महत्त्वाची माहिती मागविण्याचा जर्मनांनी सपाटाच लावला होता. सुदैवाने टिंबाखालच्या या गुप्त संदेशांची वेळेवर माहिती मिळालने मोठे अनर्थ टाळण्यात अमेरिकन अधिकाऱ्यांना यश आले.

ज्या स्वच्छंदी श्रीमंत तरुणाकडील पाकिटावरील टिंबामुळे पहिला संदेश पकडला गेला होता, त्या तरुणाची कसून तपासणी केली गेली. त्यात असे उघडकीस आले की, तो स्वत: ड्रेसूडन येथील टेक्निकल हायस्कूलमध्ये या अतिसूक्ष्म बिंदू (मायक्रो डॉट) पद्धतीचा शोध लावणाऱ्या प्रोफेसर झाप यांचा विद्यार्थी होता. त्याला थोडे आणखी छेडताच त्याने या पद्धतीतील बारकावेही अमेरिकन अधिकाऱ्यांना समजावून सांगितले. तो म्हणाला, ''हे संदेश आधी चौकोनी कागदावर टाईप केले जातात. मग एका मिनीयेचर कॅमेऱ्याने या संदेशांचा फोटो घेण्यात येतो. ही फोटोफिल्म पोस्टाच्या तिकिटाच्या आकाराची असते. यानंतर पुन्हा एका उलट्या केलेल्या सूक्ष्मदर्शक यंत्रातून या आकाराने आधीच कमी झालेल्या संदेशाचा फोटो घेण्यात येतो, तेव्हा याचा आकार एखाद्या टिंबाएवढा होतो. मग या फिल्मला एका विशिष्ट रसायनाचा लेप लावण्यात येतो. त्यानंतर, ज्या सुईचे टोक कापून टाकण्यात आलेले आहे अशा एका इंजेक्शनच्या सुईने हा बिंदू उचलला जातो आणि ज्या पत्रावर अथवा पाकिटावरील जागेत तो ठेवायचा असतो, तेथील जागा सुईच्या टोकाने थोडी खरडून मग इंजेक्शनच्या सुईतील तो बिंदू या खरडलेल्या जागी दाबण्यात येतो आणि पहिल्या सुईने खरडलेले कागदाचे तंतू त्यावर पक्के पसरले जातात. अमेरिकन अधिकाऱ्यांना टिंबाटिंबांतील या आश्चर्यकारक संदेशवहनाच्या पद्धतीची वेळीच माहिती मिळाल्याने सर्व संबंधितांना वेळीच सावध करता आले आणि जवळजवळ सर्व दोस्त राष्ट्रांच्या सेनादलांना एका भयंकर संकटातून वाचविता आले.

## आगपेटीतील काडीच्या गुलातील गुप्त संदेश

युद्धकाळात नव्हे, तर नेहमीच प्रत्येक राष्ट्र आपले गुप्तहेर निरनिराळ्या देशांत पेरून ठेवीत असते. अर्थात, शत्रुराष्ट्रांमध्ये ते जास्त प्रमाणात असतात आणि युद्धजन्य परिस्थितीत त्यांच्याकडून खूपच महत्त्वाचे संदेश त्या संबंधित राष्ट्राला अत्यंत गुप्तपणे येत असतात.

दुसऱ्या महायुद्धाच्या काळी जर्मनीने असे असंख्य हेर सगळीकडे पसरून ठेवले होते. त्या हेरांकडून सतत गुप्त संदेशांद्वारे लष्करी दृष्ट्या अत्यंत महत्त्वाच्या बातम्या जर्मनीच्या नाझी अधिकाऱ्यांना सतत मिळत होत्या आणि मग त्याप्रमाणे शत्रूला धक्का देण्याच्या योजना आखण्यात येत असत. गुप्तहेरांनी असे गुप्त संदेश

पाठविण्याच्या पद्धतीही नवनवीन व तितक्याच विस्मयकारक होत्या. अमेरिकेत दुसऱ्या महायुद्धाच्या काळात पकडलेल्या काही जर्मन गुप्तहेरांकडून मिळालेल्या त्यांच्या गुप्त संदेशांद्वारे त्यांना मिळणाऱ्या आदेशांचे प्रकार खरोखरीच आश्चर्यकारक असल्याचे उघडकीस आले होते.

हस्तलिखित किंवा टंकलिखित पत्राच्या मागील कोऱ्या भागावर अदृश्य शाईने संदेश लिहून धाडणारी यंत्रणा तर अमेरिकन अधिकाऱ्यांनी शोधून काढून ती उद्ध्वस्त केली होतीच. त्याच प्रक्रियेत अमेरिकन अधिकाऱ्यांनी एकदा एका गुप्तहेराला पकडले. या गुप्तहेराची कसून पाहणी केली गेली, पण काहीच उघडकीस येईना. अखेर त्याच्या सामानाची तपासणी घेत असताना त्याच्या खिशातून काढून टेबलावर ठेवलेल्या आगपेटीकडे हा गुप्तहेर अधूनमधून नजर टाकीत असल्याने सहज त्या गुप्तहेराला विचारले, ''काय, तुला ती आगपेटी हवी आहे का?''

बेसावध असलेला गुप्तहेर या प्रश्नाने गोंधळून गेला. त्याने होकारार्थी मान हलविली. अमेरिकन अधिकाऱ्यांनी ती आगपेटी त्याला दिली. तोपर्यंत तो सावरला होता. ती आगपेटी घेऊन आपलेच खिसे चाचपडायला लागला. अमेरिकन अधिकाऱ्याने लगेच त्याच्यासमोर सिगारेट केस धरली. गुप्तहेराने सराईतपणे एक सिगारेट घेऊन तोंडात धरली. अमेरिकन अधिकाऱ्याने आपला लायटर पेटवून, त्याच्या तोंडातली सिगारेट पेटविली खरी; पण लगेच त्याच्याजवळची आगपेटी काढून घेतली.

त्यानंतर त्या आगपेटीची पूर्ण तपासणी करण्यात आली. वरवर पाहता त्या आगपेटीत काहीच आढळले नाही, परंतु त्यातील प्रत्येक काडीची जेव्हा तपासणी करण्यात आली तेव्हा वरून अगदी एकसारख्या दिसणाऱ्या त्या चार काड्या अगदी सर्वसाधारण आगपेटीतील नसून, अदृश्य संदेश ज्यांनी लिहिता येतील अशा चार पेन्सिली होत्या, हे अमेरिकन अधिकाऱ्यांच्या लक्षात आले आणि गुप्त संदेश अदृश्यपणे लिहिणाऱ्या त्या पेन्सिलींमुळे आगपेटीतील रहस्य तर उलगडले गेलेच, पण त्यामुळे या पद्धतीचा शोध लागून तिची साखळी नष्ट करणे सोईचे गेले.

गुप्त संदेश धाडणाऱ्या गुप्तहेरांची अशीच एक साखळी अमेरिकन अधिकाऱ्यांच्या हाती लागली. गुप्त संदेश देणारी एक मायक्रोफिल्म, ही एका बारीक रिळाभोवती गुंडाळली होती आणि त्यावर सिल्कचा दोरा गुंडाळून ती दिसणार नाही, अशी व्यवस्था केली गेली होती. त्यानंतर हे बारीक लांब रीळ जाड मासिकांच्या पानांना जोडणाऱ्या दुव्यात कोंबलेले होते. अशीच एक संदेशवाहक मायक्रोफिल्म एका फौंटनपेनच्या पोटात शाईऐवजी कोंबलेली सापडली, तर एका गुप्तहेराच्या बुटाच्या रबरी टाचेत कोंबलेली एक लहानशी फिल्म सापडली, जिच्यावर सबमरीनसंबंधी

अत्यंत महत्त्वाची माहिती होती.

याच मोहिमेत त्यांना एका गुप्तहेराजवळील रुमालावर अदृश्य शाईने लिहिलेली अमेरिकेतील नाझी गुप्तहेरांची नावे आणि त्यांचे पत्ते सापडले आणि अमेरिकेतील ती गुप्तहेरांची अदृश्य साखळी उद्ध्वस्त करणे अमेरिकन अधिकाऱ्यांना सोपे गेले.

## कोऱ्या कागदावरील गुप्त संदेश

दुसऱ्या महायुद्धाचे दिवस होते. अमेरिकेच्या वॉशिंग्टनमधील गुप्तहेर संघटनेच्या कार्यालयात, न्यूयॉर्कच्या सेन्सॉर ऑफिसने धाडलेले, एअरमेलच्या पाकिटात असलेले एक पत्र तपासणीसाठी आले. न्यूयॉर्कमधील कोणा एकाने, पोर्तुगालमधील एका पत्त्यावर ते धाडले होते आणि पोर्तुगालमधील तो पत्ता जर्मन गुप्तहेरांच्या अड्ड्याचा असल्याचा संशय असल्याने न्यूयॉर्कच्या सेन्सॉर कर्यालयाने ते तपासणीसाठी वॉशिंग्टनला धाडले होते.

वॉशिंग्टनमधील गुप्तहेर खात्याच्या प्रयोगशाळा तंत्रज्ञाने त्या पाकिटातील टाईप केलेले ते पत्र, एक-दोनदा वाचले. मजकुरात संशयास्पद असे काहीच नव्हते. पण नंतर त्या पत्राच्या मागील कोऱ्या भागावर त्याने एका विशिष्ट रसायनात बुडविलेल्या स्पंजने थप्पे मारायला सुरुवात केली. थोड्याच वेळात त्या कोऱ्या कागदावर इतका वेळ अदृश्य असलेला मजकूर स्पष्टपणे दिसू लागला आणि सगळे गुप्तहेर कार्यालय खडबडून जागे झाले.

पत्र धाडणाऱ्याने त्या गुप्त संदेशात न्यूयॉर्क बंदरात सध्या अमेरिकन युद्धनौकांचा ताफा कोणत्यातरी मोहिमेसाठी तयार होत असल्याची बातमी दिलेली होती. तो संदेश पोचला असता, तर अनेक नौसैनिकांचे प्राण धोक्यात आले असते. त्या पत्र धाडणाऱ्याला पकडणे आवश्यक होते. पण न्यूयॉर्कच्या लक्षावधी जनतेतून नेमका पत्र धाडणारा 'तो' हुडकायचा म्हणजे काही सोपे काम नव्हते.

बऱ्याच विचारानंतर एक गोष्ट लक्षात आली, ती म्हणजे ज्या टाईपरायटरने ते पत्र टाईप केलेले होते तो 'अंडरवूड' कंपनीचा होता आणि त्यातील इतर मजकूर कोणत्याही प्रकारचा सुगावा लागू न देण्यासारखा नव्हता. पण त्यानंतर त्या पत्त्यावर टाकलेली पत्रे येऊ लागली, तशी आणखी एक गोष्ट लक्षात आली, की त्यातील मजकुरात एखादी ओळ त्या पत्रलेखकासंबंधी थोडीशी माहिती देणारी असायची. मग अशा काही पत्रांवरून त्या माणसाबद्दलचे एक अस्पष्ट चित्र अधिकाऱ्यांच्या नजरेसमोर उभे राहिले, ते असे होते.

"तो नोकरी करतो. त्याचा कुत्रा आजारी आहे. त्याने नुकताच त्याचा चष्मा बदलला आहे. तो नागरी हवाईसंरक्षक दलात वॉर्डन आहे.''

अर्थात, एवढ्याने काम भागणारे नव्हते, कारण न्यूयॉर्कमध्ये एक लाखाच्या आसपास असे वॉर्डन होते. पण त्यानंतरच्या एका पत्रात अचानकपणे एक वाक्य आले, ''सध्या वसंत ऋतू चालू आहे आणि वसंत ऋतू म्हटला, की आपण इस्टॉरिलच्या किनाऱ्यावर घालविलेल्या त्या सुरेख दिवसांची आठवण येते.''

'इस्टॉरिल'- अमेरिकन अधिकाऱ्यांच्या लगेच लक्षात आले. लिस्बन शहरापासून जवळच असलेला तो निसर्गरम्य समुद्रकिनारा. मग काय, गेल्या एक-दोन वर्षांत लिस्बनहून अमेरिकेत कोण कोण आहे, याची तपासणी सुरू झाली. पण तरी नुसत्या नावावरून 'त्या' व्यक्तीला कसे ओळखणार? अधिकाऱ्याजवळ होती ती फक्त त्याची सही. मग त्याची अधिकृत सही सापडेल का? काही सांगता येत नव्हते. पण हस्ताक्षर मात्र बोलू शकेल. कारण हस्ताक्षराच्या विशिष्ट वळणांवरून हस्ताक्षरतज्ज्ञ योग्य माणसाला बरोबर गाठून देतील, हे लगेच लक्षात आले.

'त्या' पत्रलेखकापर्यंत पोचण्याचा मार्ग दिसताच त्या दिशेने पावले पडू लागली. अमेरिकेत येणाऱ्या प्रत्येकाला कस्टम अधिकाऱ्यांकडे पत्रक भरून द्यावयाचे असते, त्या फॉर्मवरील हस्ताक्षर, सही आणि त्या डझनभर पत्रांवरील सह्या यांची आता अव्याहतपणे तपासणी सुरू झाली. कर्मधर्मसंयोगाने १९४१ मध्ये लिस्बनहून निर्वासितांचा मोठा लोंढाच अमेरिकेत आला होता. त्यामुळे काम खूपच वाढले. पण एकूण पाच हजारांच्या आसपास फॉर्म तपासून होत असतानाच एका फॉर्मने हस्ताक्षरातज्ज्ञांचे लक्ष वेधून घेतले. पत्रातील सह्यांमधील आणि फॉर्ममधील काही अक्षरांच्या ठरावीक ठशांच्या वळणांनी, पत्रलेखक बरोबर हुडकला गेला आणि काही तासांच्या अवधीतच पत्रलेखक 'एरती लेहमिट्झ' अमेरिकन अधिकाऱ्यांच्या हातात सापडला.

१९०८ मध्ये न्यूयॉर्कमधील जर्मन राजनैतिक कार्यालयात कारकून म्हणून आलेल्या लेहमिट्झने कबुलीजबाब दिला आणि अमेरिकेत कार्यरत असलेल्या गुप्त संदेश धाडणाऱ्या यंत्रणेचा माग लागून ती उद्ध्वस्त करण्यात अधिकाऱ्यांना यश मिळाले. लेहमिट्झ आपण राहत असलेल्या भागात इतका लोकप्रिय झाला होता, की त्याला वीस वर्षांची सजा झाली, तेव्हा त्याचे बरेच शेजारी या घटनेवर विश्वास ठेवायला तयार नव्हते. त्यांच्या मते, तो एक देवमाणूस होता. हेच त्याच्या इतक्या दिवसांच्या यशस्वितेचे रहस्य असावे.

### जपान्यांनी धाडलेले गुप्त संदेश

१९३९ मध्ये दुसरे महायुद्ध सुरू केले ते जर्मनीने. पण १९४१ पर्यंत जपान तटस्थ राहिला होता. अर्थात, युद्धाची तयारी करीतच होता. ७ डिसेंबर १९४१ रोजी मात्र त्याने अमेरिकेच्या 'पर्ल हर्बर' मधील नौसेनेच्या मोठ्या आणि

भक्कम तळावर अचानकपणे जोरदार विमानहल्ला उडवून तो तळ उद्ध्वस्त करून टाकला होता. या हल्ल्याची पूर्वतयारी त्याने आधीपासूनच केलेली होती.

खरे म्हणजे १९४१ च्या नोव्हेंबरमध्येच अमेरिकेच्या गुप्तवार्ता विभागाने जपानचा एक गुप्तसंदेश पकडला होता. त्यात त्यांनी आपल्या परदेशातील दूतावासांना कळविले होते, की त्यांनी जपानी बातम्यांनंतर दिल्या जाणाऱ्या हवामानाच्या अंदाजाबाबत जे वार्तांकन केले जाईल, त्यावर लक्ष ठेवावे. या अंदाजानंतर जर असे सांगण्यात आले, की ''पूर्वेच्या वाऱ्याचा पाऊस'' तर त्यांनी असे समजावे की आपले अमेरिकेशी युद्ध होणार आहे. ''उत्तरी वाऱ्याचा पाऊस'' असे सांगितले गेले तर समजावे की आपले रशियाशी युद्ध होणार आहे आणि ''पश्चिमी वाऱ्याचा पाऊस'' असे सांगितले गेले तर समजावे की आपले इंग्लंड, मलाया आदी देशांशी युद्ध होणार आहे. हा संदेश अत्यंत गुप्त असणार होता आणि त्याआधी 'आणीबाणी' हा शब्द उच्चारला जाणार होता.

वरील गुप्त संदेश अमेरिकन गुप्तहेर यंत्रणेने पकडल्यानंतर ४ डिसेंबर १९४१ रोजी मध्यरात्री अमेरिकेच्या त्याच स्टेशनने जपान्यांचा तो महत्त्वाचा संदेश पकडला. ''इगाशी नो काझी आमे'' म्हणजे पूर्वेच्या वाऱ्याचा पाऊस म्हणजेच जपानचे अमेरिकेविरुद्ध युद्ध होणार आहे आणि त्याची तयारी पूर्ण झाली आहे. पण हल्ला कोठे व केव्हा हे मात्र अमेरिकेला समजले नाही. या संदेशातील सत्यता ७ डिसेंबर १९४१ म्हणजेच केवळ तीन दिवसांनी जगाला कळली, जेव्हा जपानी वायुसेनेने अमेरिकेच्या 'पर्ल हार्बर' बंदरावरील नौसेनेच्या तळावर अचानक हल्ला करून तो उद्ध्वस्त केला. अमेरिकेच्या ३५०० टनी 'ओरिझोना' तसेच 'अल्काहामी' या प्रचंड युद्धनौकांसह आठ युद्धनौका आणि इतर अनेक लहान-मोठ्या युद्धनौका पूर्णपणे उद्ध्वस्त झाल्या. विमानतळावरील १८८ विमाने जागेवरच नष्ट झाली होती. या अचानक झालेल्या हल्ल्यात अमेरिकेची पहिल्या महायुद्धात झाली नव्हती इतकी हानी झाली. तीन हजारांच्या वर अमेरिकन नौसैनिक आणि वायुसैनिक, पायदळातील सैनिक आणि अधिकारी मारले गेले होते. या हल्ल्यानंतरच इतके दिवस तटस्थ असलेली अमेरिका दुसऱ्या महायुद्धात उतरली ती जर्मनी, जपान या आघाडीच्या विरोधात आणि त्याच क्षणी जर्मनी, जपानच्या पराभवाची नांदी झाली. असे गुप्त संदेश धाडण्यातील कौशल्य युद्धावर परिणाम करीत असते.

***

**कॅ. राजा लिमये**

युद्ध - युद्धकौशल्य, युद्ध नेतृत्व या राष्ट्राच्या दृष्टीकोनातून अत्यंत महत्त्वाच्या विषयावर मराठीतच नव्हे तर कोणत्याही भारतीय भाषेत खूपच कमी लिखाण झालेले आहे, हे कटु असले तरी सत्य आहे.

हे लक्षात घेऊनच, प्रत्यक्ष युद्धाचा अनुभव असलेल्या, कॅप्टन राजा लिमये यांनी या विषयावर लिखाण सुरु केले. त्यांनी लोकप्रिय दैनिक 'सकाळ' तेथे बरेच लिखाण केल्यानंतर 'लोकसत्ता' आणि 'सामना' मध्येही लेख लिहिले. त्यानंतर याच विषयावर त्यांनी तीस पेक्षा अधिक पुस्तके लिहिली आहेत. पैकी दोन पुस्तकांना राज्य पुरस्कार तर मिळाले आहेतच. शिवाय त्यांच्या या लिखाणाची दखल घेऊन महाराष्ट्र राज्य सैनिक कल्याण मंडळाने त्यांना 'विशेष गौरव' पुरस्कार देऊन २००६ च्या 'ध्वजदिना' दिवशी त्यांचा सत्कारही केला.

त्यांच्या लिखाणाची आणि वसंत व्याख्यानमाला मध्ये त्यांनी या विषयावर दिलेल्या व्याख्यानाची दखल घेऊन, पुणे विद्यापीठाच्या 'ॲकडेमिक स्टाफ कॉलेज'मध्ये दर महिन्याला येणाऱ्या प्राध्यापकांच्या गटासमोर या विषयावर भाषणे देण्यासाठी कॉलेजच्या प्राचार्यांनी निमंत्रित केले. तसे त्यांनी सतत आठ वर्षे भाषणे दिलीत.

त्यांच्या पुस्तकांची उपयुक्तता लक्षात घेऊन 'नॅशनल असोसिएशन फॉर दि ब्लाईंड' या संस्थेने त्यांच्या अकरा पुस्तकांचे अंधांसाठी बोलकी पुस्तके म्हणून रुपांतर केलेले आहे. तर महाराष्ट्र राज्य पाठ्यपुस्तक निर्मिती मंडळाने, त्यांची परमवीर ले. रामराव राणे यांच्या पराक्रमाची कथा दहावीच्या मराठी (इंग्रजी माध्यम) पुस्तकात समाविष्ट केलेली आहे. अशा सिद्ध हस्त लेखकाच्या लेखणीतून उतरलेल्या, योद्धा श्रीराम, युद्ध कौशल्याचा आद्यगुरू श्रीकृष्ण यांच्यासहीत- अनेक गाजलेल्या सैनानींच्या युद्ध कौशल्याच्या तसेच गुप्तहेरांच्या आणि गुप्त संदेश धाडण्यातील कौशल्याच्या या कथा आहेत म्हणूनच त्यांना आगळे वेगळे महत्त्व आहे.

www.ingramcontent.com/pod-product-compliance
Lightning Source LLC
Chambersburg PA
CBHW030410020726
47493CB00003B/1011
* 9 7 8 9 3 8 2 9 8 8 4 6 5 *